Katarungan sa mga Burol

Isang Kwento ng Human Bonds, Grit at Resilience

Translated to Filipino from the English version of
Justice on the Hills

Sanjai Banerji

Ukiyoto Publishing

Ang lahat ng pandaigdigang karapatan sa paglalathala ay hawak ng

Ukiyoto Publishing

Nai publish sa 2024

Nilalaman Copyright ©Sanjai Banerji

ISBN 9789362696137

Lahat ng karapatan ay nakalaan.
Walang bahagi ng lathalaing ito ang maaaring i-produce, ipadala, o itago sa isang retrieval system, sa anumang anyo sa anumang paraan, electronic, mechanical, photocopying, recording o kung hindi man, nang walang paunang pahintulot ng publisher.

Iginiit ang mga karapatang moral ng may akda.

Ito ay isang gawa gawa lamang. Ang mga pangalan, tauhan, negosyo, lugar, pangyayari, lokal, at insidente ay produkto ng imahinasyon ng may akda o ginagamit sa kathang isip na paraan. Ang anumang pagkakahawig sa mga aktwal na tao, buhay o patay, o aktwal na mga pangyayari ay nagkataon lamang.

Ang aklat na ito ay ibinebenta napapailalim sa kondisyon na hindi ito sa paraan ng kalakalan o kung hindi man, ay ipapahiram, ibebenta, upahan o kung hindi man ay ipakalat, nang walang paunang pahintulot ng publisher, sa anumang anyo ng pagbubuklod o takip maliban sa kung saan ito ay inilathala.

www.ukiyoto.com

Paglalaan

Sa buong buhay ko, pinagpala akong mapalibutan ng isang bilog ng masigla at pambihirang mga kababaihan, kapwa sa aking personal at propesyonal na mga larangan, pati na rin sa loob ng mga adventurous realms ng sports community. Sa nobelang ito, ang pagdiriwang ng hindi mapakali na diwa ng kababaihan ay bumubuo ng pinakabuod nito. Ang mga tauhan sa loob ng mga pahinang ito ay nakakahanap ng inspirasyon sa mga kapansin pansin na kababaihan na nag iwan ng isang hindi mabubura na marka sa aking paglalakbay. Ipinaaabot ko ang taos-pusong dedikasyon ko sa matatatag, nababanat, at pambihirang kababaihang nagbigay sa buhay ko ng kanilang presensya at impluwensya. Nawa'y magsilbing abang pagpupugay ang kathang isip na salaysay na ito sa lakas, karunungan, at biyaya na tumutukoy sa diwa ng pagkababae.

Mga Pagkilala

Sa partikular na gawaing pampanitikan na ito, napilitan akong magpasalamat sa pamamagitan ng pagtampok sa impluwensya ng dalawang babaeng malaki ang naiambag sa diwa ng nobelang ito.

Una, nais kong ipaabot ang aking taos pusong pagpapahalaga sa isang pambihirang babaeng Gorkha na, sa personal na mga kadahilanan, ay nagnanais na manatiling walang pangalan. Malalim ang kanyang impluwensya sa salaysay, at lubos kong iginagalang ang kanyang desisyon na manatiling hindi nagpapakilala. Kung ang mundo ay napapasaya ng mga taong kalibre niya, walang alinlangang magiging maayos at masaya ang lugar na ito.

Pangalawa, dapat kong kilalanin ang pambihirang kontribusyon ni Anuradha Paul. Sa kabila ng kanyang mabigat na iskedyul, bukas palad na inilaan ni Anuradha ang kanyang mahalagang oras upang masusing suriin ang bawat linya ng aking nobela. Ang kanyang mga pananaw, na iniharap sa isang perpektong timpla ng konstruktibong pagpuna at napakahalagang payo, ay hindi maikakaila na nagpayaman sa lalim at kalidad ng gawaing ito.

Sa dalawang pambihirang babaeng ito, taos-puso kong pinasasalamatan. Ang iyong impluwensya ay naging napakahalaga sa paghubog ng nobelang ito, at taos puso akong nagpapasalamat sa inspirasyon, patnubay, at suporta na ibinigay mo. Salamat ng isang milyon sa inyong dalawa.

Tala ng May akda

Ang paglalakbay ng paglilihi at paggawa ng nobelang ito ay sumakop sa apat na taon, mula 2019 hanggang 2023.

Embarking sa paggalugad ang burol tao taimtim na paghahanap para sa statehood necessitated higit pa sa isang malayong tagamasid ng pananaw. Nagsimula ang paglalakbay na ito noong 2019 nang imbitahin ng may akda ang isang Gorkha woman runner friend para sa tanghalian sa gitna ng abalang 10K race sa Bangalore. Hindi nila alam, ang pagkikita na ito ang magtatakda ng entablado para sa isang pambihirang pakikipagsapalaran?

Sa pagpili ng tema ng Gorkhaland para sa nobelang ito, napilitan ako sa matinding katotohanan na ang mga taong burol sa rehiyon, kabilang ang Darjeeling, Kalimpong, at Jalpaiguri, ay madalas na natagpuan ang kanilang sarili na marginalized mula sa mainstream. Dahil sa kakulangan ng sapat na edukasyon at iba pang mahahalagang pasilidad, madalas na hindi napansin ang kanilang tinig at kuwento. Ang pakikibaka para sa pagiging estado, na makikita sa salaysay, ay hindi lamang isang pampulitikang paghahanap kundi isang taimtim na hangarin para sa pagkilala, representasyon, at mga batayang karapatan na napakatagal nang hindi maiiwasan. Sa pamamagitan ng mga tauhan ni Mobius Mukherjee, ang Gang of Six, Manisha at Junali ang nobelang ito ay naglalayong magbigay liwanag sa mga hamon na kinakaharap ng komunidad ng Gorkha at ang mas malawak na mga isyu ng pagpapabaya at pagkakaiba na nananatili sa ilang mga rehiyon ng North West Bengal. Ito ang aking pag asa na sa pamamagitan ng paghabi ng kanilang mga kuwento sa tela ng kathang isip, maaari akong mag ambag sa mas malaking pag unawa sa kanilang mga pakikibaka at mga hangarin, na nagtataguyod ng empatiya at kamalayan sa mga mambabasa.

Ang nobelang ito ay naglalahad sa buong tatlong dekada, na pinagsasama ang kontemporaryo sa makasaysayang. Ang bida, Mobius Mukherjee, embodies ang salaysay kung saan ang kumplikadong kuwento ng mga tao sa burol pakikibaka para sa estado ay habi. Hindi nag-iisa si Mobius; Sinusuportahan siya ng kanyang mga batch mate sa paaralan at ng kanilang mga kasosyo, na bumubuo ng isang nababanat at mahigpit na grupo ng mga niniting.

Ang mga tauhan sa kwentong ito ay nagmula sa iba't ibang lahi, na kumakatawan sa mayamang cultural medley ng ating bansa. Ang mga Bengalis, Punjabis, Maharashtrians, UPites, MPites, Gorkhas, at Ladakhis ay gumaganap ng mga mahahalagang papel. Ang paglalakbay ni Mobius at ng kanyang mga kasama, na kolektibong kilala bilang Gang of Six, ay naglalahad laban sa isang dynamic na backdrop, na tumatawid mula sa isang Residential Public School sa Dehradun sa pusod ng Satna at Bhopal sa Madhya Pradesh hanggang sa mga mabatong lupain ng Ladakh, isang avalanche sa Nathu La sa Sikkim, at ang masiglang kalye ng Mumbai at Kolkata. Ang paglalakbay ay nagtatapos sa gitna ng mga pandaigdigang salungatan sa mga istasyon ng serene hill ng Darjeeling at Kalimpong.

Sa aming paggalugad sa mayamang tapis ng isang magkakaibang bansa, ang mga makasaysayang katotohanan tungkol sa mga tao sa burol ay hinabi sa salaysay upang ipahiram ang pagiging tunay nang hindi nakompromiso ang kathang isip na kakanyahan. Krusyal na salungguhitan na ang nobelang ito ay isang gawa gawa lamang, at ang anumang pagkakahawig sa mga aktwal na pangyayari o indibidwal ay nagkataon lamang. Ang intensyon ay maglahad ng isang nakahihikayat na kuwento nang hindi nag delve sa mga kontrobersya.

Habang ang mga tauhan at storyline ay ganap na mga produkto ng imahinasyon, ang ilan sa mga pinaka kaakit akit na aspeto ng akdang ito ay may mga ugat sa katotohanan, na nag aalok ng isang timpla ng katotohanan at malikhaing interpretasyon para sa parehong may akda at mga mambabasa upang galugarin.

Sanjai Banerji

Disyembre 2023

Mga Nilalaman

Ang Prinsesa ng Pahadi at ang Gorkha Chronicles (2016)	1
Ang Avalanche sa Nathu La at ang Propesiya (1995)	23
Ang Lahi, Pag aresto at Pagsagip (2018)	36
Ang Pagtaas ng Burol sa Paaralan at Isang Trahedya na Kaganapan (1986)	54
Ang Opulent Lunch, ang Kaguluhan ng isang Ama at Wedding Bells (1999)	64
Ang Stark Realities at Rising Stardom (2005)	82
Ang Kagitingan at Bagong Liwayway ni Havildar Gurung (2010)	89
Ang Hill Council Meeting sa Leh at The Khardung La Challenge (2018)	103
Ang Suporta ng Pambansang mambabatas (2019)	122
Ang Pambansang Lockdown, Covid at Pagkamatay ng Isang Artista (2020)	124
Ang Showdown at isang Overlooked Promotion (2021)	137
Ang Plano ng Kalimpong, Address at Pagtakas (2022)	155
Ang Gang of Six at isang pulong sa MD (2023)	170
Ang Masterstroke at Escape (2023)	187
Pagbabalik mula sa Pagkatapon (2023)	200
Katarungan sa mga Burol (2024)	206
Tungkol sa May akda	213

Ang Prinsesa ng Pahadi at ang Gorkha Chronicles (2016)

Alam ni Mobius na may isang bagay na kakila-kilabot na mali. Bakit bumili si Ayushi ng surgical knife sa Chemist sa tabi ng Housing Colony nila kalahating oras na ang nakakaraan Nagsimulang tumakbo si Mobius patungo sa kanilang Duplex Home sa loob ng Colony. Nagmamasid ang dalawang security men sa gate, napapaisip. Sigaw ni Mobius ang pangalan ni Sumitra nang buksan niya ang naka lock na front door.

"Sumi, nasaan ang impiyerno ni Pahadi "

"Musta na sa kwarto niya," nalilitong tugon ni Sumitra.

Tatlong beses kinuha ni Mobius ang hagdan at itinulak ang kwarto ng kanyang anak na si Ayushi sa unang palapag. Wala siyang nakikita. Nag filter out ang ilaw ng banyo mula sa ilalim ng pinto.

"Pahadi, ikaw sa loob " sigaw ni Mobius. Nagkaroon ng eerie silence sa likod ng pinto. Samantala, si Sumitra ay nagscramble up at tumayo sa likod ni Mobius.

"Mobsy, nabaliw ka na ba o ano " sabi ni Sumitra, humihinga ng malakas.

"Sumi, may matinding mali," ang sagot ni Mobius habang nagpupumiglas sa pintuan ng banyo. Walang tugon.

Tumakbo si Mobius papunta sa kusina, natagpuan ang hinahanap niya; ang walang laman na gas cylinder, at lugged ito sa kanyang balikat na may isang heave. Ang araw-araw na pagsasanay sa dumbbell ay naging kapaki-pakinabang. Mabilis siyang bumalik sa kwarto ng kanyang anak.

"Pwede bang sabihin mo sa akin kung ano ang nangyayari " sigaw ni Sumitra sa asawa.

"You will find out soon enough," mahinang tugon ni Mobius habang pinupunasan ang pawis na tumulo sa kanyang kilay.

"Pahadi, sa huling pagkakataon. Binubuksan mo ba ang pinto o hindi "

Hindi naghihintay ng sagot, sinaktan ni Mobius ang walang laman ngunit mabigat na silindro nang buong lakas sa mahinang pintuan ng plywood, na naputol ang tuktok na kalahati at lumilikha ng isang sukat, hindi hugis na butas. Maingat na ipinasok ang kanyang kamay sa pamamagitan ng splintered gap, Mobius unlock ang pinto mula sa loob at pagkatapos ay itinulak ito bukas.

Agad na nagyelo ang paningin sa kanyang harapan sa dugo ni Mobius, at ang buhok sa kanyang mga braso at sa likod ng kanyang leeg ay nanginginig sa panginginig. Nakahiga si Ayushi sa pool ng dugo sa bathtub. Ang kirurhiko scalpel ay nakahiga nang walang ingat sa tabi ng tub.

"Pahadi slit her wrist Sumi," kumpirma ni Mobius, sabay kuha ng tuwalya sa kinatatayuan nito. "Nakuha namin upang ihinto ang pagdurugo. Si Pahadi ay chalk white."

"Mobsy, gamitin ang hand towel; mas maliit nga lang. Kinukuha ko ang surgical tape," tugon ni Sumitra.

"OK, Sumi," sagot ni Mobius na bahagyang gumaan ang pakiramdam na hindi nag panic ang kanyang asawa.

Sa pagitan ng dalawa, nag stem muna sila ng daloy ng dugo sa kaliwang pulso ni Ayushi at pagkatapos ay binalot nang maayos ang hand towel gamit ang surgical tape. Sa pag aangat ni Mobius sa kanyang anak na babae mula sa bathtub na naka lock ang kanyang mga braso sa dibdib nito at itinaas ni Sumitra ang dalawang binti nito, nagawa nilang makuha ang kanilang anak na babae sa lupa. Masiglang hinagod ni Mobius ang talampakan ng mga paa ni Ayushi gamit ang kanyang mga kamay habang pinupunasan ni Sumitra ang kanyang anak na babae. Bahagyang nakabuka ang bibig ni Ayushi, at ang mukha nito ay nakakatakot na maputi. Nawalan siya ng maraming dugo. Nakasuot siya ng paborito niyang tee–shirt, ang Airtel Delhi Half Marathon finisher's tee noong nakaraang taon para sa 10K, na nakumpleto niya sa pag-pac sa kanya ng kanyang ama.

"Magagawa mo bang iangat ang kanyang Mobsy " bulong ni Sumitra, humihingal ng mabigat, habang sila, sa pagitan nila, ay marahang hinila si Ayushi papunta sa pinto ng kwarto.

"oo nga, gagawin ko. Sumi tumakbo nang maaga at kinuha ang susi ng kotse. Kailangan nating makarating sa Birla Hospital nang mabilis," sagot ni Mobius. Itinuring ni Mobius na Birla Hospital ang rurok ng healthcare sa bayan ng Satina. Naramdaman niya ang strain ng pag aangat ng kanyang anak sa kabila ng kanyang pang araw araw na workout sa gym at nagulat sa pagtaas ng timbang nito, na tiyak na nangyari sa huling tatlong buwan pagkatapos ng medikal na ulat mula sa Birla. Tapos, tama ang diagnosis. Ito ay tunay na isang kaso ng Polycystic Ovary Syndrome (PCOS). Kahit papaano, nakita siguro ni Ayushi ang report noong nakaraang linggo. Kaya naman napaka sullen niya nitong mga nakaraang araw. Sa kabila ng kanyang pinakamahusay na pagsisikap pagkatapos ng hapunan sa Sabado, tumanggi si Ayushi na ibunyag kung ano ang bumabagabag sa kanya. Nagkaroon sila ni Sumitra ng hindi magandang pagtatalo sa kanilang kwarto kahapon kung saan parehong nagba bawle sa isa't isa. Iginigiit ni Mobius na sabihin kay Ayushi ang katotohanan at iginigiit ni Sumitra ang kabaligtaran.

Bilang isang babae, alam ni Sumitra na sisirain nito ang kanyang anak na babae upang malaman na hindi siya kailanman maglilihi, at minahal ni Ayushi ang maliliit na bata. Nagkaroon ng isang oras at lugar para sa mga pagsisiwalat ng kakila kilabot na uri. Lalo na sa sweet sixteen, malayo pa ang layo para sa kanyang anak na babae na itali ang buhol at harapin ang pagiging ina pagkatapos nito.

Ang Gang ng Anim

Nakaupo si Mobius sa canteen ng Birla Hospital kasama ang kanyang mga chums noong bata pa siya ng 8 am, gayunpaman naramdaman niyang nag iisa siya dahil alam niya ang mangyayari. Nasa third floor si Sumitra sa VIP Deluxe Room, kung saan pinapasok si Ayushi. Naging hectic ang araw kahapon dahil sa blood transfusion ng tatlong bote. Si Ayushi ay may isang B negatibong grupo ng dugo, na bihirang. Mabuti na lang at may dalawang bote ang ospital, at si Mandira na may B negative blood group, at si Milind, na gumagawa ng ramp show sa Bhopal, ay parehong sumugod sa isang Scorpio matapos marinig ang balita. Dahil ang ospital ay kailangang ipaalam sa pulisya ang sinumang pasyente na dumating na may panlabas na pinsala, tinawag ni Mobius ang nangungunang pulis ng pulisya sa Satna, Assistant Commissioner Prakash Tripathi, upang hilingin sa kanya na huwag ipaalam sa reporter ng krimen ni Dainik Bhaskar, na madalas na bumibisita sa kanyang opisina. Si Prakash, na nakatakbo ng maraming half marathon kasama si Mobius, ay tiniyak sa kanya na ang media ay hindi makikilala at iminungkahi kay Mobius na iulat na sinasadyang pinutol ni Ayushi ang kanyang pulso habang pinatalim ang isang lapis gamit ang kirurhiko kutsilyo.

"Mobsy, deserve mo ang sipa sa puwet mo," reaksyon ni Shiv.

"Pwede bang maging medyo banayad sa Mobsy," sabi ni Mandira na nakikiramay, nakaupo sa tapat ng Mobius na may isang plato ng crispy fried vadas at isang tasa ng filter na kape. "Mahirap ang pinagdadaanan niya."

"Ang Mobsy ay kasing tigas ng kabayo. Habang lalo niyang nabubuo ang biceps niya, lalo pang humihina ang utak niya," sagot ni Shiv. Nagkibit balikat si Mandira sa kawalan ng pag asa.

"Kasama ba ni Sumi Didi si Pahadi " queried Milind, nakaupo sa tabi ni Mobius.

Tumango tango si Mobius.

"Salamat, Mandy, para sa pag save ng aking Pahadi," remarked Mobius sa isang maliwanag na pagtatangka upang baguhin ang paksa, na kung saan siya contemplated ay pagpunta laban sa kanya.

"Siya rin ang aking Pahadi Princess, at ngayong nasa kanya na ang dugo ko, ito ang dahilan kung bakit pantay pantay ang karapatan ko sa kanyang kagalingan," ngiti ni Mandira.

Ito ay isang napakalapit na ahit," sabi ni Mobius sa kanyang mga chums sa paaralan. "Sinabi ni Dr. Maheshwari na dumating kami kasama si Pahadi sa nick of time." Ang mga mata ni Mobius ay mamasa masa. Likas na umikot si Mandira sa mesa at malambing na inilagay ang braso sa balikat ni Mobius.

"Magiging OK ang lahat. Ngayon manatiling cool, "sabi ni Mandira. Nang sandaling iyon, pumasok si Sumitra sa cafe. May mga madilim na singsing sa ilalim ng kanyang mga mata. Sumulyap siya kay Mandira na nakakunot ang kilay, kaya tinanggal ni Mandira ang braso niya kay Mobius.

"Ang pagtulog ni Pahadi ay tunog, kaya naisip ko na bababa ako at salubungin kayong lahat," pahayag ni Sumitra sa pagod na tinig. Hindi siya nakatulog buong gabi, patuloy na nagbabantay sa kanyang anak. May isa pang kama at isang malaking sofa, na maaaring doblehin bilang isang kama sa kuwarto, ngunit ayaw ni Sumitra na kumuha ng anumang mga pagkakataon. Alam niyang pagod na pagod na si Mobius, at walang saysay na pareho silang nagpupuyat. Sa katunayan, si Mobius ay maaaring makatulog nang maayos sa gitna ng kaguluhan. Noon pa man ay namangha si Sumitra sa kahusayan ng kanyang asawa na kumilos nang mabilis; Ang pinakamagandang halimbawa ay ang nasaksihan niya kahapon. Nakinig nang mabuti sina Mandira, Milind, at Shiv nang ikuwento niya sa kanila ang pagbasag ng pinto ng banyo. Nagtaka si Sumitra sa eerie similarity ng anak at ama. Pareho silang may parehong ilong, maliwanag at nakatutusok na mga mata na bahagyang nakakiling; isang genetic throwback mula sa ina ni Mobius, isang mayabang na Gorkha.

Ang silid na inilaan sa kanila sa ospital ay isang espesyal, napakalawak at maayos, na may dalawang kama, isang sofa, at isang maliit na pabilog na hapag kainan na may tatlong upuan, at isang refrigerator sa isang sulok ng kuwarto, na may hiwalay na talahanayan ng pag aaral na may isang lampara sa tabi nito. Ang kuwarto ay nakalaan para sa mga espesyal na kaibigan, ayon kay Dr. Maheshwari, na kumuha ng personal na pag aalaga kahapon. Si Ayushi ay binigyan ng blood transfusion sa loob ng limang minuto mula sa pagpasok sa ospital.

Tumayo si Milind mula sa kanyang upuan at niyakap si Sumitra, pagkatapos ay hinawakan sandali ang dalawang kamay ni Sumitra bago pinisil ang mga ito at ibinigay ang kanyang milyong dolyar na ngiti, na, ayon kay Shiv, ay nagpapahina sa mga kababaihan sa tuhod.

"Thanks, Mil, for taking the trouble to be here," sagot ni Sumitra, nakangiti at, sabay expose ng dimples sa magkabilang pisngi niya.

"Ano ang mga kaibigan para kay Sumi Didi " sagot ni Milind bago bumalik sa kanyang upuan. Kakaiba ang tunog na ang isang tanyag na tao ng katayuan ng Milind ay palaging tinutukoy si Sumitra bilang Sumi Didi. Kahit na ang Gang ng Anim; Sina Milind, Mandira, Shiv, Chandrika, at Mobius ay halos magkakaedad, maliban kay Sumitra na mas matanda sa kanila ng anim na taon, at tinaguriang 'cradle snatcher' nila. Hindi ito nakaapekto sa relasyon niya sa Gang, pero nagtagumpay nga sila sa pag irita kay Mobius minsan. Gayunpaman, ang Mandira ay isang mahusay na suporta para kay Mobius sa mga naturang panahon.

Sinabi ni Shiv, "Nakipagkita ako kay Dr. Maheshwari, kanina. Binigyan na siya ng clean chit. Nakabawi na rin si Said Pahadi pero gusto niyang manatili siya ng isa pang araw. Dalawang bote ng Plasma ang ibibigay sa kanya ngayong gabi bilang pag iingat." Naghintay si Shiv ng ilang segundo bago tiningnan nang mahigpit sina Sumitra at Mobius, "You guys are failed parents."

"At baka malaman natin kung bakit " tutol ni Sumitra na halatang naiinis.

Sigurado akong ginawa ni Pahadi ang matinding hakbang na ito dahil sa iyong argumento dalawang araw pabalik. Ikinuwento ito sa akin ni Pahadi bago siya matulog kagabi. Kung Polycystic Ovary Syndrome, bakit itatago sa kanya Simpleng counseling lang ang kailangan. Hindi sana nangyari ang lahat ng ito," gesticulated Shiv with his arms. Umiikot ang ulo ng mga tao sa canteen. Nagsenyas si Mandira kay Shiv na ibaba ang boses nito.

"Kailangan ko bang managot sa lahat " pabulaanan ni Sumitra.

"Sa kasong ito, oo. Pinigilan mo si Mobsy na gawin ito."

"Paano mo nalaman yun "

"Sa mukha ni Mobsy sinasabi ang lahat." ang curt na sagot ni Shiv.

Sumitra retorted, "Mula pa noong ipinanganak si Pahadi, binansagan akong masamang tao at si Mobsy ang bida. Hindi pa niya pinagalitan si Pahadi hanggang ngayon. Lagi na lang ang Pahadi Princess ko na walang magagawang mali. Kahit na nahuli siyang nagnanakaw ng guavas sa puno ng kapitbahay nila."

"Ang sanga ay nakapatong sa hangganan. Bata pa lang ito ay prank," pagtatanggol ni Mobius.

"Si Mobsy ay humugot ng ilang mga string upang mapanatili ang ligtas na Pahadi," kinikilala Shiv bilang suporta kay Mobius.

"Ang buhay ay hindi tungkol sa paghila ng mga string, Shivvy. Kailangan mong tumawag ng pala pala. Lagi akong may tussle na nagpapalaki kay Pahadi dahil hindi ako sinusuportahan ng kanyang Tatay. Kahit ang mga kamag anak ko at sis, sinasabi na si Sir Mobius ang perfect Gentleman sa Planet na ito. Lahat ng ito ay may maraming pagpapala ni Baba Loknath!"

Napangiti sina Mandira, Milind, at Shiv sa haka haka. Hinampas ni Mobius ang kanyang kamay sa kanyang ulo sa pagkadismaya. Ngayon ang kanyang masamang araw.

"Nasaan na si Chandrika Sumama ba siya sa iyo?" sabi ni Mobius kay Shiv, na pilit na binabago ang paksa.

"Hindi, siya ay dumadalo sa mga Founders," sagot Shiv. "Ang Dipesh ay nakakakuha ng The Best All Rounders Trophy mula sa Chief Guest na si Arundhati Roy."

"Wow! Congratulations kay Dipesh," excited na sabi nina Sumitra, Mandira, Milind, at Mobius.

"Kayo rin dapat ang nag isip na sumama. Hindi mo makuha upang matugunan Arundhati Roy maliban sa mga eksibisyon ng libro, "idinagdag Sumitra sa Shiv, Milind, Mandira, at Mobius.

"Ang tanging Founders 'ako ay pagpunta sa dumalo ay kapag Mandy ang Punong Guest," sumagot Mobius, winking mischievously sa Mandira, na Sumitra naobserbahan mula sa sulok ng kanyang mga mata.

Si Shiv ay isang dalubhasa sa pagpipiloto ng direksyon ng isang pag uusap. Sa pagkakataong ito, idinirek niya ang kanyang ire kay Mobius. "Alam mo Mobsy, hindi mo dapat itulak ang Gorkhaland issue kay Manisha Rai. Ikaw ay tumatapak sa manipis na yelo. Malamang na madakip si Manisha ng West Bengal Police sa Kalimpong, kung saan siya ay isang abogado na nagsasanay sa korte. Siya ay inakusahan ng sedisyon at rabble-rousing."

"Good to have such loyal buddies," bulalas ni Mobius sarkastiko, na mahigpit na nakatingin kay Shiv.

"Subukan mong intindihin si Mobsy. Para sa ikabubuti mo yan. Isipin ang kinabukasan ni Pahadi. Magiging maganda ba sa kanya ang makita ang kanyang ama sa kulungan "

"Shivvy, huwag mong subukang i blackmail ako sa emosyon," reaksyon ni Mobius.

"Dahil lang sa ang iyong ina ay isang Gorkha, hindi mo kailangang pumunta sa labis na board," reiterates Shiv.

"Shivvy, hayaan Mobsy gawin ang kanyang bagay," sabi ni Milind, pagdating sa pagtatanggol ni Mobius matapos makinig sa talakayan para sa ilang oras. "Hindi naman siya humihingi ng tulong sa amin."

"Siya ay kapag siya ay sa clinker," tumugon Sumitra. "Iniipon ko na ang puwet ni Mobsy simula pa noong nasa Kindergarten pa siya. Bigyan mo ako ng pahinga. May iba rin akong tungkulin sa buhay."

"Ikaw ang cradle snatcher, Sumi Didi. Ginawa mo si Mobsy na umibig sa iyo sa iyong pag aalaga sa ina," chuckled Milind. Malakas na nag guffawed si Shiv, at lahat ng tao sa canteen ay nagsimulang tumingin sa grupo. Mabilis na nag compose si Shiv.

Walang habas na tumingin si Sumitra, "Anim na taon lang ang edad."

"Inagaw mo sa kanya ang pagkalalaki niya." Ngayon, si Shiv na naman ang nangungutya. "Nasa adolescent phase pa rin ang mga mandurukot."

"Sandali lang po kayo. Gupitin ang mga crap. Tandaan ang isang kaugnay na punto. Nang kami ni Mil, Shivvy, ay nasa Doon sa C Form noong mga Tagapagtatag at walang karapatang lumabas sa bayan nang walang tagapag alaga, pinatunog ko si Sumi, na nasa Delhi at ginagawa ang kanyang Post Grad sa Miranda House, at inilabas niya kami upang manood ng sine at tinatrato kami sa tanghalian sa Moti Mahal. Nagpapatunog ba ito ng kampana " snapped Mobius, itinuro ang kanyang daliri kay Shiv. "Si Sumi ang Guardian namin for the day."

Nagsalita si Milind nang taimtim, pinipigilan ang pagtawa unti unting nabubuo mula sa kanyang tiyan, "Oo, naaalala ko ang araw na iyon. Mabait naman si Sumi Didi na hinawakan kami habang nasa outing. Kaya naman, hanggang ngayon, hindi ko siya tinatawag na first name lang."

Itinaas ni Shiv ang kanyang kamay bilang suporta.

"Mabuti, kayong mga bum na realize ito," remarked Mobius. "At pagdating sa isyu ng Gorkhaland. Importante naman po."

"Oo, para kay Manisha. Hindi para sa iyo," retorted Shiv. "May pamilya kang inaalagaan."

"May kailangang mag rake up ng isyung ito," sagot ni Mobius, na nagsisimulang mawalan ng pasensya.

"Pero kailangan bang ikaw, Mobsy " sigaw ni Sumitra.

"Ladies and gentlemen, may kailangan pa ba para sa almusal," magalang na tanong ng Canteen Manager na tila biglang gumapang mula sa wala.

Tinignan ni Mobius ang kanyang walang sawang G Shock na regalo sa kanya ni Sumitra sa kanyang ika 45^{kaarawan}. Walang tahi ang kalidad ng relo sa tuwing susulyapan niya ito at napagtanto niyang halos dalawang oras na sila sa canteen. Sa sandaling ito, gusto niya ng higit sa anumang bagay upang mahuli ang parehong Shivvy at Mil sa pamamagitan ng kanilang mga collars at martilyo ng ilang mga kahulugan sa kanila. Kailangang ipaglaban ng isang tao ang pangarap ni Manisha para sa kanyang komunidad. Isang bagong Estado. Kailangan niyang makuha ang nais na suporta.

"Shivvy, binubuo mo ba ang lahat ng literatura tungkol sa mga Gorkha sa paraang gusto ko?" tanong ni Mobius ng Shiv.

"Oo, ikaw Lordship, Sir Mobius," mused Shiv. "Gayunpaman, hindi ito kumpleto. Ako ay nagtatrabaho sa mga ito. "

"Kahiya hiya ka, Mobsy, sa paghingi mo ng ganyang impormasyon sa iyong buddy. May iba pang mahahalagang bagay na dapat asikasuhin si Shivvy. Pwede mo ring sabihin please," tugon ni Sumitra. Walang manners ang mga 'Doscos' (alumni ng The Doon School)."

"Nagmamakaawa ako " nakangiti na sabi ni Milind. "At least hindi kami hoodlums."

"Hindi rin Welham Girls '," rebutted Sumitra.

"Ang mobsy ay isang amalgamation ng isang ginoo at isang hoodlum," magaan na pahayag ni Shiv.

"I second na," aprubado ni Sumitra.

"Tutol ako," salungat ni Mandira sa suporta kay Mobius, na chuckling sa sarili. "Si Sir Mobius ay isang perpektong Gentleman."

"Yeah, ikaw ang enlightened Lady na mas kilala si Sir Mobius kaysa sa akin," sardonic na tanong ni Sumitra.

Tumayo si Mandira, bahagyang nahihiya. "Dito na lang kayo. Aabutan si Pahadi. Time to give her a pep talk."

Isang Anghel na Tagapangalaga sa Madilim na Oras

Itinuturing ni Ayushi ang kanyang sarili na isang toughie, at alam ito ng lahat. Hindi siya tinawag na Pahadi, isang pangalang inimbento ng kanyang Thamma (Lola), para sa walang kabuluhan ng kanyang mga kaibigan, Bapi, Ma, at malalapit na kamag anak. May mga pagkakamali siyang nagawa, pero ang pagtatangkang pagpapakamatay na ito ang pinakamabobo. Kailangan niya ng Guardian Angel na sasagip sa kanya ngayon. Joy Baba Loknath! Nang sandaling iyon, bumukas ang pinto, at pumasok ang kanyang Guardian Angel na si Mandira Aunty. "Woo-hoo!"

"Kumusta ka, ang aking Pahadi Princess " tanong ni Mandira, nakita ang isang naguguluhang Ayushi na nag propped up sa kama na may bandaged kaliwang pulso. Agad na nabasag ang mukha ni Ayushi sa isang nagniningning na ngiti. Tanging ang kanyang Bapi, Ma, at Mandira Aunty ang tumawag sa kanya sa pangalang iyon. Para sa iba, si Pahadi lang. Si Mandira Aunty ang best buddy niya, at hindi niya napigilan ang isang luha sa pagkakita sa kanya.

Agad namang lumapit si Mandira sa tabi ng kama niya at niyakap siya ng mahigpit. Hindi na napigilan ni Ayushi ang sarili at nasira. Umiyak din si Mandira kasama si Ayushi, mahigpit na nakahawak sa kanya, ang mga pisngi nito ay nakatapat sa kanya at ang isang braso ay nakayakap sa kanyang ulo.

"Huwag kang umiyak, Prinsesa ko. Narito ako ngayon. Wala namang dapat ikabahala."

"Paumanhin, Mandy Aunty. Hindi ko alam kung ano ang nangyari sa akin. Hindi ko maipakita ang mukha ko sa iba," ungol ni Ayushi sabay diin ng mukha sa dibdib ni Mandira.

Nagpasya si Ayushi na ibuhos ang mga beans. Sinabi niya kay Mandira Aunty ang lahat. Nang masuri na may Polycystic Ovary Syndrome tatlong buwan na ang nakararaan, aksidenteng nakita niya ang medical report sa aparador ng kanyang ina; pagbili ng medical scalpel sa Chemist sa tabi ng kanilang bahay nauwi sa pagputol ng kaliwang pulso nito.

"Pahadi, hindi naman malaking bagay ang PCOS. Hindi pa katapusan ng mundo. Maaari kang humantong sa isang ganap na normal na buhay. "

"Pero walang mga anak," malungkot na sagot ni Ayishi.

"Pwede ka naman palaging mag adopt. Sa ganoong paraan, naglilingkod ka sa sangkatauhan. Paglalaro ng Diyos. Pagbibigay ng isang ulila upang alagaan at mamulaklak sa mundong ito," sabi ni Mandira

"Oo nga. Ako ay hangal. Mas maintindihan ang sitwasyon ngayon," sagot ni Ayushi.

"Ngayon ay pangako mo sa akin, mahal kong Pahadi Princess. Tawagan mo ako tuwing nararamdaman mo ang down sa dumps, at ako ay magmamadali pababa tulad ng kahapon. "

Dotingly hinawakan ni Mandira ang dalawang kamay ni Ayushi kasama ang sarili nito.

"Ngayon ay pangako mo sa akin, Pahadi. Alam mo ba na ang pangalang Ayushi ay nagmula sa Hindi at nangangahulugang isang buhay na matagal na nabuhay o buong buwan o isang taong mabubuhay magpakailanman Ang pangalan mo ay espesyal na pinili ng iyong Thamma."

"Sige Mandy Tita. Hindi ko na kayo papatulan. Nakuha ko na ngayon ang dugo mo sa akin," beamed Ayushi sa pamamagitan ng kanyang mukha na may luha na.

"Ok, tapos na, Pahadi. Ngayong magkapatid na tayo sa dugo, sabay sabay nating lalabanan ang demonyo," sabi ni Mandira, pinunasan ang luha ni Ayushi at hinalikan ang noo nito.

Nang lumapit si Mandira sa tanging bintana sa silid, sinabi ni Ayishi, "Mandy Aunty, paano ka pa rin nakikipag-ugnayan nang mahigit dalawampung taon sa Mil Uncle at hindi pa kasal?"

"Well, ang ilang mga eccentricities sa mundo ng mga matatanda ay mahirap maunawaan. Halimbawa, tulad ng iyong Ma na mas matanda ng anim na taon sa iyong Bapi, ngunit sila ay isang kahanga-hangang mag-asawa!"

"Kaya ba ikaw, Mil Tito, at Shivvy Tito ay tinutukoy ang aking Ma bilang isang cradle snatcher "

"Eh. That's just a grownup joke among us," kontra ni Mandira, isang katarantaduhang napahiya sa inosenteng kantor ng labing anim na taong gulang na dalaga.

"Mandy Aunty, pakasalan mo man si Mil Tito o hindi, ganoon din ang mamahalin ko sa iyo."

"That's a lovely thing to say, Pahadi," reaksyon ni Mandira, bumalik mula sa bintana, niyakap nang mahigpit si Ayishi, at hinalikan ito sa magkabilang pisngi.

Mga Kapighatian sa Pag-ospital

Conscious siya nang iangat siya ng kanyang mga magulang mula sa bathtub. Nakapatong ang ulo ng kanyang Bapi sa kanyang kandungan sa likod na upuan ng kanilang Honda City habang nagmamaneho ang kanyang Ma. Umiiyak si Bapi habang tumutulo ang luha sa kanyang mga mata, bumubulong, "Baba Loknath, sana iligtas mo ang aking Pahadi

Princess. Nakikiusap ako sa iyo." Naramdaman ni Ayushi ang kanyang lakas na naglaho ngunit hindi siya nangahas na buksan ang kanyang mga mata, ngunit sa pagtikim ng maalat na patak ng luha ng kanyang Bapi na bumabagsak sa kanyang mga labi, dahan dahan niyang binuksan ang kanang takipmata at nabigla siya nang makita ang agonized face ng kanyang Bapi.

Pagkatapos ay ibinulong niya ang pangalan ni Baba Loknath at ipinagdasal ang isang banal na interbensyon upang mailigtas siya. Ang parehong Bapi at ang kanyang Thamma ay malakas na naniniwala sa Baba Loknath, na ang dictum ay matatag na nakaugat sa kanyang ulo sa edad na limang taong gulang ni Thamma. Tinuruan siya ni Thamma na bigkasin ang pangalan ni Baba Loknath ng siyam na beses tuwing may problema. "Joy Baba Loknath, Joy Baba Loknath, Joy Baba Loknath..." Isang kakaiba at dakilang kapangyarihan ang bumuhos sa kanyang katawan. Sa bawat pag iyak na umaabot sa isang crescendo, si Bapi at siya ay umiyak ng kanilang sarili nang sama sama, na nag chant ng "Joy Baba Loknath" nang maraming beses hanggang sa dumating sila sa Birla Hospital. Lubos na siyang may malay sa mga oras na iyon.

Sa Birla, parang nahuli siya sa isang ipo ipo. Si Dr. Maheshwari Uncle ay naghihintay sa parking lot ng ospital na may stretcher at tatlong attendant. Itinaas nila ang kanyang expertly mula sa lap ni Bapi mula sa kotse papunta sa stretcher. Ang elevator ay nakalaan lamang para sa kanya, at sa loob ng 5 minuto, isang bote ng B negative ang nakasabit sa tabi ng kanyang kama na may karayom na eksperto na ipinasok dito ng isang batang anghel na nars na may isang beatific na ngiti sa isang starched white uniform. Nabasa sa kanyang name tag ang Madhuri Sharma, at may nakasabit na Satya Sai Baba silver pendant sa leeg. Mukhang pamilyar ang mukha niya, at saka ito tumama sa kanya ng isang kisap. Siya ang nag iisang babaeng half marathon runner sa Satna at ilang beses na siyang nakipagkarera kay Bapi. Ang aliw na mga kamay ni Ma ay nakahawak sa kanyang mga pisngi. Pakiramdam na lubos na protektado, pumikit si Ayuyhi.

11 am na naghiwa ng pulso si Ayushi, at pagsapit ng 1 pm, tatlong bote na ng dugo ang naipasok sa kanya. Alas 4 ng hapon, may kumatok sa pinto, at magalang na pumasok ang isang sub inspector, tinanggal ang kanyang cap habang humihila ng upuan malapit sa kanyang kama. Ngumiti ang kanyang Bapi sa sub-inspector, at ngumiti ito, na nagdidispley ng pantay na mga ngipin na may maitim na buhok na

maayos na nakatali sa isang bun. Ang kanyang uniporme ay masikip na fitting, na nagbubunyag ng mga perky boobs at isang maayos na ilalim na set sa perpektong pagkakasundo. Kumuha siya ng notebook at tiningnan si Ayushi, "Ano ang nangyari?"

"Hindi sinasadyang nahiwa ko ang pulso ko habang pinatalim ang lapis ko."

"Ang lapis mo siguro ay hawak hawak ng mga daliri mo. Paano nakaharang ang pulso mo "

Nainis si Ayushi, at tinulungan siya ng kanyang ama. "Habang pinatalim ang lapis, ang lapis ay dumulas mula sa kamay, at pinutol niya ang kanyang pulso sa proseso."

Ang nakangiti pa ring sub inspector ay sumagot kay Bapi sa Hindi, "*Kya main aapko phudu lagta hoon?*" (Mukhang hangal ba ako sa inyo?).

"*Kabhi nahi ye socha. Aap ke chehre mein ek alag chamak hai. Bahut khush-mangal vyakti lagte hain,*" (Hindi kailanman naisip ang tungkol dito. May kakaibang glow sa mukha mo. Isang naliwanagan na tingin).

"*Theek hai. Apko Tripathi Saab ki kripa hai. Main wahi likhunga jo aapne bataya.*" (Okay. May mga blessings ka Tripathi Sir. Isulat ko ang sasabihin mo sa akin).

Inilabas ni Bapi ang isang five hundred rupee note at ipinadulas sa kanyang front pocket nang hindi nasasaktan ang kanyang dibdib. Lumaki ang ngiti ng sub inspector, at sinabi kay Ayushi, "*Apke baap bahut uchch vargiya vyakti hain.*" (Ang tatay mo ay isang napakataas na uri ng tao). Nang obserbahan ni Ayushi ang mga komedyang theatrics na nagaganap sa kanyang harapan, isang malalim na paghahayag ang bumulaga sa kanya. Nasantop niya ang nakatagong susi ng pambihirang tagumpay ni Bapi. Hindi tulad ng kanyang Ma, na may isang knack para sa pagiging tuwid at pagtawag ng isang pala isang pala, Bapi nagtataglay ng pambihirang kakayahan upang ayusin at mapabuti ang mga sitwasyon. Naging malinaw na ang kaibahan na ito ang naging dahilan kung bakit sila naging isang walang kapantay na duo. Ang kanilang mga kahinaan ay ganap na nagkomplemento sa isa't isa, na bumubuo ng pundasyon ng kanilang lakas. Ang impulsive ngunit nababanat na kalikasan ni BPI ay nag harmonize nang walang kamali mali sa talino at mataas na pamantayan ni Ma, na lumilikha ng isang walang kapantay na synergy.

Ang Pamilya Mukherjee

Nasa kama sina Mobius at Sumitra. Hindi rin makatulog ang dalawa.

Unang nagsalita si Sumitra, "Malapit na tawag. Walang nakarating sa Kolonya para malaman ang pangyayaring ito. Nang tumawid kami sa main gate papuntang Birla, nakaupo ang mga security personnel at iwinagayway ang aming sasakyan. Kahit sa Birla Hospital, si Dr. Maheshwari ay kasama ng kanyang stretcher team nang personal. By the way, Mobsy, personal mo bang pinasalamatan si Dr. Maheshwari "

"Siyempre ako naman. Akalain mo na makakalimutan ko ang napakahalagang bagay na iyon?"

"Oo nga eh. Hindi gumagana ang utak mo sa niceties unless babae ang involved."

"Sumi, 17 years na tayong kasal at 46 na ang kilala natin ngayon, hindi mo pa rin ako kilala."

"Sir Mobius, kilala ko lang kayo ng sobra sa loob ng 46 years ngayon, at isinusumpa ko kay Baba Loknath, sipain ko talaga ang puwet mo balang araw. Hindi ko alam kung paano ka nakatakas sa sipa ko ng matagal," nakangiting paalala ni Sumitra.

Itinaas ni Mobius ang kanyang dalawang braso sa panlalait na kawalan ng pag asa.

"Naging OK ang lahat sa ospital. Hindi magsasalita ang mga doktor, at hindi ibubuka ng iyong magandang runner nurse ang kanyang bibig. Pero sabihin mo ito sa akin, Mobsy. Paano mo napagtanto na si Pahadi ang gagawa ng matinding hakbang na ito "

Sumagot si Mobius, "Nagsimula ang araw tulad ng iba; Pumunta ako sa katabi kong Chemist para kumuha ng shaving foam. Nang malapit na ako sa counter, ibinahagi sa akin ng tindero roon ang isang kakaibang impormasyon. Tila, si Pahadi ay bumisita sa shop isang oras lamang bago ako, at ang kanyang pagbili ay malayo sa ordinaryong. Nagkaroon siya ng surgical scalpel. Hindi ko mapigilang manginig sa aking gulugod nang marinig ito. Ang kuryusidad ay nakuha ang pinakamahusay sa akin, at hindi ko maaaring labanan ang pagtatanong sa tindero kung siya ay nagtanong tungkol sa dahilan ng kanyang pagbili. Nagulat ako nang pumayag siya."

Tumigil sandali si Mobius at nagpatuloy, "Ipinaliwanag ni Pahadi na kailangan niya ang scalpel upang alisin ang ilang mga mantsa ng pintura mula sa kanyang talahanayan ng pag aaral. Hindi ko maiwaksi ang hindi mapakali na pakiramdam na may mali. Si Pahadi ay nasa isang pensive mood para sa nakaraang tatlong araw, na natagpuan ko medyo hindi pangkaraniwan. Nagsimula ang lahat sa pag iwas niya sa amin. Dalawang araw ko na siyang kinuwestiyon tungkol sa biglaang pag withdraw niya, at ang sagot niya ay na down na siya mula nang matalo siya sa finals ng badminton tournament sa kanilang paaralan noong nakaraang linggo. Ang paliwanag na iyon ay hindi umupo nang tama sa akin, bagaman. Alam ko na nakatakdang magsimula ang Annual Sports Tournaments sa susunod na linggo, kaya hindi na nagdagdag ang kanyang claim."

Mobius matapos alisin ang isang pekas ng dumi, na kung saan ay nahulog sa kanyang sleeping suit speculated, "Sa katunayan, ang aking pag aalala ay lumago kaya kahit na ako ay tinatawag na ang kanyang klase guro, Gouri Ma'am, upang panatilihin ang isang mata sa kanya dahil sa kanyang maliwanag depression. Ngayon, sa paghahayag na ito tungkol sa kirurhiko scalpel, ang aking pagkabalisa at pinakamasamang takot ay nagsisimulang tumagal. Para bang nadama ko na may masamang bagay na nasa horizon, at hindi ko maiwasang matakot sa mga mangyayari sa hinaharap."

"Mobsy darling, talagang racked mo ang iyong utak sa isang ito," sabi ni Sumitra, paglipat ng mas malapit sa Mobius.

"Alam mo, Mobsy, lahat ng tao sa mundong ito ay nag iisip na ako ay mollycoddling sa iyo, ngunit ang katotohanan ay na ako ay sinusubukan upang protektahan ka."

May kumatok sa pinto. Mabilis na inalis ni Sumitra ang kamay niya sa hita ni Mobius.

"Oo, halika sa Pahadi," sabi ni Sumitra.

Lumitaw si Ayushi sa pintuan, na isinasantabi ang mga kurtina ng kwarto na may unan na nakatago sa ibaba ng isang braso. "Pwede ba akong matulog sa inyo para sa gabi "

"Sige, Princess," sabi ni Mobius at inabot ang kanilang anak na babae, na mabilis na sumisid sa pagitan ng kanyang mga magulang. Maingat na inayos ni Ayushi ang unan sa mantle ng kama at ginawa siyang komportable. Niyakap ni Sumitra ang kanyang isang braso sa kanyang balikat. Marahang hinawakan ni Mobius ang kanang kamay ng kanyang anak sa kanyang dalawang kamay.

"Alam kong may kalokohan akong ginawa," sigaw ni Ayushi na naluluha. "Dapat ay nagtapat ako sa inyo ni Bapi. Sorry, Ma and Bapi," sigaw ni Ayushi, na ang katawan ay nagkukumbulsyon sa bawat paghikbi. "Ilang beses akong tinanong ni Bapi, pero wala akong ibinunyag."

"Pahadi, dapat sinabi mo na sa amin ang medical report na nakita mo. Matagal na sana naming tatalakayin ito."

"Alam ko, Ma, pero nag google ako ng PCOS at nakaisip ng mga malupit na katotohanan. Ako ay walang anak. Hindi kailanman maaaring magkaroon ng isang sanggol. " Ang mga hikbi ni Ayushi ay naging mga tangis na ngayon.

"Walang mas matalino. Aayusin natin ito, Pahadi. Huwag kang mag alala," consoled Sumitra.

"Ma, hindi ako makapag ovulate."

"Marami pang ibang pagpipilian, Pahadi. Ang in vitro fertilization ay isa sa mga ito. "

"Pero saan mo kukunin ang itlog," kontra ni Pahadi. "Kailangan silang hiramin sa ibang babae."

Parehong si Mobius at Sumitra ay hindi pa nakakahanap ng sagot sa isang ito.

Si Mobius ay may ganitong hindi kapani paniwala na kakayahang mag udyok ng kaligayahan at pagtawa tuwing hinihingi ng sitwasyon. Ngayon ang tamang panahon.

Pahadi makinig sa isang biro, na kung saan ay hindi kathang isip. Mamaya ay ayusin namin ang in vitro fertilization. Malayo pa ang lalakbayin mo para diyan. Ang 12th Board Exams mo, graduation, post graduation, PhD, Post Doc."

"Bapi makakuha ng sa punto," nakasaad Ayushi halatang naiinis.

"Oo, pero magmura ka kay Baba Loknath, wala kang sasabihin kahit ano, pati na ang Gang of Six natin.

"Oo, oo," ang sagot ni Ayushi na lalong naging curious sa pangalawa.

"Sabihin mong magmura ka, Pahadi."

"Sumusumpa ako. Isinusumpa ko sa pamamagitan ng Baba Loknath. Mums ang salita."

"Ang iyong Ma ay anim na taon na mas matanda kaysa sa iyong Bapi, na nangangahulugang ang iyong Ma ay pito noong si Bapi ay isa," sabi ni Mobius.

"Sige na nga. Sige na," pakiusap ni Ayushi. "Pakinggan natin ito."

Seryoso ang pagpapatuloy ni Mobius, "Noong nasa Cochin kami, ang Thamma (Lola) mo ay nasa kusina at gumagawa ng Khichdi. Halos isang taon pa lang ang Bapi mo noon, at nasa bahay din ang Ma mo at naglalaro ng manika. Ang iyong Bapi ay inilagay sa sofa ng sala sa pagitan ng dalawang cushion at nagpasya na umihi sa kanyang mga lampin, at ang iyong Ma, na napaka advanced para sa kanyang edad, ay nagpunta sa Thamma upang ipaalam sa kanya ang sitwasyon. Sinabi ng iyong Thamma kay Ma na ang pagpapalit ng lampin ay aabutin ng ilang oras mula nang kailangan niyang maghintay para sa ikatlong sipol ng pressure cooker."

Nagpatuloy si Mobius na dahan dahan na bumubuo ng suspense, sinasamantala ang pagkamausisa ng kanyang anak na babae, "Tinanong ni Thamma ang iyong Ma kung maaari niyang palitan ang aking mga lampin."

"Hindi ako naniniwala dito," sabi ni Ayushi, ang mukha ay naging isang ngiti. Hindi lang ako naniniwala dito. Ano nga ba ang nangyari "

"Sumagot ang Ma mo kay Thamma na kaya niyang gawin ang task pero kailangan niyang maging mas competent."

"Sige na, Bapi. Sige na," pakiusap ni Ayushi, ang kanyang inquisitiveness ay nakakakuha ng mas mahusay sa kanya. "Ano ang sumunod na nangyari?"

Napatawa si Mobius sa sarili at sumagot. "Ano sa tingin mo ang nangyari Iyong Ma ang nagpalit ng diaper ni Bapi. Kakaiba nga ang sitwasyon! Kahit wala pa kaming edad na mag-asawa noon!"

"Sa Diyos ko, hindi ako naniniwala rito! Ito ay baliw!" sabi Ayushi gleefully. "Ma, totoo po ba ito Makikipag-cross-check ako kay Thamma tungkol dito."

Han nakita niya an daku nga disposisyon han iya anak, nalipay gud hi Sumitra ha sulod han iya kasingkasing, bisan kon nababaraka hiya hin kawaray - importansya ha pagsiwalat.

"Oo, its true, Pahadi," sabi ni Sumitra, umiwas ang mga mata.

Doble ang tawa ni Ayushi na may luha ng amusement sa kanyang mga mata. "Bapi, Ma, nagkakaroon ako ng cramps sa tiyan!" Kapwa nakiisa sa merriment ang dalawang magulang.

Si Ayushi ay nakahiga sa kanyang tagiliran sa kama sa pagitan ng kanyang mga magulang, ganap na naubos sa lahat ng tawa at light banter. Ang kanyang Bapi ang limitasyon. Masakit pa rin ang kanyang tiyan sa tawa at cramps. Magkadikit ang kaliwang braso ni Ma sa baywang nito mula sa likod. Ramdam ni Ayushi ang paghinga ng kanyang ina sa nape ng leeg nito. Nakapatong ang kaliwang braso nito sa dibdib ni Bapi. Si Ayushi, sa pamamagitan ng kanyang kalahating sarado na mga mata, ay maaaring makilala ang berdeng ilaw sa gabi na nagliliwanag mula sa katabing pader, na naghahagis ng isang berdeng tinge sa silid. 1 am ang pinakita ng karayom na nilagyan ng radium sa wristwatch niya. Nadama ni Ayushi na ligtas siya, tulad ng nadama niya noong apat na taong gulang siya. Mula sa edad na limang taong gulang, mayroon na siyang sariling silid. Bulong ni Ayushi, "Mahal ko kayo. Proud to be your daughter."

"Same here," sabay sabay na sagot ng kanyang mga magulang. "Magandang gabi po, Pahadi Princess."

"Good night, Bapi, Ma," sagot ni Ayushi na bahagyang lumipat para mas lalo pang ma cocoon sa yakap ni Ma. Magiging maayos na ang lahat. Tulad ng madalas sabihin ng kanyang Thamma, ang bawat araw ay nagsisimula at nagtatapos sa isang magandang tanawin ng maliwanag na araw. Nagningning ang kanyang araw.

Ang Gorkha Chronicles

Si Shiv Chaturvedi ay dumadaan sa kanyang mga nakalap na tala sa mga sundalong Gorkha para sa kanyang kaibigan na si Mobius. Nadama niyang napakalaki ng ipinagmamalaki ng mahirap na komunidad na ito, na bantog sa katapangan nito sa buong mundo. Hindi malalaman ng mundo ang kanilang huwarang kasanayan sa pakikipaglaban kung hindi dahil sa mga British.

9 pm na, at nakaupo siya sa teak-wood chair, na pag-aari ng kanyang lolo at ipinasa sa kanyang ama, ang unang doktor na Indian na nagmula sa pagiging kwalipikado mula sa The Royal College of Surgeons of England sa London. Sa parehong Institusyon, nakilala ng kanyang ama si Pratima, isang Gorkha, na naging unang Indian Woman Doctor na kwalipikado mula sa The Royal College of Anesthesiology. Pareho silang nasa balita pagkatapos noon dahil sa kadahilanang ito mismo. Kalaunan, ikinasal si Pratima sa kanyang kasamahan na si Prosenjit sa isang Missionary Hospital sa Cochin (ngayon ay Kochi), na kung paano ipinanganak si Mobius.

Ngunit hanggang sa kanyang pagpanaw, ang kanyang ama ay patuloy na nakikipag ugnayan sa ina ni Mobius. May malambot na sulok din ang ina ni Mobius para sa kanyang ama, isang napakaingat na lihim. Ang isa pang maayos na lihim ay ang kasunduan ng dalawa na ang kanilang mga anak ay ipanganak sa parehong oras. Nalaman ng Shiv na ito matapos ang pagpanaw ng kanyang ama nang dumaan siya sa isang folder sa pinakamababang drawer ng study table. Natagpuan niya sa folder ang ilang liham mula sa ina ni Mobius na si Pratima sa kanyang ama. Ang ina ni Mobius ay lubos na magalang sa kanyang pagsulat, na tumatawag sa ama ni Shiv bilang 'Dear Dr. Raghav' at nag sign off sa 'warm regards.' Hindi nangahas si Shiv na ipakita ang mga sulat na ito sa kanyang ina, kahit na tila napaka inosente nito.

Dugang pa, nagin matin - aw an sekreto nga pagtagad han amay ni Shiv ha iya asawa nga diri mag - iingat durante hiton baraan nga panahon, nga waray maghatag hin posible nga hinungdan, katapos hibaroan an pagburod ni Pratima. Halos dalawang buwang agwat ang pagitan ng kapanganakan nina Mobius at Shiv. Sporting sporting na tinanggap ng ina ni Shiv ang hiling ng kanyang asawa, hindi niya alam ang dahilan.

Nagpatuloy si Shiv sa pagtingin sa kanyang mga tala.

Noong panahon ng digmaan sa Nepal noong 1814, kung saan tinangka ng mga Briton na i annex ang Nepal sa Imperyo, humanga ang mga opisyal ng Army sa pagtitiyaga ng mga sundalong Gorkha. Hinikayat nila ang mga ito na magboluntaryo sa East India Company. Ang mga Gorkha ay nagsilbing mga tropa ng Kumpanya sa Digmaang Pindaree ng 1817, sa Bharatpur, Nepal, noong 1826, at sa Una at Ikalawang Digmaang Sikh noong 1846 at 1848, ayon sa pagkakabanggit. Sa panahon ng Sepoy Mutiny noong 1857, nanatiling tapat sa mga British ang mga rehimen ng Gorkha at naging bahagi ng British Indian Army sa pagbuo nito.

Sa panahon ng Malayan Emergency sa huling bahagi ng 1940s, ang mga Gorkhas ay nakipaglaban bilang mga sundalo sa gubat tulad ng ginawa nila sa Burma. Ang Training Depot Brigade ng Gorkhas ay itinatag noong 15 Agosto 1951 sa Sungai Petani, Kedah, at Malaya. Nang matapos ang labanan, inilipat ang mga Gorkha sa Hong Kong, kung saan nagsagawa sila ng mga tungkulin sa seguridad. Nagpatrolya ang mga tropa sa hangganan, at tiningnan kung may mga ilegal na imigrante na pumapasok sa teritoryo, na pinakamahalaga sa panahon ng kaguluhan ng Cultural Revolution. Sila ay deployed upang maglaman ng mga tao sa panahon ng Star Ferry riots ng 1966.

Matapos ang Indian Independence at paghahati sa 1947, sa ilalim ng Tripartite Agreement, anim na Gorkha regiments sumali sa post independence Indian Army. Apat na rehimen ng Gorkha, ang ika 2, ika 6, ika 7, at ika 10 na Gorkha Rifle, ang sumapi sa Hukbong Britanya noong 1 Enero 1948. Ang 1st at 2nd Gorkha Rifles ay na deploy sa Brunei sa pagsiklab ng Brunei Revolt noong 1962. Noong 1974, sinalakay ng Turkey ang Cyprus, at ang 10th Gorkha Rifles ay ipinadala upang ipagtanggol ang British sovereign base area ng Dhekelia. Noong 1 Hulyo 1994, ang apat na rehimen ng rifle ay isinama sa isa, ang Royal Gorkha Rifles at ang tatlong corps regiments (ang Gorkha Military Police na nabuwag noong 1965) ay nabawasan sa squadron lakas.

Noong 1 Hulyo 1997, ipinasa ng Pamahalaang Britanya ang Hong Kong sa Republikang Popular ng Tsina, at inalis ang lokal na British garrison. Gorkha punong himpilan at recruit pagsasanay ay inilipat sa UK. Ang Royal Gorkha Rifles ay lumahok sa mga operasyon sa Kosovo noong 1999, sa UN peacekeeping operations sa East Timor noong 2000, at sa Sierra Leone sa ibang pagkakataon sa taong iyon.

Noong 2007, inihayag ng Brigada ng Gorkhas na ang mga kababaihan ay pinayagang sumali. Tulad ng kanilang mga katapat sa Britanya, ang mga kababaihan ng Gorkha ay karapat dapat na sumali sa mga Engineer, Logistics Corps, Signals, at Brigade Band, bagaman hindi ang mga yunit ng Impanterya. Noong Setyembre 2008, ang Kataas taasang Hukuman sa London ay nagpasya na ang Pamahalaang Britanya ay dapat magbigay ng malinaw na patnubay sa mga pamantayan laban sa kung saan ang mga Gorkha ay maaaring isaalang alang para sa mga karapatan sa pag areglo sa UK. Noong 21 Mayo 2009, kasunod ng mahabang kampanya ng mga beterano ng Gorkha, inihayag ng noo'y Kalihim ng Tahanan ng Britanya, si Jacqui Smith, na ang lahat ng mga beterano ng Gorkha na naglingkod ng apat na taon o higit pa sa Hukbong Britanya bago ang 1997 ay papayagang manirahan sa Britanya.

May banayad na tulak sa kanang balikat ni Shiv. Si Chandrika na may kasamang kape. "Huwag kang magpahuli. Kailangan mong gumising ng maaga bukas para sa District Collector's Meet regarding Authors."

"Chandrika, umupo ka na," motion ni Shiv, sabay hila ng upuan sa tabi niya.

"Kailangan ng tulong ninyo ng mga mandurumog; Hindi niya kayang gawin ito nang mag isa. Baka hindi natutuwa si Sumi dito. Bukod dito, nangangailangan siya ng authenticated historical data upang ituloy ang pagiging estado. Hindi ko maintindihan kung ano ang nangyayari sa pagitan nina Mobsy at Manisha Rai " remarks Chandrika.

Ruminated si Shiv. "Pareho silang tumakbo ng maraming lahi nang magkasama. Naglakbay si Mobsy sa Kolkata, Darjeeling, at Kalimpong at binisita ang spartan home ni Manisha sa nayon ng Pedong malapit sa Kalimpong. Tunay na nararamdaman niyang kaya niyang suportahan ang kanilang adhikain. Walang legal na background ang Mobsy. Ito ay magiging mahirap para sa kanya, kaya ako ay nagpasya na tulungan Mobsy. Ang isang bagay na kinatatakutan ko para sa kanya ay ang kanyang kaligtasan. Ang West Bengal Government ay bumababa nang husto sa mga disidente at nakulong sa kanila. Ang mobsy, sa Madhya Pradesh, ay ligtas hangga't pinapanatili niya ang kanyang ilong na malinis, ngunit ito ay isang bagay na hindi niya gagawin. May problema sa paggawa ng serbesa para sa kanya. Tutulungan ko ang buddy ko, si Mobsy. Malakas at banayad din ang bonding na nararamdaman ko sa pagitan nina Mobsy at Manisha. Isang bagay na malalim, ngunit kung saan hindi namin alam tungkol sa. "

"You mean romantic " tanong ni Chandrika.

"Hindi, wala namang ganyan, pero ito ang hindi ko pa naaalam sa sarili ko. Sigurado akong alam ni Sumi ang tungkol dito dahil tinalakay na ni Mobsy ang lahat sa kanya mula pa noong Kingdom Come. Chandrika, alam mo ba na noong araw na ipinanganak si Mobsy, ang anim na taong gulang na si Sumi ay nakatayo sa labas ng operating theatre, hawak ang kamay ng Tatay ni Mobsy. Ang rapport nina Mobsy at Sumi ang pinaka multifaceted at pinakamagandang relasyon na maaaring mangyari sa pagitan ng dalawang tao. Naiinggit ako sa kanila."

"Sige, sang-ayon ako sa iyo, Shivvy; Kailangan ng Mobsy ang iyong suporta. Gusto ko itong lalaking ito. Siya ay isang masusing ginoo. Si Sumi ay parang Durga astride isang leon. She will go all out para protektahan si Mobsy, ngipin at kuko, kung ano man ang mangyari. Tungkol diyan, sigurado ako. Gagawin din nina Mil at Mandy ang lahat para matulungan si Mobsy sa bagay na ito. Mula sa aking katapusan, ang aking puso ay napupunta sa Gorkhas. Nagkaroon sila ng raw deal mula pa noong naging Republika ang India. Karamihan sa mga Gorkhas ay sumali sa Army o naging mga security guard. Ngayon, sila ay nakakakuha sa mainstream. Si Manisha ay isang advocate sa Kalimpong Court."

"Yeah, good for Manisha," sagot ni Shiv.

Ang Avalanche sa Nathu La at ang Propesiya (1995)

Huminto ang driver sa gulong ng Scorpio sa kampo ng Nathu La Army. Tuwang tuwa si Manisha, tulad ng sinumang walong taong gulang. Ang nasabing sasakyan ay bahagi ng convoy ng mga turista na dumating sa Nathu La Pass mula sa Gangtok. Ang mga turista ay bumaba sa Nathu La at gumugol ng tatlong oras sa kahabaan ng hangganan ng Indo Tsina, na kakaiba na nahahati sa pamamagitan lamang ng isang dilaw na nylon lubid. Ang mga pulang pisngi na mga sundalong Tsino ay may hawak na mga riple sa kanilang balikat at pinagmasdan ang mga nagngangalit na turista na halos tatlumpung talampakan mula sa hangganan na pininturahan ng pula na iginuhit sa ibabaw ng semento.

Karamihan sa mga turista sa panig ng India ay kumukuha ng mga snap ng mga sundalong Tsino, ngunit ang mga sundalo ay nanatiling malupit na mukha na tila iniutos ng kanilang mga nakahihigit na tao na gawin ito. Binisita ni Manisha ang Army Tourist Center kasama ang kanyang Tita, mula roon ay nakatanggap sila ng sertipiko na nakita nila ang Nathu La Pass na may authenticated stamp at lagda ng isang opisyal ng hukbo. Nagpakuha siya ng larawan kasama ang kanyang Tita sa 'Memorial Wall of Brave Soldiers,' na nawalan ng buhay.

Isang army canteen ang naghain ng Maggi Noodles at sopas na may kasamang tinapay. Isang nakakatawang pangyayari ang nangyari. Isang binata ang nakaupo sa tapat ng mesa ni Manisha sa Nathu La Army Canteen, kumakain ng pansit. May kape rin sa mesa. Nakasuot siya ng pula at itim na checkered sleeve shirt na hindi naiikot sa siko, na nagpapakita ng tiger tattoo sa kaliwang braso. Talaga namang naka itim ito na may mga patch ng orange. Pero nakuha ng mga mata ng tigre ang kanyang atensyon. Blue ang mga pupils. Surmised si Manisha na bagama't nakakatakot ang hitsura ng tigre, inalis ng mga asul na mata ang kasamaan sa mukha ng tigre. Nawili siya sa tattoo kaya nahuli niya ang mga mata ng lalaki, na inilipat ang kaliwang braso nito na nakapahinga sa mesa patungo sa kanya. Ngumiti ito sa kanya, at ngumiti rin si Manisha. Seryosong gustong tingnan ni Manisha ang tattoo at tumayo siya mula sa kanyang upuan.

Hinawakan ng kanyang Tita ang braso niya at sinabi sa Nepali, *"Timi kahāmjādaichau?"* (Saan ka pupunta?).

Sagot ni Manisha, "*Ma tattoo hernacahanchu.*" (Gusto kong makita ang tattoo).

"*Hoin, Hoin Basa,*" (Hindi, Hindi, umupo) tugon ng kanyang Tita, galit na naghigpit ng pagkakahawak sa braso ni Manisha.

Biglang lumapit sa kanila ang lalaking nasa kabilang tabi na may checkered shirt.

"Namaste Ma'am. Ako si Mobius Mukherjee. Hindi natin dapat pigilan ang kuryusidad ng isang bata. Hayaan mo na lang siyang makita ang tattoo ko kung gusto niya," sabi ni Mobius sa Tita ni Manisha.

Si Tita, flustered, tumayo at sinabing, "Magandang hapon po, Sir. Sorry. Narinig mo yata ang usapan natin sa Nepali."

"Oo nga. Totoo nga yan. Naiintindihan ko ang Nepali. Gorkha ang nanay ko."

"Pero, sa isang amang Bengali," sagot ng Tita.

"Ikaw talaga ay isang matalim na babae," sagot Mobius, nakangiti.

Hindi na napigilan ni Manisha ang pagtawa, at di nagtagal, pumutok ang tatlo sa isang prangka ng tawa.

"Maganda ang tattoo na yan," excited na sabi ni Manisha.

"Pero, sabihin mo sa akin, Mr. Mukherjee, mukhang nakakatakot ang tigre. Ano ang palatandaan nito " tanong ni Tita.

"Dalawa sa mga pinaka karaniwang kahulugan na nauugnay sa tiger tattoo ay kapangyarihan at lakas. Sa kalikasan, ang tigre ang nangungunang mandaragit sa kapaligiran nito. Samakatuwid, ang isang tiger tattoo ay maaaring kumatawan sa isang malayang espiritu o pagsasarili. Kasabay ng mga positibong konotasyong ito, ang tigre ay maaaring sumagisag sa panganib, paghihiganti, o parusa. Sa kabutihang palad, ang aking tiger tattoo ay may asul na mga mata, na nangangahulugang isang mahusay na tigre. Malakas at maaasahan," tugon ni Mobius.

"Wow. Iyan ay isang helluva tiger! Ako si Junali Rai. Ako ang paternal na Tita ni Manisha mula sa Pedong malapit sa Kalimpong sa West Bengal.

Maiintindihan ko rin ang ilang Bengali. "*Kamon Accho?*" (Kumusta ka na?).

"*Khub Bhalo,*" (ayos lang ako) sagot ni Mobius.

Si Manisha at ang kanyang Tita ay nasa convoy ng Scorpio vehicles 6th sa pila at sa likod ng sasakyan ni Mobius. Habang pabalik mula sa Nathu La Pass, ang convoy ng turista ay tumigil sa dambana ng yumaong Baba Harbhajan Singh, ng 23rd Punjab Regiment, na namatay sa mga hangganan noong 1968, isang taon matapos na mai post sa hangganan ng Indo Tsino sa Sikkim. Pinaniniwalaan na ang espiritu ni Harbhajan Singh ay nagbabantay pa rin sa mga hangganan ng India at nagbabadya sa mga sundalo ng kanyang rehimyento laban sa anumang panganib tatlong araw nang maaga sa pamamagitan ng paglitaw sa kanilang mga pangarap.

Pagsapit ng 3 pm, bumaba ang convoy mula sa shrine nang dumating ang kalamidad. Isang avalanche iyon. Biglang nagsimula ang landslide ng mga boulders, at nagkaroon ng kaguluhan sa buong katawan. Naipit ang kanilang sasakyan sa pagitan ng dalawang higanteng boulders. Kitang kita ni Manisha sa likod nila ang lahat ng sasakyan na mabilis umatras. Sa harap, ang sasakyan kung saan si Mobius ay naglalakbay ay mabilis na umalis, na naiwan silang stranded. Takot na takot na nanood si Manisha nang makita niya ang mas maraming boulders na nagmumula sa gilid ng bundok. Nanginginig na nagkatinginan ang driver ng sasakyan at ang kanyang Tita. Ang foreboding ng masama loomed malaki sa trio.

Nang bumaba si Manisha mula sa Scorpio, natanto niya na ang taas ng bato ay nakaharang sa kanyang paningin, at walang paraan para malaman niya kung ano ang nangyayari sa likod nito. Desperado na ring gumagalaw ang kanyang Tita dahil mahigpit ang mga boulders sa gilid, harap at likod. Biglang nahulog ang ulo ng checkered shirt man mula sa likod ng mga boulders.

"Manisha, ikaw diyan " sigaw ni Mobius.

"Oo, Mr. Mobius, nandito ako kasama sina Aunty at Driver Saab," sagot ng isang nababagabag na Manisha. "Na trap na kami. Wala na bang pupuntahan."

"Hilingin mo kay Driver Saab na iangat ka. Hihilahin kita pababa mula sa kabilang dako. Pagkatapos nun, gawin mo rin sa Aunty mo."

"Ok, Mr. Mobius. Sasabihin sa kanya. Maging handa ka na sana."

Nag bob up ang mukha ni Manisha. Nahuli ni Mobius si Manisha sa kanyang mga bisig at marahang ibinaba ito sa lupa. Sumunod ay si Junali. Tumalikod siya sa tuktok ng bato at sinubukang mag-slide pababa. Nakapatong ang palda niya, nakalantad ang panty niya.

"Mr. Mobius Mukherjee, nakikita mo ba ang panty ko "

"Hindi naman importante sa ngayon. Hayaan mo na lang para mahuli kita sa baywang."

"Ok, Mr. Mukherjee, eto na ako."

Ang driver ay isang matigas na Pahadi maliit ang tangkad ngunit may napaka flexible na katawan. Sa isang paglukso, siya ay nagscramble up ng boulder at bumaba sa kabilang panig, kahit na bago pa man mailagay ni Mobius si Junali sa kanyang mga paa.

Inutusan ni Mobius silang tatlo na magsimulang tumakbo. Ang sasakyan ni Mobius ay isang daang metro sa harap, at ang driver ni Mobius ay nasa tabi ng sasakyan, kumakaway sa kanila upang magmadali. Ang maliit na binuo driver sa tabi Mobius sprinted unahan. Hinimok ni Mobius sina Junali at Manisha na tumakbo nang mabilis hangga't maaari.

Napatingin si Mobius sa gilid ng bundok. Sa mabagal na takbo ng kanilang paggalaw, walang duda na tatamaan sila ng mga gumugulong na boulders. Kailangan niyang gumawa ng mabilis na desisyon. Lumuhod si Mobius sa lupa.

"Manisha, tumayo ka sa harap at iyakap mo ang mga braso mo sa leeg ko. Ako ang magbubuhat sa iyo," at itinaas si Manisha.

"Junali kumapit sa sinturon ko mula sa likod. Tatakbo tayo para sa ating buhay."

Habang tumatakbo, naramdaman ni Mobius ang strain ng isang 60 kilo na babae na humihila sa kanya pabalik at sabay na tumatakbo kasama ang isang 20 kilo na bata. Ang mga boulders ay nag crash down sa isang alarming rate. Ito ay touch and go, naisip ni Mobius sa sarili.

Biglang 1985, at si Mobius at Milind ay tumatakbo nang leeg sa leeg. Ang pagtatapos ng Senior's Cross Country race na nagaganap sa The Doon School sa Dehradun ay nag loomed ng limampung metro sa harap. Naghihintay ang buong School sa finishing line. Karamihan sa mga Dosco (term na ginamit para sa mga mag aaral ng The Doon School) ay nagbubunyi para kay Mobius. MOBIUS! MOBIUS! MOBIUS! Tumaas ang clamoring sa isang crescendo. Sino ba naman ang mananalo Si Milind, School Captain ba sa susunod na taon, o si Mobius, ang bida ng Paaralan Ang unang 14 anyos sa kasaysayan ng Dehradun District Sports na nanalo sa Road Race sa Open category, tinalo ang Army at Police runners. Ang mga boulders ay pagpunta sa durugin ang mga ito sa smithereens. Sa bawat hakbang, si Mobius ay nag grit ng kanyang mga ngipin at itinulak nang husto ang kanyang mga binti sa lupa. Magkaka touch and go na sana ito. Ibinaba ni Mobius ang kanyang dibdib, hinawakan ang tape isang pulgada lamang bago si Milind. Isinigaw ng mga Dosco ang kanilang puso! Nanalo ang kanilang bayani at nagtala ng bagong record, na tatagal ng tatlumpung taon!

Habang nahuhulog sa lupa si Mobius, ginawa niya ang pag iingat na hilahin si Junali sa tabi niya at umikot upang hawakan nang husto ang lupa sa kanyang likod, na hawak si Manisha malapit sa kanyang dibdib. Binuhat ni Mobius ang brunt nina Junali at Manisha sa ibabaw niya, pinoprotektahan sila at inalis ang kanyang hininga sa epekto.

Halos magsipilyo ng sapatos ni Mobius ang isang higanteng bato; Ganyan ang momentum ng malaking bato, na nagpatuloy sa landas nito pababa matapos tumalon nang dalawang beses sa landas ng graba. Pagkaraan ng ilang sandali, tumingin si Mobius sa gilid. Si Junali ay nakaluhod sa lupa, nagmumukmok, nakapikit na tila tahimik na nagdarasal. Si Manisha, bagama't tila hindi nasaktan, ay nagsimula nang umiyak. Napakahina ni Mobius kaya hindi siya makabangon. Bigla silang napaligiran ng mga sundalo sa mga pagod sa labanan. Sila ang Indo Tibetan Border Security Force. Ramdam ni Mobius ang ilang kamay na dahan dahang nag aangat sa kanya mula sa lupa. Dinala siya sa kalapit na ambulansya ng hukbo. Pagkatapos ay tinamaan siya nito tungkol sa kinaroroonan ni Manisha at ng kanyang Tita. May tinig na nakatayo sa ibabaw niya.

"Ito si Major Bakshi. Nasa ligtas na kamay ka na ngayon. Sasamahan ka ng pamilya mo, kaya wag kang mag alala. Susundin ko ang ambulansya sakay ng jeep papunta sa aming military hospital sampung kilometro ang layo. Ang iyong asawa at anak na babae ay makakasama mo sa ambulansya. Paumanhin, kailangang i strap ang iyong leeg at katawan sa stretcher bilang pag iingat sa anumang posibleng pinsala. Ipikit ang inyong mga mata; ang asawa mo ay nakaupo sa tabi mo. Dahan-dahan tayong maglalakbay, para mabawasan ang mga bumps. Walang gasgas ang anak mo."

Ang mga tauhan ng ambulansya ay naglagay ng isang kahoy, hugis funnel na bagay na hindi natitinag sa leeg ni Mobius. Magkadikit ang kamay at binti niya.

"Huwag kang mag alala. Ginawa lamang nila ito upang matiyak na walang sira. Sa tingin ko ay magiging okay ka," patuloy ni Major Bakshi.

Nang magsimula ang ambulansya na nasa loob ang tatlo, bumulung-bulong si Junali, na nakaupo sa tabi ni Mobius, "Hinawakan ko ang kaliwang kamay ninyo. Nararamdaman mo ba ito "

"Oo, oo, walang sira. Pwede po bang tanggalin ang mga strap na ito, please "

"Sorry po, Sir. Maghihintay pa kami hanggang sa makarating kami sa ospital. Standard medical procedure ito," magalang na pahayag ng isa sa mga tauhan ng ambulansya.

"Doc ba si Major Bakshi " remarked Mobius.

"Hindi po, Sir, pero siya ang pinaka senior officer," sagot ng medical staff.

"Malayo ang sampung kilometro. Ako ay makakuha stifled sa kamatayan out dito. "

"Sir, nasa pangangalaga po kayo ng Indo Tibetan Border Security Force. Gagawin namin ang lahat para mapanatiling ligtas at maayos kayo."

"Bull, hindi ako naniniwala sa iyo."

"Sorry po, Sir. Hindi ko kayo naintindihan," tugon ng mga tauhan ng ospital.

Pinisil pisil ni Junali ang kamay ni Mobius at hudyat sa kanya na manahimik habang nakalagay ang daliri nito sa labi nito. Ang ambulansya lupa sa isang stop pagkatapos ng isang agonizing kalahating oras para sa Mobius sa labas ng Military Hospital, kung saan ang mga kawani ng hukbo ospital kinuha Mobius down sa stretcher. Nauna nang dumating si Major Bakshi at naghihintay sa ospital.

"Major Bakshi, with due respect, pwede ba akong ma unstrapped sa contraceptive na ito Walang mga buto na nasira. Sigurado akong kaya kong maglakad," pakiusap ni Mobius.

Major Bakshi smiled, twirled kanyang Sam Manekshaw bigote sandali sa kanyang mga daliri, at sumagot, "Kaya maging ito," at instructed ang ospital orderlies upang alisin ang straps.

Nakahinga ng maluwag, bumaba si Mobius sa stretcher, iniunat ang sarili, at naramdaman ang kanyang likod. Napunit ang shirt sa likod. May ilang mga hilaw na sugat, at si Mobius, matapos maramdaman ang mga ito sa kanyang mga daliri, natanto kaagad pagkatapos na ang kanyang mga daliri ay bahid ng dugo. Inalalayan sila ni Major Bakshi sa surgical ward sa ospital, kung saan tinanggal ang kanyang polo at nalinis ang mga sugat, nadisimpekta, at nabendahe. May mga gasgas si Junali sa magkabilang siko nito, na disinfected. Ang buong pamamaraan sa Surgery kinuha tungkol sa isang oras.

Ang laging nakangiti na si Major Bakshi ay naghihintay sa labas ng Surgery. "Good news, Mr. Mukherjee, ang gulo gulo mo ay iniabot sa amin ng driver mo. Inutusan ko na rin ang aking mga jawans na i salvage ang mga gamit ng iyong pamilya mula sa sasakyan at dalhin ito sa akin. Isinasama kita at ang iyong kaibig ibig na pamilya upang manatili sa gabi sa aming bahay sa loob ng Hospital Campus. Ang natitirang mga turista ay na accommodate sa Army barracks, parehong mga kalalakihan at kababaihan segregated. Sa ilalim ng 10 taong gulang ay nananatili sa kanilang mga ina, "sabi ni Major Bakshi.

"Major Bakshi, marami na kaming obligasyon sa ginawa mo para sa amin. Pwede na tayong manatili sa barracks," sagot ni Mobius.

"Hindi pwede, Mr. Mukherjee. Pinanood namin ng mga jawan ko ang iyong daang metrong sprint na hindi namatay kasama ang iyong pamilya. Iniligtas mo ang iyong asawa at anak mula sa nalalapit na kamatayan sa pamamagitan ng paghila sa kanila sa ligtas na lugar. Ikararangal namin ng asawa ko na ang pamilya mo ang aming mga pinahahalagahan na panauhin." Mula sa sulok ng kanyang mga mata, kitang kita ni Mobius ang pagtingin nina Junali at Manisha sa isa't isa sa isang nakalilitong paraan.

"Ok, Major. Kami ay pinaka tiyak na hindi maaaring tanggihan ang karangalan," sagot Mobius.

"Right then, binata, pagkatapos mo," sabi ni Major na nagpapahiwatig kina Junali at Manisha na sumunod kay Mobius habang naglalakad ito sa tabi ni Manisha.

"Ang iyong ama ay isang kahanga hangang tao," sabi ni Major Bakshi kay Manisha.

"Oo nga. Na siya nga. Nakuha mo ring makita ang super tiger tattoo sa kaliwang braso niya," proud na sagot ni Manisha.

"Oh talaga Tapos kailangan," kontra sa Major.

Ang asawa ni Major ay pawang papuri sa katapangan ni Mobius. Naghanda siya ng chicken noodles at mutton bhuna gosht na may rumali roti, na may caramel custard para sa dessert, na appealed napakalaki sa palate ng trio.

Mobius remarked sa asawa ng Major, "Ginang, isang napaka delectable spread fit para sa isang Hari."

"Ikaw ay pagiging napaka magalang, Mr Mukherjee," sumagot ang asawa, beaming.

Maaga ang hapunan, 7 pm. Ang mabait na Major, na kumukuha ng benepisyo ng mga hilaw na sugat ni Mobius, ay nagsalita sa kanyang superior officer at inayos na magkaroon ng isang Ambulance upang sunduin si Mobius at ang pamilya at ihulog ang mga ito sa kanilang Hotel sa Darjeeling. Sa kabutihang palad, sa pamamagitan ng isang kakaibang pagkakataon, parehong Junali at Manisha ay nag stay din sa parehong Hotel sa Darjeeling bilang Mobius. Nagplano sina Junali at Manisha na bumalik sa Pedong sa daan. Si Mobius ay aalis patungong Bagdogra Airport, mula sa kung saan siya ay lilipad patungong Delhi sa pamamagitan ng hapon flight sa 5 pm, na siya surmised ay posible kung sila ay umalis sa Major's Home sa pamamagitan ng 7 am at nakarating sa Darjeeling sa pamamagitan ng tanghali at nakarating sa Bagdogra airport sa pamamagitan ng 3 pm, dalawang oras bago ang pag alis. Pinayuhan ni Junali si Mobius na lumipat ng 6:30 am para nasa comfortable time zone.

Sa kwarto, si Mobius ang nag take charge matapos maligo sina Junali at Manisha, at si Mobius ay nag sponged dahil sa pagbibihis sa kanyang likod.

"Itama natin ang ating matematika. Junali, mas matanda ka sa akin ng apat na taon sa edad na 25. Junali na lang ang itatawag ko sayo. Pwede mo akong tawaging Mobius."

"May palayaw ka ba, Mobius," sagot ni Junali, nakangiti.

"Well, tinatawag ako ng mga close friends ko na Mobsy," sabi ni Mobius.

Itinuro ang daliri kay Manisha, mali mali ang pagpapatuloy ni Mobius, "Hindi ako maaaring maging ama mo dahil ikawalo ka at kahit na ipinanganak ka pagkatapos kong pakasalan ang iyong Aunty, kung gayon ako ay labing pitong taon sa oras ng kasal. Hence, Manishai, ikaw ang nakababata kong kapatid, at Manisha o Kanchi (Younger sister in Nepali) ang tawag ko sa iyo."

"Ang cool naman," sagot ni Manisha. "At tatawagin kitang Baagh Bhai, na ang ibig sabihin ay Kapatid na Tigre."

"Ok, fine. Ngayon natutulog ako sa sofa, at pareho kayong nasa kama," tugon ni Mobius.

"Ah, halika na, Mobsy. Malaki ang kama para sa aming tatlo. Magdangle ang mga binti mo sa sofa," balisang sagot ni Junali.

"Ako ang mamamahala," kontra ni Mobius.

"Ok, at least magpahinga na tayong lahat sa kama ngayon. Kailangan nating mag usap ng kaunti, "sabi ni Junali.

"Mobsy. May asawa ka na ba " tanong ni Junali.

"Hindi pa," ngumiti si Mobius. "Ano naman ang tungkol sa iyo, Junali "

"Sa kasamaang palad, wala pa rin akong asawa, nakatira sa mga magulang ni Manisha sa Pedong. Bago ko makalimutan, eto ang telephone number namin. Nasa isang papel ko ito." Ligtas na inilagay ni Mobius ang papel sa kanyang pitaka. Nang buksan niya ang kanyang wallet, nakita ni Junali ang larawan ni Sumitra. "Yun ba ang photo ng girlfriend mo Maganda siya. Mukha siyang sportsperson na katulad mo."

"Oo, siya ay napaka kaya. Sa Welham Girls 'sa Dehradun, siya ang School Captain o Head Girl, kung tawagin mo siya. Naging mahusay siya sa basketball, badminton, at hockey. Kinatawan niya si Uttar Pradesh sa lahat ng tatlong mga kaganapan sa ilalim ng labinsiyam na koponan. Ginawa niya ang kanyang post-grad sa Ingles mula sa Miranda House, Delhi University. By the way, mas matanda sa akin si Sumi ng anim na taon."

"Wow, ano ang mga kredensyal! Isa kang masuwerteng tao, Mobsy. Sabihin mo sa akin kung paano ka umibig kay Sumi."

"Eh, sa tingin ko ay noong walong taong gulang pa lang. Nagkaroon kami ng pagtatalo, at siya, dahil isang nakapiit na labing apat na taong gulang, ay pin ako sa lupa gamit ang isang braso lock at ginawa akong humingi ng awa."

"Mahusay, kung ano ang isang romantikong sandali " exclaimed Junali. "Ang walong-taong-gulang na batang lalaki ay naipit ng kanyang labing-apat-na-taong-gulang na kasintahan!"

"Puppy shame, puppy shame," palakpakan ni Manisha sa glee.

"Manisha, siya ang teacher ko," sagot ni Mobius sa kanyang banter.

"Wooh!" bulalas ni Junali. "Ikakasal ka ba sa teacher mo Anong subjects ang tinuturuan niya "

"Lahat ng subjects sa ilalim ng araw. Biology lang, siya ang magtuturo sa akin pagkatapos ko siyang pakasalan," sagot ni Mobius.

"Diyos ko, Mobsy. Nakakatawa ka " bulalas ni Junali na puno ng mirth na luha.

"Hoy," sigaw ni Manisha. "Hindi ito makatarungan. Kung adult joke lang, bakit hindi ko naintindihan "

"Ikaw kapag ikaw ay matamis na labing pitong," sagot Mobius, tumatawa at pagkatapos ay tumingin sa kanyang relo nakasaad, "Okay, mga kasama, tawagan natin ito ng isang araw at matulog na. Kailangan gumising tayo ng maaga." Si Mobius, tumayo mula sa kama at naghukay ng sarili sa sofa. Limang minuto lang ay mabilis na siyang nakatulog.

May nagtutulak sa balikat niya. Tiningnan ni Mobius ang kanyang luminescent wristwatch. 2 am na pala.

Si Junali pala. "Tahimik ka lang, Mobsy. Si Manisha ay nasa malalim na pagtulog. Inilapag ko siya sa isang gilid ng kama. Makakakuha ka ng isang wry neck kung matulog ka tulad nito. Halika hop papunta sa kama."

Si Mobius ay nagtungo sa dilim patungo sa hindi inookupahang dulo ng kama. Sumiksik si Junali sa pagitan nina Mobius at Manisha.

Kakaiba ang panaginip ni Mobius. Nakasakay siya sa spaceship na nakapikit. Ang mga daliring hindi nakikita ay nagsisikap na ipagbuka ang kanyang bibig. Nang bumukas ang bibig niya, may malambot na nagtutulak sa kanyang mga labi. Makinis at goma ang lasa nito. Biglang naputol ang panaginip ni Mobius. May utong sa loob ng bibig niya.

Namula ang mga mata ni Mobius, nabigla. "Ano ba, Junali?" ang binigkas ni Mobius.

"Tahimik ka lang, Mobsy. Magigising ka, Manisha—walang dapat ikabahala. Palamigin mo na lang. Ito ay isang wardrobe malfunction. Ang mukha mo ay nakatapat sa dibdib ko, at nalaglag ang strap ng bra ko."

"Bull, sinadya mo 'to. May isang oras na lang bago mag day break. Ako ay pagod. Pwede ba akong matulog ng walang gulo "

"Mobsy darling. Masikip na pisil dito sa baba. Ipatong mo lang ang ulo mo sa braso ko. Pangako hindi kita hahawakan. Tumalikod ka at matulog ka na. Magandang gabi po."

Naramdaman ni Mobius ang kanyang sarili na matutulog. Naramdaman niya ang paghigpit ng dalawang braso sa kanyang paligid at ang amoy ng sariwang shampooed na buhok sa kanyang mga pisngi. Nakaramdam ng sobrang pagod si Mobius kaya hindi siya makalaban kaya nakatulog agad siya.

Propesiya ng Isang Soothsayer

Inihanda ng asawa ni Major ang kanilang packed breakfast na tomato at egg sandwiches na may thermos ng tsaa. Nakaparada ang ambulansya sa harap ng bahay ng Major.

Ang maayos na sakay ng ambulansya ay isang portly 30 anyos na nag aangkin na palmist bago siya sumapi sa Army. "Tingnan mo ang aming mga palad at sabihin sa amin ang isang bagay," sabi ni Mobius minsan sa loob ng ambulansya.

"Una sa lahat, isang maliit na pagpapakilala. Mayroong apat na pangunahing linya sa iyong palad. Ang linya ng puso ay nasa tuktok ng kamay at nagpapahiwatig ng iyong emosyonal na estado. Ang pangalawa ay ang headline sa ibaba ng heart line, sa gitna ng iyong kamay, na nagpapahiwatig ng temperament. Ang pangatlo ay ang lifeline sa ilalim ng heart line, na napupunta sa paligid ng iyong hinlalaki at nagpapahiwatig ng sigla. Ang ika apat ay ang linya ng katatagan, na kilala rin bilang linya ng kapalaran, na nagmumula sa gitna ng kamay, na nagsisimula sa ilalim ng iyong palad at tumatakbo patungo sa iyong gitnang daliri, at ipinahihiwatig nito kung ano ang nararamdaman mo tungkol sa buhay na nilikha mo. Ngayon tingnan natin ang kamay ng anak mo, Sir."

Tumingin ang maayos sa kamay ni Manisha at bulalas, "Ang anak mo ang naliwanagan. Siya ay magiging lider ng mga tao. Siya ay nakatakdang maging napakasikat. Aakay niya ang kanyang komunidad sa pinakatuktok ng tagumpay at katanyagan."

"Hindi ba't retorika ng tula iyan " bulalas ni Mobius.

"Hindi po, Sir, hindi po. Solid ang kanyang head at fate lines. Dagdag pa rito, ang kanyang index at middle fingers ay mahusay na binuo sa kapal at haba. Ang mahabang hintuturo ay nagmumungkahi ng pamumuno, at ang mahabang tuwid na gitnang daliri ay tumuturo sa pagiging mapagkakatiwalaan at responsibilidad. "

"Ngayon ay lumalapit sa asawa mo, Sir." Ang maayos na napagmasdan ang kaliwang palad ni Junali: "Sinasabi sa akin ng aking mga kaibigan na ang aking mga hula ay siyamnapung porsyento na tumpak. Well, dito sa aking pagbabasa, mali ako. Ang linya ng kasal sa palad ay matatagpuan sa ibaba ng base ng maliit na daliri at sa itaas lamang ng linya ng puso sa kanang palad. Iba iba ito para sa lahat. Sa kaso ni Madam, nawawala ang linya ng kasal, na nagpapahiwatig ng spinsterhood. Malinaw na mali ako sa pagkakataong ito."

Dahil naging interesado nang husto, tumayo si Mobius mula sa kanyang kinauupuan at umupo nang mas malapit sa maayos. Ngayon sabihin mo sa akin ang tungkol sa aking sarili. "Sige po Sir. Ipakita mo sa akin ang kanang palad mo." Ang maayos na ginugol ng ilang minuto sa pagninilay, ang kanyang mga kilay furrowed. "May problema ba?" sabi ni Mobius, na nag-aalala.

"Hindi po Sir, pero kailangan po ninyong i play ang inyong mga baraha di ba. Magiging napaka kumplikado ng buhay mo. Lumilitaw ka upang makakuha ng sa loob at labas ng problema. Pero may magandang balita. Ang asawa mo ay napakalakas, napaka domineering. Ngunit ang aspeto na ito ng iyong asawa ay madalas na magliligtas sa iyo mula sa kalamidad."

"Mahal ba ako ng asawa ko " tanong ni Mobius, ngunit agad niyang natanto ang kanyang pagkakamali. Parehong nagtinginan ang maayos at si Junali, nalilito. Hinampas ni Junali ang kanyang ulo sa pagkadismaya at nagsalita sa Orderly, "Ang aking asawa ay hindi nagsasalita nang makatuwiran kung minsan," at binigyan si Mobius ng isang maruming hitsura. Sa pagtingin sa nahihiya na mag asawa, ang maayos na sinabi kay Mobius, "Ang iyong asawa ay magmamahal at protektahan ka sa hilt ng isang dagger. Siya ang magiging tagapag-alaga mo. Kitang kita Sir, may tiger tattoo ka sa kaliwang braso mo."

"Ito ay isang tigress tattoo," ipinaliwanag Mobius. Ang maayos na tumingin sa tattoo para sa ilang oras at remarked, "Sir, hindi ko alam kung ito ay banal na providence, ngunit ang tattoo ay may isang mas malalim na kahulugan. Ang tigress na ito ay walang iba kundi ang iyong kapareha sa buhay, ibig sabihin, ang iyong asawa," sabi niya sabay turo kay Junali.

Nakarating ang tatlo sa kanilang Hotel ng 11:30 am. Sabi ni Junali, "Mobsy, tutulungan kita since kailangan mo agad umalis papuntang Bagdogra."

"Salamat po, Junali. Malaking tulong 'yan," sagot ng isang nagpapasalamat na Mobius.

Dumating na ang taxi ni Mobius at naghihintay sa veranda ng Hotel. Nagmamadali itong nagpaalam kay Mobius.

"Manisha, alagaan mo ang iyong Aunty," sabi ni Mobius kay Manisha.

"Sige Baagh Bhai. Wishing you a safe journey," sagot ni Manisha na medyo mukhang crestfallen. "Nagkaroon kami ng mga magagandang panahon na magkasama."

Niyakap ni Mobius si Manisha at nakipagkamay kay Junali. Sa isang wink sa kanyang mga mata, Mobius whispered, "Salamat para sa Biology lessons Junali."

Bago siya sumakay sa taxi dala ang kanyang mga bagahe, si Manisha, mula sa likod, ay nagsabi nang walang kapintasan, "Sa palagay ko dapat magkasamang mag aral ng Biology sina Baagh Bhai at Aunty dahil pareho kayong mahilig sa paksa." Ito ay nagkaroon Junali at Mobius sa splits.

"See you both soon," ang mga salitang paalam ni Mobius.

Ang Lahi, Pag aresto at Pagsagip (2018)

Alam ni Mobius na likas na may mali sa isang bagay. Umaga pa lang ay nagpunta na siya sa Majestic Hotel para makilala sina Manisha at Junali, dalawang araw bago ang 25 kilometrong karera ng Tata Steel Kolkata 25K na inorganisa ng Procam. Mamaya sa araw, ipinaalam ni Junali kay Mobius sa 3:30 pm sa telepono na ang dalawang babaeng naka mufti at isang pulis na naka uniporme ay dumating sa isang jeep ng pulisya at kinuha si Manisha para sa pagtatanong sa All-Women Police Station sa Artillery Road sa Barrackpore. Agad na napagtanto ni Mobius na ang kanyang pinakamasamang bangungot ay naging totoo.

Dinala nila si Manisha sa isang all women police station para sapilitang umamin. Hindi ito lehitimong pag aresto. Kinopya ni Mobius ang video na kuha ni Junali gamit ang kanyang mobile ng dalawang babaeng nag escort kay Manisha sa jeep.

Sa kahilingan ni Junali, parehong nagpatuloy sa Kolkata Police Headquarters sa Lalbazar, na halos limang kilometro lamang ang layo mula sa kanilang kinatatayuan. Sa kanilang paraan sa Punong Himpilan ng Pulisya sa isang Ola Cab kasama ang Junali, tinawag ni Mobius sina Milind at Mandira, mga bisita ng Procam sa Kolkata, at gumagawa ng isang ramp show para sa isang kumpanya ng semento sa lungsod. Inutusan ni Mobius sina Milind at Mandira na sumugod sa pasukan ng Punong Himpilan ng Pulisya sa Lalbazar. Parehong dumating sa loob ng 30 minuto sa pasukan upang makita sina Mobius at Junali na naghihintay sa kanila.

Alam ni Junali ang lahat ng pormalidad at ginabayan sila sa pamamagitan ng check ng pulisya sa pasukan, kung saan kailangang sumuko ng mga mobile phone. Itinago ni Junali ang kanyang mobile phone sa loob ng kanyang bra, at nang mag-beep ang door frame metal detector, itinuro niya ang kanyang bakal na kuwintas sa leeg, at hindi na nag-probe pa ang babae.

Itinuro ni Junali ang puting gusali sa kanto, at pinangunahan niya ang trio sa ikatlong palapag ng Deputy Commissioner of Kolkata Police

(Women's Wing) Anita Thapa, isang IPS Officer mula sa Kalimpong at kaibigan ni Junali mula sa mga araw ng paaralan. Ipinakilala ni Junali sina Mobius, Milind at Mandira. Hindi nag aksaya ng oras si Mobius sa pagkuha sa mga tack ng tanso. Nakipag ugnayan ang DCP Anita sa All Women Police Station sa Barrackpore. Matapos ang isang pag uusap na tumagal ng limang minuto sa isang hushed tone, ibinaba ni DCP Anita ang telepono at sinabi, "Oo, si Manisha ay nasa kanilang pag iingat. Ang Home and Hill Affairs Department ay kasangkot. Kinukuha ko ang bagay na ito, ngunit maaaring tumagal ito ng halos kalahating oras. Samantala, iminumungkahi ko sa inyong apat na sumugod sa All-Women Police Station sa Barrackpore."

Istasyon ng Pulisya ng Lahat ng Babae, Barrackpore, Kolkata (5 pm ika 14 ng Disyembre)

Takot na takot si Manisha. Madilim ang silid, na may nag iisa at malabong bombilya na nakasabit sa mahabang wire mula sa gitna ng bubong. May malaking bangko na may malaking bloke ng yelo, at napilitang humiga si Manisha na nakaharap sa ice slab na naka bra at panty lang. Isang babaeng konstable sa magkabilang panig ang matibay na nakahawak sa mga bisig ni Manisha, at hinila ang mga ito mula sa magkabilang panig. Isang babaeng opisyal (Sub Inspector ng Kolkata Police) na may dalawang bituin sa kanyang balikat ay nag ugoy ng isang cycle tube sa hangin, marahil ay puno ng buhangin, naisip ni Manisha. Tama ang kanyang palagay, at humirit siya sa sakit habang dumadaan ang cycle tube sa kanyang ulo at konektado sa kanyang lower back.

Ilang segundo pa bago siya tinamaan ng sakit. Parang sinaksak ng alakdan, na naranasan niya noong sampung taong gulang pa siya.

Pagkatapos, ang pangalawang lash ay naganap sa itaas na likod, at ang isang ikatlong sumunod na malapit sa leeg. Isang nagdadalamhating sigaw ang lumabas sa mga labi ni Manisha. Sunog ang likod niya. Kitang kita niya ang dugo sa cycle tube habang umiikot ito sa ere at pinagmamasdan ang malisyosong pagngiti sa two star woman officer. Siya ay mabigat na binuo na may isang nakahalang tiyan. Iginulong ng opisyal ang kanyang mahabang manggas sa kanyang itaas na mga braso, na nagbubunyag ng isang mahusay na binuo na pares ng biceps. May bahagyang buhok sa itaas na labi ang opisyal, na binibigyang diin ang pagkalalaki ng kanyang uncouth temperament. Ang kanyang tucked in shirt ay naging maluwag at nakalantad ang isang pindutan ng tiyan baluktot na may isang malalim na peklat sa kanyang tiyan, marahil stemming mula sa isang slipped scalpel habang pagputol ng umbilical cord sa kapanganakan. Ang demonyo sa sanggol ay marahil ipinanganak na may pagputol ng umbilical cord, envisaged Manisha.

Habang dumarami ang mga pilikmata, naiiba ni Manisha ang salitang 'namok' (asin) sa Bengali mula sa babaeng 'rakosh' (masama). Magwiwisik sila ng asin sa duguang likod nito. Isang pang apat na babae ang lumabas mula sa kadiliman na may isang plastic packet ng asin, na kung saan ang 'rakosh' na babae ay nagsimulang kumalat sa kanyang likod. Napa arko si Manisha sa sakit ng kanyang likod, halos lumaya ang pagkakahawak ng konstable na nakahawak sa kanang braso nito. Nagtagumpay lamang ito sa pagngangalit pa lalo ng konstable, at inilabas niya ang kanyang galit sa pamamagitan ng malupit na pagpipit sa kanang braso ni Manisha sa likod nito gamit ang isang braso at hawak ang leeg ni Manisha pababa sa ice slab gamit ang kabilang braso. Samantala, bumaba na sa lupa ang konstable na hawak ang kaliwang braso nito, mahigpit na hinawakan ang kaliwang pulso ni Manisha gamit ang dalawang kamay at inilagay ang boot ng isang binti sa pisngi ni Manisha.

Sa sulok ng kanyang mga mata, napagmasdan ni Manisha ang laway na dumadaloy mula sa isang sulok ng 'rakosh' na mabuhok na labi ng dalawang bituin na babae. Ang yelo sa ibaba ay nagyelo sa kanyang tiyan, at walang pakiramdam si Manisha sa kanyang tiyan. Gayunpaman, sa bawat lash sa kanyang likod, ang kanyang pubis hadhad exogenously laban sa yelo slab, paglikha ng isang kasiya siya sensation. Bumalik ang isip ni Manisha bilang isang labing anim na taong gulang na estudyante sa St. George's Higher Secondary School sa Pedong. Sa likod ng kanilang kapilya ay may isang enclosure na itinago ng tatlong palumpong. Kung ang dalawang tao ay nakahiga sa likod ng mga palumpong, hindi sila makikita ng sinumang dumadaan. Hinawakan ni Andrew si Manisha na nakapulupot ang dalawang braso sa baywang nito. Nasa ibabaw ni Manisha si Andrew na nakapulupot ang mga braso nito sa leeg. Si Andrew ang kaklase niya mula sa Pedong Village. Marunong siyang magbasa at magsulat nang mahusay sa Nepali, English at Hindi. Ibinaba ni Andrew ang kanyang mga kamay na ngayon ay nakasalalay sa mga hita ni Manisha. Lumagpas na siya sa limitasyon, naisip ni Manisha. Lumalaban na siya ngayon sa kamalayan habang iniimagine niya ang mga labi ni Andrew na nakadampi sa kanyang baba.

Sa bawat pagdagundong ng siklo-tubo na puno ng buhangin sa kanyang likod at puwit, isang malalim na pinahirapan na sigaw ang bumangon mula sa kanyang lalamunan, "Jai Hind, Jai Gorkha, Jai Hind, Jai Gorkha, Bharat Mata Ki Jai." (Mabuhay ang India, Mabuhay ang Gorkha, Mabuhay ang India, Mabuhay ang Gorkha, Mabuhay ang Inang India).

Ang 'rakosh' dalawang bituin na babae spewed kamandag sa isang rasping tono, "Die duguan Gorkha," at may isang pangwakas na heave, utilized ang kanyang kabuuang timbang ng katawan sa likod ng huling suntok sa mas mababang likod ni Manisha. Maya maya pa ay hinawakan siya ng tubo, nadulas si Manisha sa kawalan ng malay.

Ang Pagsagip mula sa Pag iingat ng Pulisya (6:30 pm ika 14 ng Disyembre)

Sa labas ng All Women Police Station sa Barrackpore, nakipagtalo si Mobius sa nag iisang babaeng Inspector.

"Madam, bukas ay ang 25 kilometrong takbo sa ganap na 7:00 am. Ibibigay ko ang balita sa mahigit sampung mamamahayag na sumasaklaw sa kaganapan. Gayundin, sa ramp show ngayon, parehong Milind at Mandira ay ibunyag ang mga nakakagulat na detalye ngayong gabi tungkol sa iligal na pag iingat sa iyong Police Station. Wala kang karapatang i hold ang isang babae sa pag iingat pagkatapos ng paglubog ng araw nang walang utos ng korte."

"Maaari naming i detain ang isang babae sa pag iingat para sa hanggang sa 24 oras sa hinala nang walang anumang utos ng hukuman," sumagot ang Inspector curtly. Dagdag pa rito, ang babaeng tatanungin ay kinuha sa kustodiya bago lumubog ang araw, hindi pagkatapos.

Pinigilan ni Mobius ang kanyang mukha na dalawang pulgada mula sa Inspector at sumigaw sa Bengali, "*Tumi besyara meye. Tumi jahanna mapurabeye khane tomara mukha gobare dhakat hakbe.*" (Uncouth babae. Magsusunog ka sa impiyerno na ang iyong mukha ay natabunan ng dumi ng baka).

Hinawakan nina Mandira at Junali si Mobius at hinila pabalik sa ligtas mula sa Inspector, na walang buhay sa galit at malapit nang hampasin si Mobius gamit ang baton na mahigpit na nakahawak sa kanang kamay nito. Samantala, kinontak ni Milind ang asawa ng Deputy Inspector

General of Police (DIG) ng West Bengal Police, na isang malaking tagahanga ng Milind.

"Si Madhumita ba sa linya " tanong ni Milind.

"Oo, ako 'yan. Hi Milind, nai save ko na ang number mo. Anong kasiya siyang sorpresa. Nasa Kolkata ka ba " sagot ni Madhumita.

"Oo, Madhu," sagot ni Milind. "Ako ay nasa isang jam. Ang inyong mga pulis ay pinahihirapan ang aming kaibigan sa Barrackpore All Women Police Station nang ilegal nang walang utos ng korte. Pasado na ang paglubog ng araw ngayon."

"Milind dear, kapit lang. Ibinibigay ko ang telepono sa asawa ko."

"Sir, ako si Milind Dandekar na nagsasalita. Kailangan ko po ang inyong agarang tulong sa pagsagip sa aming kaibigang si Manisha Rai mula sa pagpapahirap sa Barrackpore All Women Police Station. Walang court order, at past sundown na ngayon. Mangyaring tulungan," estado Milind sa telepono sa DIG.

"Manisha Rai, ang Gorkha lady at rabble-rouser," payo ng DIG.

Kinontra ni Milind, pinukaw ang ire ng DIG. "Sir, kung ano man ang nangyari, pwede nating pag usapan. May meeting ako sa Press sa loob ng kalahating oras sa isang fashion show na isinasagawa ko. Ang bagay na ito ay aabot sa mga pahina ng lahat ng inyong kilalang pahayagan bukas ng umaga—ilegal na pagpigil, maling pagkakakulong, nang walang utos ng korte. Kung nasaktan si Manisha, gugulong ang ulo."

"Nagbabanta ka ba sa DIG ng West Bengal Police Pwede ko na itong itago para dito, Mr. Milind Dandekar," pasaway na sabi ng DIG.

Milind counters, "Respetado Sir, palayain agad si Manisha Rai sa illegal detention, o ang bagay ay napupunta sa mga mamamahayag."

"Mahal kong Milind, wala akong hurisdiksyon sa Kolkata Police," sagot ng DIG, biglang naging magalang.

Milind, nang walang pag aatubili, cut in, "Sir, ako ay nagbibigay sa iyo ng dalawang minuto, pagkatapos na ako ay paggawa ng isang tawag sa Indrajeet Babu, ang Chief Editor ng Ananda Patrika, isang personal na kaibigan ng akin. Gayundin, ang kilalang corporate marathon runner na si Mobius Mukherjee ay tumatakbo sa 25 kilometrong karera sa araw pagkatapos ng bukas sa 7:00 am at gaganapin ang isang press conference sa lugar ng karera. May video kami ng dalawang babaeng naka mufti na kumukuha kay Manisha sa Police Jeep. Ito ay isang tahasang paglabag sa anumang police code sa bansa. Para sa isang babae na makuha sa kustodiya, kailangan mo ng mga naka uniformeng pulis na kababaihan, hindi mga kababaihan hoodlums. Huwag mong sabihing hindi ko kayo binalaan DIG Sir. Ako ay paghahatid sa telepono sa Mr Mobius Mukherjee, na mas mahusay na apprise sa iyo tungkol sa mga legalities. "

Bulong ni Mobius kay Milind, "Stupid, West Bengal Police at Kolkata Police ay magkaibang entity. Ang parehong Director General ng Pulisya ng West Bengal Police at ang Komisyoner ng Pulisya ng Kolkata Police ay nag uulat sa State Home Ministry. Sa utak mo, paano ka naging School Captain sa The Doon School "

Ang isang nakikitang nahihiya na Milind, na hawak ang mobile cupped sa parehong mga kamay, ay nagsabi, "Okay, Einstein, sinusubukan kong tumulong. Ngayon, wala nang babalikan. Que sera, sera. Kung ano ang magiging, magiging." Milind kamay sa telepono sa Mobius.

"Let's screw him anyway," sagot Mobius pakikipag usap sa Milind ang layo mula sa mobile phone. "By the way, yung kanta na kinanta mo lang ay by Doris Day. Pustahan hindi mo alam iyon."

Nagsimulang magsalita si Mobius sa DIG sa telepono. "Respeto Sir, pansinin mo, kahit wala kang hurisdiksyon sa bagay na ito. Maliban sa pambihirang kalagayan, walang babae ang dapat arestuhin pagkatapos ng paglubog ng araw, at bago sumikat ang araw, at kung saan umiiral ang gayong pambihirang kalagayan, ang babaeng opisyal ng pulisya ay dapat, sa pamamagitan ng paggawa ng isang nakasulat na ulat, ay kukuha ng paunang pahintulot ng Mahistrado ng Hudikatura ng Unang Klase na nasa loob ng lokal na hurisdiksyon ang pagkakasala o ang pag aresto ay gagawin. Sa masusing perusal ng nabanggit na probisyon ng Section 60A, masagana ang malinaw na si Manisha ay dinala sa kustodiya, kung saan walang Woman Police Officer na gumawa ng written report upang makuha ang paunang pahintulot ng Judicial Magistrate, First Class."

"Mahusay na ipakita Mobsy," bulong Milind sa kanyang tainga, "Sa tingin ko ang DIG ay shit takot."

"Hindi ito nagsisilbi sa layunin," sagot ni Mobius nang walang malasakit kay Milind matapos lumipat off ang telepono.

Biglang nag chime ng tune ang mobile phone sa bulsa ng Inspector mula sa isang Bengali film. Kinuha niya ang phone mula sa bulsa niya at inilagay sa tenga niya. Pinagmasdan nina Mobius, Milind, Mandy, at

Junali ang mga mata ng Inspector na nagyeyelo sa takot. Tumalikod siya at sumugod na bumalik sa loob, at ikinulong ang pintuan sa harap mula sa loob nang pumasok siya. Nakita ni Milind ang isang bakanteng taxi na dumadaan sa harap ng Police Station at pinatigil ito.

"DCP Anita dapat sa trabaho, Mobsy," uttered Milind. "Kumuha ng hold ng isa pang taxi. Lahat tayo hindi magkakasya sa isa. Ikaw, si Mobsy ang titira kay Manisha sa back seat. Maaaring nasugatan siya. Hayaan mo siyang mag stretch ng katawan sa backseat habang ang ulo ay nasa iyong kandungan. Si Mandy ang uupo sa harap. Susunod kami ni Junali sa pangalawang taxi. Lahat kami ay pupunta sa Hotel na booked ng Procam para sa amin ni Mandy. Pagkatapos ay magplano tayo ng ating diskarte."

Makalipas ang sampung minuto, bumukas ang front door ng All Women Police Station. Si Inspector ang unang lumabas. Sa likod, sumunod ang dalawang konstable, bawat isa ay sumusuporta kay Manisha sa kanyang balikat. Namula at nagtaksil ang mga mata ni Manisha. Hawak ng isang Sub Inspector ang pinahihirapang katawan ni Manisha mula sa likuran. Nagmadaling pumasok si Mobius at inalis ang pakete ng asin at duguang cycle tube na puno ng buhangin. Sinimulan din ni Mobius ang pagkuha ng litrato ng bloke ng yelo sa bench nang maramdaman niya ang biglang pagsampal sa kanyang ulo. Si Mandira iyon. Hinawakan ni Mandira si Mobius sa collar at inilabas ito sa detention room.

"Imbecile, ano ba naman ang akala mo sa ginagawa mo Gusto mo bang maging second in line sa ice slab o ano Hintayin mo na lang na marinig ito ni Sumi. Makakakuha ka ng dalawang sipa sa iyong bum mula sa kanya," sigaw ni Mandira kay Mobius.

Sa labas, tumayo si Milind, at nagbigay ng mga tagubilin. "Mobsy, mabilis sumakay sa unang taxi kasama sina Mandy at Manisha. Ikaw, Junali, sumama ka sa akin sa pangalawang taxi. Aalis na kami papuntang Hotel namin. Tara na nga."

"Ikaw at si Mobius ay parang Mesiyas mula sa langit," sabi ni Junali na naluluha sa loob ng taxi. "Nakita mo ang kalagayan ni Manisha. Tinalo nila ang kanyang itim at asul na may isang cycle tube na puno ng buhangin. "

"Aayusin namin ang mga dumi na ito," tahimik na sabi ni Milind na may isang bakal na resolusyon, inilalagay ang kanyang braso sa balikat ni Junali upang aliwin ito.

Nasa likod ng taxi si Manisha, nakahiga at nakapatong ang ulo sa kandungan ni Mobius. "Salamat Baagh Bhai at Mandira Didi. Dumating kayo sa nick of time. Patay na ako kung hindi."

"Huwag kang mag alala, Manisha, magiging okay ka. Kailangan namin na ipasuri ka sa doktor," sagot ni Mobius.

"Pero Baagh Bhai, nagsisikap ako para sa Procam Slam. Dalawang lahi lang ang natira sa akin tulad mo, Baagh Bhai. Dalawampu't limang kilometro ang araw pagkatapos ng bukas at ang buong marathon sa Enero sa Mumbai sa 2019, "remarked Manisha.

Si Mandira, nakaupo sa harap ng taxi, ay ibinaling ang ulo. "Baliw ka ba, Manisha Kasi, napagdaanan mo na? Hindi ka dapat gumawa ng anumang paglalakad para sa susunod na ilang araw, pabayaan lamang ang pagtakbo ng 25 kilometro sa araw pagkatapos ng bukas. "

"Please, Mandira Didi, promise mabagal akong tumakbo. Kailangan kong makumpleto ang Procam Slam bago sumapit ang Enero para maging karapat dapat sa award."

"Manisha, ikaw at ang iyong Baagh Bhai ay dalawang baliw na coots. Mabuti na lang at hindi ako asawa ni Baagh Bhai; Kung hindi, makakatanggap sana siya ng 365 kicks sa kanyang bum taun taon."

Manisha (nakangiti) quipped, hawak ang kamay ni Mobius, "Sa tingin ko Mandira Didi, gusto mo Baagh Bhai napakalaki. Wooh!"

"Pagkatapos ng pangyayaring ito, ingat ka na lang, Manisha. Kahit na ikaw ang Pangulo ng Gorkha National Unity Front (GNUF) at kinuha ang mga reins mula sa War Veteran Lachhiman Gurung, na ang pagkamatay sa 2013 ay isang malaking dagok sa Gorkhaland Movement, kasalukuyan kang kulang sa suporta mula sa anumang kilalang sentral na partido. Ang daan sa unahan ay magiging lubhang matigas. Dagdag pa, ang iyong grupo ng mga runners mula sa Darjeeling at Kalimpong bahagya ay nagsisilbi bilang isang halimbawa ng isang malakas na base ng suporta. "

"Mayroon akong pampulitikang suporta mula sa komunidad ng Gorkha sa pamamagitan ng GNUF at ang aking Running Foundation," matapang na sagot ni Manisha na lumalaban sa likod ng luha sa kanyang mga mata.

"Ang iyong hinalinhan, ang Digmaan Beterano Lachhiman Gurung, ay lubos na iginagalang sa loob ng komunidad ng Gorkha. Sa kasamaang palad, matapos ang kanyang pagpanaw sa 2013, ang naghaharing Pamahalaang Sentral ay malamang na hindi seryosohin ang iyong partido. Mangyaring tandaan din na kung ang iyong tumatakbo pundasyon ay nagsisimula pagtataguyod ng isang bagong statehood kilusan, maaari mong end up sa likod ng mga bar. Ang insidente ngayon ay isang preview lamang ng kung ano ang maaaring mangyari. Tinangka ng West Bengal Government na takutin ka sa pamamagitan ng Kolkata Police. Kung may katulad na sitwasyon sa Kalimpong, maiimagine mo ang problemang haharapin mo. Since aalis na kaming lahat pagkatapos ng race the day after tomorrow, hindi na ako umaasa ng karagdagang gulo agad," sagot ni Mandira.

Ang Pagsusuri ng Doktor

Pagdating sa Great Eastern Hotel, na matatagpuan malapit sa starting point ng 25 kilometrong karera, sumailalim si Manisha sa masusing pagsusuri ng isang doktor na agad na ginamot ang kanyang mga laceration. Ito ay hinggil sa pamumula ng ihi ni Manisha, na nagpapahiwatig ng posibleng pagkasira ng bato. Gayunpaman, pagkatapos ng dalawang oras ng komprehensibong mga pagsusuri, ang Doctor panatag lahat, na nagsasabi, "Manisha bato ay ligtas, bagaman bruised. Sinuri ko ang mga boksingero sa nakaraan pagkatapos ng kanilang mga tugma, kung saan ang mga isyu sa bato ay nagresulta mula sa mabahong suntok. Ako ay magreseta ng ilang mga gamot para sa Manisha upang makatulong sa kanyang paggaling sa susunod na dalawang linggo. Dagdag pa, ang mga marka ng pinsala sa katawan ni Manisha ay nagpapahiwatig na maaaring nakaranas siya ng ilang uri ng pagpapahirap. Maaari akong magbigay ng isang medikal na sertipiko upang idokumento ang mga natuklasan na ito. "

"Maraming salamat po, Doktor. Ang sertipiko ay magiging kapaki pakinabang. Pinahahalagahan namin ang inyong tulong," nagpasalamat si Mobius sa piling nina Milind, Mandira, at Junali.

Ang 25K Race at Press Meeting (ika 16 ng Disyembre)

Sa kabila ng pagsisikap ng lahat at laban sa payo ni Doctor, matibay si Manisha at nagpasyang sumali sa 25K sa Tata Steel Kolkata 25K. Nagkaroon lang siya ng araw para makabawi sa brutal na pambubugbog ng mga pulis. Nagsimula at nagtapos ang karera sa Red Road malapit sa High Court at dumaan sa isang paikot ngunit kung hindi man ay patag na ruta sa pamamagitan ng Strand Road, Park Street, Ashutosh Choudhary Avenue, S P Mukherjee Road, National Library, Hastings Junction, Victoria Memorial at Casuarina Road.

Kasama ni Manisha ang kanyang Tita Junali, na, siya mismo ay isang mabigat na runner sa 51 hanggang 55 na grupo ng edad, ay nagpasya na huwag subukan para sa isang podium finish at tumakbo kasama si Manisha. Sa kabilang banda, nauna si Mandira sa 45 hanggang 50 na grupo ng edad para sa mga kababaihan. Si Mobius Mukherjee ay nakakuha ng podium finish sa unang lugar para sa mga kalalakihan sa parehong grupo ng edad. Ito ay isang double whammy para sa Doscos (alumni ng The Doon School, Dehradun) at Welhamites (alumni ng Welham Girls' School, Dehradun).

Kaagad pagkatapos ng karera, tumawag si Mobius para sa isang Press Conference sa Press Club, isang bato ng bato ang layo mula sa Finish Line. Anim sa sampung mamamahayag na nag cover sa running event ay nasa Press Club mula sa limang publications. Pinayuhan ni Mobius si Milind na huwag dumalo sa Press Conference dahil special guest siya ng Procam para sa running event. Pinayuhan din niya si Junali na mag desist sa aktibong pagsali sa interview sa Press Meet. Si Mobius ay nakaupo sa pagitan nina Mandira Bhatia at Manisha Rai. Si Mobius ay nagpunta sa mahusay na haba upang ipaliwanag ang iligal na pagpigil ng Kolkata Police at ipinakita ang cycle tube at packet ng asin na ginamit sa pagpapahirap kay Manisha Rai.

Maraming kuha ang mga photographer ng Press, at ipinakita rin ni Mobius sa kanila ang video na kuha ng mobile phone ni Junali ng mga plain clothes na babaeng pulis na nagdadala kay Manisha sa Police Jeep. Sa paggigiit ng isang crime reporter mula kay Anand Bazar Patrika, itinaas ni Manisha ang kanyang running vest sa kanyang likod upang ilantad ang kanyang bandaged back. Noong nakaraang gabi, sa harap ng hotel doctor, kinunan ni Mobius ng litrato ang duguang likod ni Manisha gamit ang kanyang mobile phone. Ibinahagi niya ang mga larawan sa mga mamamahayag na naroroon. Si Junali, bilang kritikal na saksi, ay nagbigay sa mga mamamahayag ng registration number ng Police Jeep. Ibinahagi ni Mobius ang medical certificate ng Doktor sa mga mamamahayag.

Si Mobius ay nagkaroon ng detalyadong talakayan kasama sina Milind, Mandira, at Junali noong nakaraang gabi. Nagkaisa silang lahat na magpasya na ang Press Conference ay magaganap pagkatapos ng karera.

Maglalatag sila sa kani-kanilang destinasyon – sina Manisha at Junali sa Pedong, Milind at Mandira sa Bhopal, at Mobius sa Satna sa araw ding iyon. Dahil dito, kapag ang balita ay ipapalabas sa unang pahina ng bawat pangunahing pahayagan sa Kolkata kinabukasan, lumipat na sana sila ng lungsod.

Ipinakita rin ni Mobius ang mga duguang undergarments ni Manisha sa Howrah Railway Station at nagsalita sa Bengali sa loob ng dalawampung minuto bago sumakay sa tren sa hapon. Pinaboran ni Fortune ang matapang, at si Mobius ay nainterbyu sa istasyon ng tren ng reporter mula sa The Times of India, na pabalik sa Mumbai matapos makilala ang kanyang mga kamag anak sa Kolkata.

Kapag pumasok ka sa Howrah Railway Station, sa kaliwa ay isang libreng lugar ng espasyo. Ang sinumang may punto ng view ay maaaring magsalita sa lugar, at ang mga pasahero na dumadaan ay titigil at makikinig, depende sa kanilang interes at pag alis ng kanilang tren sa 23 platform maginhawang nakaposisyon sa tabi ng bawat isa. Walang hagdanan na aakyat, kaya mas maraming libreng oras. Sa pagtatapos ng 20 minuto, hiniling ng pulis sa kanya na itigil ang kanyang pagsasalita dahil maraming mga pasahero ang tumigil upang makinig sa nag aapoy na tirade ni Mobius laban sa Kolkata Police, na nakaharang sa iba pang mga pasahero. Ang mga tauhan ng pulisya sa istasyon ng tren ay hindi alam ang kalupitan na ipinataw kay Manisha ng kanilang mga kapatid mula sa Kolkata Police, at ang ilan sa kanila ay nakinig nang may pag-aalinlangan habang si Mobius ay nag-iingat gamit ang kanyang mga bisig, ginagaya ang pagpatay ng babaeng pulis sa kordero gamit ang cycle-tube. Isang nakikiramay na babaeng konstable ang nagpayo kay Mobius na maghain ng FIR laban sa Barrackpore All Women Police sa Police Headquarters sa Kolkata.

Pulong sa Opisina ng Komisyoner ng Pulisya (ika 17 ng Disyembre)

Alas 10:30 ng umaga, isang araw matapos ang Tata Steel Kolkata 25K, at isang mahalagang pulong ang isinasagawa sa Police Commissioner's Office. Ang talahanayan sa harap ng Komisyoner ay may ilang mga pahayagan ng araw sa Bengali at Ingles. May mga Deputy Commissioner ng Kolkata Police Anita Thapa, ang Lady Officer-In-Charge ng Barrackpore All-Women Police-Station Neelam Sengupta, isang Sub-

Inspector, at tatlong konstable mula sa parehong istasyon ng pulisya. Mahigpit na nagbigay ng instructions ang PC na huwag siyang guguluhin. Una niyang ipinakita ang kanyang ire kay DCP Anita.

"Maaari mo bang ipaliwanag kung paano pumasok sa Police Headquarters sa unang lugar ang celebrity na si Milind Dandekar, ang kanyang asawa na si Mandira, Corporate Guy, Mobius Mukherjee, at Junali Rai sa Punong Himpilan ng Pulisya sa unang lugar upang matugunan ka?"

Ang isang nakikitang inis DCP Anita Thapa, ay tumayo mula sa kanyang upuan at sumagot, "Sir, kumuha muna tayo ng ilang mga katotohanan sa tamang pananaw. Numero uno, dumating sila sa pamamagitan ng tamang channel, gamit ang pangunahing pampublikong pasukan, at ang kanilang mga detalye ng card ng Aadhar ay napansin pababa sa panloob na rehistro. Ang kanilang mga larawan ay kinunan sa pasukan sa pamamagitan ng webcam bago issuing sa kanila ang gate pass. Pangalawa, nakilala nila ako sa aking opisyal na kapasidad ng DCP, na namamahala sa lahat ng mga istasyon ng pulisya ng kababaihan sa lungsod. Pangatlo, hindi ako itinago sa loop tungkol sa labag sa batas na pagpigil kay Manisha Rai sa Barrackpore All Women Police Station. Ang anumang pag-aresto kung saan dadalhin ang detainee sa anumang All-Women Police Station sa Kolkata ay nangangailangan ng pahintulot ko, na hindi tinanggap ng isang tao. Si Tita Junali Rai ni Manisha, lumapit sa akin para mag file ng missing person's report ni Manisha Rai, pamangkin niya. Ang tatlong taong kasama niya ay ang kanyang mga kaibigan. Itinuro ng kanyang kaibigan na si Mobius Mukherjee na si Manisha Rai ay nasa kustodiya ng mga pulis sa Barrackpore All Women Police Station. Nakiusap siya sa akin na iligtas si Manisha sa iligal na detensyon. Nakiusap siya sa akin na tawagan ang concerned police station, na ginawa ko. Nagsalita ang Opisyal na May Charge tungkol sa isang opisyal na tawag sa telepono mula sa Home and Hill Affairs Department upang gawin ang mga mischief (na kumikislap sa Inspector), at huli, si Mandira ay hindi kasal kay Milind. "

Pagkatapos, pagkatapos ng isang pause, DCP Anita nagpatuloy, "Bilang isang tagapagpatupad ng batas opisyal ng ranggo ng DCP sa Kolkata Police, hang ko ang aking ulo sa kahihiyan sa insidente, na naganap dalawang araw pabalik. Huling ngunit hindi bababa sa, ang mga pagsisiwalat ng press sa harap ng pahina ay partikular at isang malaking slur sa Kolkata Police. Si Inspector Neelam Sengupta, nakaupo dito sa silid na ito ngayon, ay nagsasaad ng kanyang mga katotohanan kung kaninong interbensyon siya kumilos. "

Ang Police Commissioner, sa nakalipas na dalawang taon sa kanyang pang araw araw na 10:30 am na mga pulong sa DCP, ay hindi kailanman nakita ang kanyang galit na galit. Pinaupo niya ito at tinawag ang lahat mula sa Barrackpore Police Station, maliban sa Inspector, na lumabas ng silid. Ngayon ay itinuturo ang kanyang daliri sa Inspector Neelam, ang Komisyoner ng Pulisya ay nagsabi nang walang mga termino, "Mangyaring sabihin ang iyong kaso na sumusunod sa Kolkata Police Manual."

"Pwede ba akong makipag usap sa inyo nang pribado, Sir " pakiusap ng Inspector.

"Hindi, maaaring hindi mo. Kung pipiliin ninyong manahimik, suspindihin ko kayo kaagad sa imbestigasyon na pinamumunuan ni DCP Anita. Kaya makakatulong kung ibuka mo ang bibig mo," sagot ni Commissioner tersely.

"Sir, nakatanggap ako ng tawag mula kay Bablu Da mula sa The Chief Secretary's Office sa Home and Hill Affairs Department na kumuha ng Jeep ng pulisya at dalhin si Manisha Rai sa Station, pahirapan siya, at kunin ang isang pag amin mula sa kanya na siya ay gumawa ng mga nagpapaalab na pahayag tungkol sa West Bengal Government sa panahon ng Procam Expo."

"Ipinasok mo ba ang pangalan niya sa crime register mo "

"Hindi po, Sir."

"Bakit naman hindi "

"Sir, opisyal po ng Home Ministry ang nagsasalita."

"Paano mo nalaman na hindi ito pagpapanggap "

"Sir, confident na nagsalita ang tao, at paano magkakaroon ng mobile number ko ang isang impersonator "

Bumaling ang Commissioner kay DCP Anita at nagsalita, "DCP Anita, may dalawang constables ka sa Race Expo for the three days before race day. Nasaksihan ba nila si Manisha na nagbigay ng anumang mensahe tungkol sa isyu ng Gorkhaland "

"Wala sa lahat, Sir. Si Manisha ay isang keynote speaker sa huling araw ng Expo. Nagsalita lang siya sa running aspects ng Run Manisha Run

Foundation niya. Walang banggitin ang isyu ng Gorkhaland," sagot DCP Anita.

Napagtanto ng Police Commissioner ang malaking blunder na ginawa ng Home and Hill Affairs Department. (Ang Home Department ng Pamahalaan ng Bengal ay pinasimulan noong 1843. Ang departamento ay pinasigla ang Home and Hill Affairs Department noong 2016). Kailangan niyang kausapin si DCP Anita mag isa.

"Okay, Inspector Neelam, baka umalis ka na. Magkikita tayo mamaya," sabi niya, na nag utos sa DCP Anita na manatili sa likod.

Nang sila ay nag iisa, nagsalita ang Komisyoner, "Tingnan mo, DCP Anita, alam kong damay ka sa Gorkhaland, na ikaw mismo ay isang Gorkha. Pero ang pagiging dedicated sa propesyon mo ang una mong priority."

"Sige po, Sir. Lagi kong itataguyod ang batas kung saan ang katarungan sa lahat ang aking pangunahing pinagkakaabalahan," sagot ng tiwala ni DCP Anita.

"Okay DCP Anita, nakuha kita. Napagdaanan namin ang ilang mahihirap na panahon na magkasama. Minsan mo akong iniligtas sa kilusang Maoista nang payuhan mo akong huwag mahulog sa patibong. Patay na sana tayong lahat kung tumawid ako sa trail para maabot ang bangkay. Yung mga bastos na yan ay booby trapped ang katawan. Tinahi ang mga pampasabog sa loob ng bangkay."

Agad namang nagtama ang Komisyoner. "Sorry sa expletive, DCP Anita."

"Okay lang po, Sir. Naiintindihan ko naman. Nag iisa akong gumawa ng ilang discreet inquiries. Si Bablu Da, Deputy Secretary, ay inutusan ni Probodh Da, Chief Secretary, isang malapit na confederate ng ating CM, na turuan ng leksyon si Manisha. Kaya naman pareho kaming nalampasan ni Bablu Da at direktang kinausap si Inspector Neelam Sengupta ng Barrackpore All-Women Police Station."

Kumunot ang noo ng Commissioner habang nagsasalita, "DCP Anita kung aaksyunan ko ang Inspector, ibig sabihin nito ay direktang insulto sa Home Department. Sa kabilang banda, ang hindi pagkuha ng aksyon ay nangangahulugan ng pag akit sa ire ng Press. Ipinakita pa ng rascal Mobius na iyon ang cycle tube at packet ng asin sa Press. Not to mention na display ang duguang undergarments ng biktima sa Howrah

Station sa ilalim lang ng ilong ng Railway Police. Dagdag pa rito, nakatanggap ako ng tawag kahapon mula sa DIG West Bengal Police Deepak Ghoshal tungkol sa pagbabanta sa kanya nina Milind at Mobius hinggil sa pagpigil kay Manisha. Tila hindi alam ni Milind ang hiwalay na hurisdiksyon ng West Bengal Police at ng Kolkata Police. Gayunpaman, ang karakter na ito ng Mobius ay tila isang matalino. May palihim akong pakiramdam na hindi ito ang huling narinig natin tungkol sa kanya. Ang taong ito, si Mobius, ay magiging kapaki pakinabang para sa ating Kagawaran ng Pulisya, "chuckled the Commissioner, and DCP Anita joined in.

Nagsalita ang DCP Anita, "Sir, dapat suspendihin mo si Inspector Neelam habang nakabinbin ang inquiry. Ilagay mo ako sa bahala sa imbestigasyon. I fudge ang logbook, gawin ang lahat ng mga entry, at gawing mukhang routine questioning ang insidente, na naging out of hand dahil sa kapabayaan ng Inspector. Dapat na suspendihin si Inspector Neelam at ang Sub Inspector mula nang sabihin ni Manisha sa Press ang tungkol sa pambubugbog na ginagawa ng Sub Inspector na may cycle tube. Magsusumite ako ng inquiry report sa inyo sa loob ng tatlong araw. Tinatanggap mo ang ulat at inutusan akong humingi ng paumanhin sa Press para sa pag aalsa ni Inspector Neelam. Ang Inspector at Sub-Inspector ay pinapawalang bisa ang kanilang suspensyon pagkatapos ng Press Meeting at bumaba lamang na may babalang iginagawad. Ang lahat ay nakumpleto sa loob ng isang span ng 4 5 araw. "

"Ang galing, DCP Anita. Alam kong maaasahan kita. Sige na lang po. Isa pa, DCP Anita. Panatilihin itong kumpidensyal. Sa kabila ng pagiging isang Bengali, nakikiramay ako sa pagbuo ng Gorkhaland, tulad mo. Kung maaari kang magkaroon ng Uttarakhand at Jharkhand, walang dahilan upang hindi magkaroon ng Gorkhaland bilang isang hiwalay na estado. Ang Uttarakhand ay binubuo rin ng mga taong burol, hindi tulad ng mga Gorkha na lumipat mula sa Nepal."

Nagsalita ang DCP Anita, "Sir, ang Gorkhas, bukod sa British Army, ay na recruit ng Indian Army, humigit kumulang 100,000 sa kanila sa 44 batalyon, plus 25 batalyon ng Assam Rifles, bilang bahagi ng tripartite agreement na nilagdaan sa panahon ng kalayaan ng India. Ito ay karagdagang dokumentado sa isang listahan ng mga Gorkha regiments na naglilingkod sa ilalim ng Indian Army. "

"Marami ka nang nagawa na pananaliksik sa iyong komunidad, DCP Anita," sagot ng Komisyoner.

"Kailangan po, Sir. Tayo, bilang Gorkhas, ay kailangang suportahan ang isa't isa. Ipinagmamalaki ko na ako ay isang Gorkha."

"At ipinagmamalaki ko na ikaw ang aking kasamahan," ngiti ng Komisyoner. "Gorkhas ay isang spunky lot. Hanga ako sa kanila."

"Salamat po Sir, sa mga mabait na salita," nakangiting sagot ni DCP Anita.

Pulong sa West Bengal Chief Minister's Office (ika 18 ng Disyembre)

Galit na galit ang Punong Ministro ng West Bengal. Siya ay nagsalita sa Legislative Assembly, ang Paschim Banga Vidhan Sabha matapos payagan ng Speaker ang kanyang oras upang magsalita. Ang Legislative Assembly ay matatagpuan sa BBD—Bagh area ng Kolkata. (Ang BBD ay para sa tatlong batang Indian Independence Activists - Benoy Basu, Badal Gupta, at Dinesh Gupta, na, noong ika-8 ng Disyembre 1930, ay pinaslang si Koronel N.S. Simpson, ang Inspector General ng mga Bilangguan).

"Gaano karami sa inyo ang interesado sa isang hiwalay na estado para sa Gorkhaland, mangyaring itaas ang iyong kamay." Wala ni isang kamay ang itinaas. "Kung gayon, bakit lahat ng hullabaloo na ito para sa Gorkhaland? May tao ba dito sa kwarto na may kaugnayan sa isang Gorkha Tumayo ka na lang."

Bulong ng security guard ng Gorkha na nakadestino malapit sa CM. "Nakatayo na ako Madam."

Lumingon ang CM sa security guard at bumulong, "Hindi kita sinadya. Relax ka na lang."

Patuloy ng CM, "Okay. Magkasundo tayo sa proceedings ng araw."

Pumasok ang CM sa kanyang kubo matapos ipagpaliban ang Parlamento sa araw na iyon. Ang Komisyoner ng Kolkata Police at ang DIG ng West Bengal Police ay nakaupo sa harap niya kasama ang Mayor at District Collector ng Kolkata. Medyo nakatalikod ang sekretarya niya at si Bablu Da.

Una, bulalas ng CM, "Commissioner of Police, sa utos mo dinukot ang isang Gorkha runner dalawang araw bago ang karera at pinahirapan siya sa Barrackpore All-Women Police Station?"

"Ilang bobong desisyon na kinuha ng SHO ng Barrackpore All Women Police Station. Sinuspinde ko ang kanyang pending inquiry sa ilalim ng Deputy Commissioner of Police na si Anita Thapa."

"Magandang ideya na magkaroon ng isang Gorkha Police Officer na namumuno sa pagtatanong. Ipinapakita nito na hindi tayo bias. Gayunpaman, isara ang kabanatang ito sa lalong madaling panahon. Wag ka ng malupit sa SHO. Kung siya ay nagsumamo ng kasalanan, ibalik siya sa isang babala. "

"Iyan ang plano, Madam CM."

Tinuro ng CM ang kamay niya sa DIG, "Paano ka kinausap ng mga clowns na yan sa telepono Paano nila nakuha ang number mo "

Sheepish ang sagot ng DIG, "Ang celebrity, si Milind, ang may number ng asawa ko. Sila ay nauugnay sa isang NGO na gumagawa ng mabuting gawain para sa mga nangangailangan sa Kolkata. "

"Okay lang naman. Pakiusap sa asawa mo na i block ang number niya."

"Nagawa na po Madam CM."

Tinanong niya ang grupo bago siya, "Maaari bang ipaliwanag ng sinuman kung paano ang isang Bengali corporate guy, isang Maharashtrian celebrity model, at ang kanyang Punjabi live in partner makakuha ng kaya kasangkot sa Gorkhaland kilusan "

"Madam CM," sagot ng DIG. "Lahat sila ay mga kaibigan sa paaralan, ngayon ay nakatira sa Madhya Pradesh. Ang ina ng Bengali ay isang Gorkha, at mayroon siyang malambot na sulok para sa kilusan, na tumutulong sa Gorkha babaeng runner na nakilala niya nang matagal pabalik noong siya ay isang bata. Ilang karera na ang kanilang pinagsamahan. Nagkaroon na sila ng ilang mga pampublikong pagpupulong, na naging maayos, nang walang anumang problema sa batas at kaayusan sa Darjeeling at iba pang mga lugar. "

Nagsalita ang isang nagagalit na CM, "Take your time, pero isang araw, siguraduhin mong arestuhin mo ang Bengali at ang Tita ng babaeng Gorkha. Pareho silang delikado para sa atin. Gawin ito nang maingat. Kung ang karamihan ng tao ay makakakuha ng out ng kontrol, gumamit ng puwersa. Gusto kong i quell ang Gorkhaland kilusan nang isang beses at para sa lahat. Nakulong ako ng mas malaki, mas makapangyarihang mga pulitiko ng Gorkha. Ang mga sibilyang ito ay isang grupo ng mga nobodies. Sila ay labis na matatakot; Ang kilusan ay mamamatay nang natural. "

Ang Pagtaas ng Burol sa Paaralan at Isang Trahedya na Kaganapan (1986)

Si Mobius ay nakikinig kay Hugh Taylor at naiinis. How on earth Doon School recruited isang 65 taong gulang na Ingles at Archeologist upang magturo ng kasaysayan sa 'A' formers ay isang malaking misteryo. True, OBM awardee siya noon, pero ganoon pa rin?

Si Hugh ay nagsasalaysay ng kasaysayan ng mga Gorkha at malapit nang matapos. Tumingin si Mobius sa paligid. Lahat ng tao sa classroom ay naiinip na. Sa likod niya, pinipilit ni Shivvy ang ilong niya, at sa kanan niya, naghihilik si Mil sa hindi maitago na paraan. Si Mobius mismo ay nakakaramdam ng antok at naramdaman ang kanyang sarili na tumango. Biglang may sumipol na chalk at tumama sa noo ni Mobius. Ang nakasusuklay shot jolted Mobius gising.

Umungol si Hugh, "Sleepy blighter, tumayo at sabihin sa klase ang tinalakay ko ngayon."

Bumangon si Mobius, hinagod ang noo, nanliit ang mga mata, tinitingnan ang bawat pulgada ng isang mayabang na Gorkha. "Una, Sir, baka nawalan ako ng mata kung ilang sentimetro ang baba ng chalk sa akin. Pangalawa, parang wala kang masyadong alam tungkol sa kasaysayan ng Gorkhas."

"Hayaan mo akong magturo sa iyo," remarked Mobius. "Sa panahon ng digmaan sa Nepal noong 1814, kung saan tinangka ng mga British na i annex ang Nepal sa Imperyo, ang mga opisyal ng Army ay humanga sa pagiging matigas ng mga sundalo ng Gorkha at hinikayat sila na magboluntaryo para sa East India Company. Ang mga Gorkha ay nagsilbing mga tropa ng Kumpanya sa Digmaang Pindaree ng 1817, sa Bharatpur, Nepal, noong 1826, at sa Una at Ikalawang Digmaang Sikh noong 1846 at 1848. Sa panahon ng Sepoy Mutiny noong 1857, ang mga rehimen ng Gorkha ay nanatiling tapat sa mga British at naging bahagi ng British Indian Army sa pagbuo nito."

Matapos ang isang pause, nagpatuloy si Mobius, "Ang tanging dahilan kung bakit ang mga British ay maaaring mamahala sa isang bahagi ng India ay ang suporta ng mga Gorkha. Sa katunayan, sinamantala ng mga

Briton ang kanilang katapatan at ang nakikidigmang angkan ng mga Gorkha at minamanipula sila upang maging masunurin sa mga tusong British."

Nagkaroon ng ominous na pakiramdam sina Milind at Shiv at nagsenyas kay Mobius na kumalma. Sinimulan ni Shiv ang pagtapik sa balikat ni Mobius mula sa likuran.

Genetikulodo ang milind, "Kalma ka, Mobsy. Kami ay isang Independent India ngayon. Hindi na sa ilalim ng British Monarchy."

Kulog si Hugh, "Ikaw na anak ng isang Gorkha na ina! Paano mo ako pinaglakas-loob na turuan ng kasaysayan?"

Nagpasabog ng fuse ang utak ni Mobius. Nagmadali siyang tumama kay Hugh matapos tumalon sa ibabaw ng mesa sa harap. Mabilis na kumilos si Milind at siya ang unang nagpigil kay Mobius. Hindi nagtagal ay sumama si Shiv kay Mobius.

Nanginginig si Mobius sa galit. "Paano mo isangguni ang aking ipinagmamalaki na angkan sa pamamagitan ng pagtukoy sa aking mga tampok sa isang mapanirang paraan Ang dami mong Limey na walang utang na loob. Ninakaw mo ang Kohinoor diamond sa India para ilagay sa korona ng isang rogue Queen."

Tumugon si Hugh nang matipid, "Pumunta tayo sa opisina ng HM (Headmaster) ngayon, ka cad."

Sa paghawak nina Milind at Shiv sa kanyang mga bisig, si Mobius ay tumugon, "Utang mo ang Gorkhas ng isang agarang paghingi ng tawad, o kung hindi man, pakiramdam ang galit ng kanilang khukri laban sa iyong lalamunan. Ayo Gorkhali!"

Sinenyasan ni Hugh si Mobius na sumunod sa kanya sa opisina ng HM. Sumunod sina Milind at Shiv para iligtas ang kanilang kaibigan.

Malaya na ang HM at nakaupo sa kanyang opisina, nasisiyahan sa mapayapang katahimikan ng umaga sa pagsirit ng mga maya na pumapasok sa bukas na bintana. Isang larawan ng Punong Ministro, Rajiv Gandhi, ang nakabitin nang maringal sa kanyang likuran. Biglang nag-barge si Hugh kasama sina Mobius, Milind, at Shiv sa paghatak. Nakilala agad ng HM ang trio. Bago pa man makapagsalita si Hugh, sinabi ng HM na nagdidirekta ng kanyang ire sa trio, "Tuwing nakikita ko kayong tatlong Musketee na magkasama, alam kong may lindol na darating."

Pinigilan nina Milind at Shiv ang kanilang pagtawa. Nagpakita si Mobius ng grimace sa kanyang mukha.

Ang HM, isang retiradong Koronel sa Army na lumipas mula sa Indian Military Academy (IMA) tatlong dekada na ang nakalilipas mula sa Dehradun, ay matiyagang nakinig kay Hugh. Lihim din niyang hinangaan ang matinding katapatan ng tatlong estudyante.

Matapos makinig sa tirade ni Hugh sa loob ng labinlimang minuto, nagpasya ang HM na magsalita, "Mobius, gusto kong humingi ka agad ng paumanhin kay Mr. Hugh Taylor... ngayon pa lang. Tatalakayin natin ang mga modalidad mamaya. Huwag mong subukan ang pasensya ko, Mobius. Nakatanggap ka na ng yellow card sa B form mo para sa paninigarilyo."

Patuloy na tinutok nina Milind at Shiv ang kanilang mga daliri sa gulugod ni Mobius at sabay sabay na bumubulong. "Mobsy, magbigay ka na lang ng simpleng apology tapos tapusin mo na."

Nagnilay si Mobius sandali at pagkatapos ay sumagot, "Sa ngalan ng Pamahalaang Indian, na siyang pinakamalaking demokratikong bansa sa mundo, humihingi ako ng paumanhin kay Mr. Hugh Taylor, kahit na gumamit siya ng mga salitang mapanirang insulto sa pinakamatapang na komunidad sa planetang ito, ang Gorkhas, at sa paggamit ng mga expletives sa aking mukha, na tinatawag akong slant eyed, blighter at cad sa harap ng isang silid aralan na puno ng dalawampu't dalawang Indian na anak ng lupa."

Hinampas ni HM ang kilay sa kawalan ng pag asa at bumulung-bulong sa sarili. "Diyos, bigyan mo ako ng lakas ng loob na huwag sipain si Mobius sa kanyang bum."

Dahil medyo nahihiya sa paghingi ng tawad ni Mobius, sinabi ni Hugh, "Okay, Colonel. Walang karagdagang mga komento. May klase akong ituturo. Maaari mong harapin ang tatlo ayon sa iyong nararapat." Tumalikod si Hugh at lumabas ng opisina ng HM.

Kumaway ang HM sa trio para umupo at nanirahan sa kanyang komportableng upuan na nalibugan ang isip.

"Buti na lang kayong mga rascals ay papasok na sa S form next year. Kailangan kong tiisin ang iyong mga kalokohan para sa isa pang labing walong buwan. Milind, mariin kang inirerekomenda ng Council of Masters para sa School Captaincy sa susunod na taon. Wag mo na itong gulohin. Shiv, malamang na makuha mo ang Scholar's Blazer sa lalong madaling panahon, kaya huwag mong botch up ito. Mobius, sapat na ang screw up mo. Huwag kang magkamali. Anumang karagdagang mga reklamo mula sa isa pang Guro, ikaw ay lalabas, rusticated magpakailanman. Ikaw ay inirerekomenda para sa School Cross Country Captaincy sa susunod na taon. Wag mo na sana iputok. O kailangan ko pa bang tawagan ulit si ate para sampalin ka Sumitra yata ang pangalan niya." Nagsimulang maghagikgikan sina Milind at Shiv sa kanilang sarili. Pinilit ni Mobius na panatilihin ang isang tuwid na mukha.

"Okay, kayong tatlo, mga anak ng lupa, ay maaaring umalis na ngayon," sabi ng HM at bahagyang ngumiti. Si Shiv ang unang sumigaw matapos lumabas sa opisina ng HM. "Pababa sa Monarkiya ng Britanya! India Zindabad!" Biglang dumami ang mga estudyante sa labas ng opisina ng HM. "Mabuhay ang Mobius! Mabuhay ang matatapang na Gorkhas!" Heaving Mobius sa kanilang mga balikat, ang chanting group ay nagsimulang maglakad ang layo mula sa opisina ng HM.

Ulat ng Balita sa India Ngayon
(ika 31 ng Hulyo)
Ang Kalimpong Masaker noong ika 27 ng Hulyo

Hindi madaling makalimutan ang mga reverberation ng pagpapaputok ng pulisya sa North Bengal hill resort ng Kalimpong noong 27 Hulyo. Labintatlong kalalakihan, kababaihan, at mga bata ang masaklap na pinatay, at itinaas sila sa mga martir. Nawala ang kanilang buhay habang hinihingi ang isang hiwalay na estado ng Gorkhaland, at ang West Bengal Left Front Government ngayon ay sumisimbolo sa pang aapi. Ang mga ulat ng pagpapaputok ng Kalimpong ay nagpadala ng mga shockwave sa pamamagitan ng mga pamilya ng Gorkha sa kahit na ang pinakamalayo na mga hamlet at mga hardin ng tsaa. Karamihan sa mga kapansin pansin, ang mga pagpatay sa Kalimpong ay minarkahan ng isang hindi maibabalik na pagliko sa kahilingan ng Gorkhaland.

"Kalimpong ang ating Jallianwala Bagh," diin ni Lapka Dong, ang Convenor ng bayan ng Darjeeling ng Gorkha National Liberation Front (GNLF). "Pagkatapos nito, walang makakapigil sa atin na makamit ang isang hiwalay na estado." Si Subhash Ghising, ang pinuno ng GNLF, ay nangako na itatag nila ang Gorkhaland bago matapos ang taon. Habang hindi lahat ay nagbabahagi ng antas na ito ng optimismo, ang mga linya ng labanan ay walang alinlangan na iginuhit. Si Jagat Bahadur Pradhan, isang residente ng Tindharia sa paanan ng mga saklaw ng Darjeeling, ay nagbabahagi ng kanyang mga saloobin, "Maaaring hindi namin kailanman masaksihan ang paglikha ng isang hiwalay na estado ng Gorkhaland sa aking buhay, ngunit pagkatapos ng nangyari sa Kalimpong, hindi namin kailanman matatanggap ang pamamahala ni Bengal."

Ang trahedya sa Kalimpong ay nagkaisa sa mga Gorkha moderates, fence-sitters, at intelektwal na ngayon ay moral na sumusuporta sa kahilingan para sa isang hiwalay na estado. Hindi na maibabalik ang kanilang pananampalataya sa Pamahalaang Kaliwang Larangan. Sinasalamin ni Prem Allay, Pangulo ng Nepali Bhasha Samiti, "Matagal na naming pinapanatili ang aming distansya mula sa pag aalburoto na ito, ngunit pagkatapos ng pagpapaputok, daan daang tao ang lumapit sa amin, na humihiling na kumuha kami ng paninindigan at kondenahin ang pagpatay sa mga inosenteng tao."

Pinilit ng pampublikong presyon ang Bhasha Samiti na telegrama ang Punong Ministro Rajiv Gandhi, na humihiling ng agarang interbensyon ng Central, bilang "ang mga tao ay nawalan ng pananampalataya sa West Bengal Government." Kasabay nito, isang dosenang mga miyembro ng Nepali Academy at isang pares ng mga nominadong miyembro ng Hill Development Council ang nagbitiw bilang protesta. Maging ang munisipalidad ng Darjeeling na nagpapatakbo nang malaya sa anumang partidong pampulitika, ay nagpasa ng resolusyon na kinokondena ang mga pagpatay.

Bilang tugon sa mga protesta, ang administrasyon ng distrito at lokal na CPI (M) ay nagsabing ang karahasan ng Kalimpong ay sadyang inorchestrate ng pamunuan ng GNLF upang patigasin ang opinyon ng publiko laban sa Kaliwang Front Government. Itinuturo nila ang mapanuksong pananalita ni Ghising sa Kalimpong walong araw bago ang pagpapaputok, kung saan sinabi niya, "Kung pumatay sila ng dalawa, kailangan mong patayin ang dalawa sa kanila bilang kapalit," at pinuri ang halos mahiwagang kapangyarihan ng Khukri, ang tradisyonal na sandata ng Gorkhas, bilang katibayan ng sadyang pagpukaw.

Nakasaad kay Darjeeling Superintendent of Police Rajendra P. Singh na halos napilitan ang mga pulis na arestuhin ang 30 tagasuporta ng GNLF mula sa Kalimpong noong umaga ng 27 Hulyo, isang aksyon na kalaunan ay pinagsamantalahan upang paigtingin ang sentimyento ng publiko laban sa mga pulis. Sa kabila ng dalawang araw na paulit ulit na anunsyo sa Nepali na nagpapaliwanag sa mga implikasyon ng Seksyon 144 ng Indian Penal Code (na nagdedeklara ng lahat ng mga pagtitipon ng higit sa apat na indibidwal na ilegal), ang GNLF ay nag organisa ng mga prusisyon at nagtangkang lumabag sa mga barikada ng pulisya. Kasunod nito, habang ang isang malaking prusisyon ay gumagalaw patungo sa istasyon ng pulisya ng bayan ng Kalimpong, isang grupo ng mga Gorkhas na armado ng khukris ang sumalakay sa istasyon ng pulisya at pinuntirya ang DIG (CID) Kamal Mazumdar, na nagresulta sa pagkamatay ng isang armadong pulis ng estado na konstable, Subrata Samanta, mula sa isang khukri blow sa leeg. Mazumdar ay malubhang nasugatan din. Kalaunan, ilang CRPF jawans at armadong pulis ng estado ang nasugatan sa pamamagitan ng mga pilay na khukri blows.

Gayunpaman, kahit na ang provokasyon, ang mga pulis ay gumawa ng isang malubhang pagkakamali sa pamamagitan ng resorting sa isang rampage. Matapos ang pag atake sa DIG Mazumdar, CRPF at estado pulis jawans walang pili pili fired sa sinuman sa paningin sa buong bayan. "Parang si Diwali pala. Nagpapaputok ng baril na parang crackers," paggunita ni Pasang Norbuk. Si Sunman Ghising, isang 48 taong gulang na Nepali laborer malapit sa istasyon ng pulisya, ay nagsimulang tumakbo nang ang lahat ng iba pa ay nagpanic at binaril sa bukung bukong. Nalungkot si Ghising, "Ako ay isang ordinaryong manggagawa at hindi ako sumuporta sa sinuman, ngunit ngayon, nakahiga ako sa ospital habang gutom ang walong anak ko sa bahay." Ang pinakamalungkot na pangyayari ay kinasangkutan ng isang kolehiyala, si Sangeeta Pradhan, na ang ulo ay namatay habang pinagmamasdan ang karahasan mula sa kanyang terrace, halos isang kilometro mula sa istasyon ng pulisya.

Pinagsamantalahan ng GNLF ang trahedya sa pamamagitan ng pagpapakalat ng mga eksaheradong kuwento tungkol sa kung paano nakubkob ng pulisya ang mga tao, pinaputukan mula sa lahat ng panig, kabilang ang mga bubong, at inaangkin na higit sa 100 Gorkhas ang napatay. Gayunpaman, ang aktwal na bilang ay 13 namatay at sa paligid ng 50 nasugatan. Pinananatili ng GNLF na naging mapayapa ang kanilang prusisyon, at walang dahilan ang pagpapaputok. Ayon kay Wangdi Sherpa, Convenor ng GNLF sa Kalimpong, "Nagplano ang mga pulis na patayin kami. Gusto nila ng showdown para crush kami since Kalimpong ang itinuturing na pinakamalaking base namin."

Kahit na ang mga Gorkha sa iba pang mga partidong pampulitika ay nagsisimulang umayon sa pananaw ng GNLF. "Ang West Bengal Government ay mahusay sa pagsugpo sa amin sa lahat ng paraan – pampulitika, pang ekonomiya, at pang edukasyon," argues Sugen Chettri, ang 21 taong gulang na Pangkalahatang Kalihim ng unyon ng mag aaral sa Darjeeling Government College, na kung saan ay kinokontrol ng Chhatra Parishad ng Kongreso (I). Sa Chettri at karamihan sa iba pang mga Gorkha sa Darjeeling District, ang insidente ng Kalimpong ay umaayon sa kanilang mga paunang ideya tungkol sa kalikasan ng mga pinuno ng West Bengal. "Ang Gobyerno ay nagtatangkang ilarawan ang kilusan na ito bilang marahas upang sugpuin ang aming mga demokratikong kahilingan," Chettri claims.

Bagaman hindi lahat ng Gorkhas sa Darjeeling ay nagbabahagi ng pag aalala ni Subhash Ghising sa mga isyu tulad ng kasunduan sa Indo Nepal, nagkakaisa sila sa paniniwala na hindi sila maaaring manatili sa loob ng Bengal. Kahit na ang isang hindi marunong magbasa na manggagawa sa hardin ng tsaa mula sa Thurbo Tea Estate, Raj Kumar Pradhan, na minsan ay sumuporta sa CPI (M), ngayon ay nagpapatibay, "Walang kinabukasan para sa amin sa Bengal. Sa lahat ng mga taon na ito, walang mga industriya na umunlad, at ang lahat ng kita mula sa ating paggawa ay siphoned ang layo sa kapatagan. Hindi man lang tayo tinatrato na tamang mamamayan ng India."

Si Harish Mukhia, na nagtrabaho sa industriya ng tsaa sa loob ng higit sa tatlong dekada, ay nagtatampok na hindi isang solong isa sa mga 90 kakaibang hardin sa distrito ang pag aari ng isang Nepali. "Hindi kahit na 10 porsiyento ng mga executive staff ng mga hardin ay Nepalis," Mukhia points out. Bukod dito, sa kabila ng boom sa mga presyo ng tsaa, mayroong maliit na pagsisikap upang muling itanim ang mga bushes ng tsaa, na may 14 na hardin na nagiging hindi nagagawa.

Ang pakiramdam ng kapabayaan ay pinalala ng diskriminasyon sa mga lugar tulad ng edukasyon. Ang mga kolehiyo ay kakaunti sa Darjeeling, at ang North Bengal University, sa una ay inilaan para sa mga burol, ay sa huli

lumipat sa kapatagan. Dahil dito, ang Darjeeling ay hindi pa makagawa ng isang opisyal ng IAS sa loob ng mga dekada, at ang karamihan sa mga Gorkha ay maaari lamang ma secure ang mga trabaho sa kapatagan bilang mga peon o darban.

Sa paglipas ng mga taon, ang sama ng loob ay lumago sa paglipas ng pagtaas ng kahalagahan ng Siliguri, isang sentro ng kalakalan sa kapatagan, para sa mga burol ng Darjeeling. Ang mga kontratista ng Nepali ay lalong hindi nasisiyahan sa paglalakbay sa Siliguri upang makakuha ng karamihan sa mga kontrata. "Ang mga estado tulad ng Nagaland, Sikkim, at Mizoram ay isang beses na 20 taon sa likod ng Darjeeling, ngunit ngayon kami ay 20 taon sa likod ng mga ito," sabi ni Deo Bahadur Pradhan, isang hotelier at kontratista na nakabase sa Darjeeling.

Hindi naman kasi pera ang inilalaan para sa Darjeeling ng State Government. Gayunpaman, ang lahat ng pagpaplano ay kinokontrol mula sa Writers' Building sa Calcutta, kung saan ang mga indibidwal ay nangangailangan ng higit na kaalaman sa mga lokal na kondisyon. Dahil dito, madalas na nabigo ang kanilang mga proyekto. Halimbawa, ang mga nurse ng gobyerno sa Darjeeling ay nakatanggap ng cycle allowance sa kabila ng hindi praktikal na pagbibisikleta sa mga burol. Katulad nito, nagkaroon ng taunang alokasyon para sa paglubog ng mga balon ng tubo, na walang silbi sa mga burol, ngunit ang parehong mga pondo ay hindi maaaring magamit para sa pag tap ng tubig mula sa mga batis ng bundok. Ang isang bagong napakalaking reservoir ng tubig para sa suplay ng tubig ng Darjeeling ay itinayo ngunit kailangang mas mahusay na itinayo upang ito ay bumuo ng mga bitak. Kahit na ang multi crore rupee Jaldhaka Hydel Unit, na iniutos tatlong taon na ang nakalilipas, ay halos naging hindi na gumagana dahil sa mga blockages na sanhi ng boulders at silt.

"Ang bawat partidong pampulitika sa Darjeeling, kabilang ang CPI (M), ay natanto na ang aming mga problema ay naiiba mula sa mga kapatagan, at ang bawat isa ay nagtaguyod ng ilang anyo ng isang malayang administrasyon," sabi ni senior advocate at dating Congressman D.S. Rasaili. Ang Gorkha League ay naging pinaka vocal proponent ng isang hiwalay na estado ng burol, habang ang lokal na CPI (M) ay nagmungkahi ng rehiyonal na awtonomiya. Ang kilusan para sa paghihiwalay mula sa administrasyon ng Bengal ay nagsimula nang maaga noong 1907, at sa kalagitnaan ng 1940s, ang hindi nahahati na Partido Komunista ay unang nagmungkahi ng ideya ng isang 'Gorkhastan.'

Noong 1970, ang estado CPI(M) ay nangako na ipakilala ang isang panukalang batas upang magtatag ng isang rehiyonal na konseho para sa

Darjeeling na may buong kapangyarihang pambatasan at ehekutibo sa unang pagkakataon. Kinilala ng mga Marxista ang mga hadlang sa loob ng Konstitusyon ngunit binalak nilang maglunsad ng kilusang masa upang pilitin ang mga pagbabago sa Konstitusyon. Sa pagsasanay, ang CPI (M) ay nagpasimula ng isang panukalang batas na naghahanap ng rehiyonal na awtonomiya para sa Darjeeling lamang noong nakaraang taon, walong taon pagkatapos na dumating sa kapangyarihan, at nanatiling tahimik kapag ang panukalang batas ay natalo sa Parlamento. Ang maliwanag na double standard na ito ay alienated kahit na edukado katamtaman Gorkhas.

Ayon kay West Bengal Chief Minister Jyoti Basu, ang kanyang partido ay lalaban sa GNLF sa pulitika, ngunit umasa ang gobyerno sa administrasyon ng pulisya. Ang pagguho ng base ng suporta ng CPI (M) ay makikita sa punong tanggapan nito sa Darjeeling, na kasalukuyang nakatira sa mas maraming pulis kaysa sa mga kadre ng partido. Kahit na sa mga hardin ng tsaa, tradisyonal na mga kuta para sa mga Marxista, ang bawat manggagawa na nainterbyu nang walang pagbubukod ay nagpahayag ng suporta para sa Gorkhaland.

Iilang CPI (M) supporters na lamang ang nananatili, pangunahing responsable sa pagbibigay ng pangalan ng mga aktibista ng GNLF sa district intelligence bureau. Ang iba pang mga pangunahing partido, ang Kongreso (I), ay fared ang parehong bilang ng CPI (M). "Ang mga kongresista ay lubos na nakahiwalay dito, at libu libong miyembro ang nagsumite ng kanilang mga pagbibitiw," sabi ni Congress (I) District Committee Member A.M. Rai. "Ang aking sariling mga anak chant Gorkhaland slogans, at ako ay nagsisimula sa takot panlipunan ostracization. Para sa lahat ng mga intensyon at layunin, ang partido ay umiiral sa pangalan lamang sa Darjeeling burol lugar. "

Ang Darjeeling DCC (I) ay nagtipon noong Hulyo 26 at nalutas na suportahan ang kahilingan na paghiwalayin ang Darjeeling mula sa Bengal sa pamamagitan ng paggawa nito ng isang teritoryo ng Unyon. Gayunpaman, ang West Bengal Pradesh Congress (I) Chief Priya Ranjan Das Munshi ay nagpalala ng paghihiwalay sa kanyang yunit ng Darjeeling sa pamamagitan ng pagpapahayag na ang yunit ng estado ay hindi kailanman susuporta sa isang paglipat para sa isa pang partisyon ng Bengal.

Sa pansamantala, pinapanatili ng pulisya ang mga Gorkhalanders sa likod na paa. Dahil nahikayat ng panawagan ni Basu na ituring ang mga agitator bilang mga elementong antisosyal, ang mga pulis ng distrito ay nagsasagawa ng mga operasyon araw araw sa mga burol, na nagsasagawa ng mga hardin ng tsaa at tinutugis ang mga lider ng GNLF. Sa paligid ng 300 key GNLF aktibista ay interned, kasama ang daan daang iba pang mga suspek na pinalaya matapos na pumirma ng good conduct bonds.

CM Jyoti Basu ay din preempted ang posibilidad ng Centre makisali sa isang malayang dialogue sa Subhash Ghising sa pamamagitan ng personal na pagbisita Delhi upang matugunan ang Union Home Minister Buta Singh, pag secure ng mga pangako ng suporta at karagdagang mga pwersa ng seguridad.

Napilitan ang pamunuan ng GNLF sa depensa bilang tugon sa mga pangyayaring ito. Karamihan sa mga pangunahing aktibista ay nagtatago ngayon, at kahit na si Ghising, sa kabila ng mga katiyakan mula sa Pamahalaang estado na hindi siya aarestuhin, ay nagpunta sa ilalim ng lupa. Gayunpaman, ang average na Gorkha ay nananatiling determinado. Pahayag ni J.P. Singh, isang kabataang walang trabaho, "Dumating na ang panahon para baguhin ang ating mga taktika." Ang mga echos mula sa Kalimpong ay maaaring magbalita ng mas magulong kabanata sa patuloy na pakikibaka na ito.

Ang Opulent Lunch, ang Kaguluhan ng isang Ama at Wedding Bells (1999)

Inanyayahan ni Milind si Sumitra para sa tanghalian sa San Gimignano, isang quaint restaurant na nagdadalubhasa sa Italian at European cuisines sa loob ng The Imperial Hotel sa Janpath Road sa Delhi. Overpriced ang pagkain ng restaurant kumpara sa mga katapat nito sa parehong linya. Ito ay angkop sa Milind napakalaki dahil ang kanyang celebrity status ay madalas na isang disadvantage kapag siya ay lumipat sa paligid sa mga pampublikong lugar.

Inutusan ni Milind ang French Stew Bouillabaisse, sa una, na binubuo ng halo halong mga damo, isda, at gulay. Sa kabila ng menu card, siya ay kumunsulta sa Sumitra para sa pangunahing ulam, at ang waiter ay tinawag sa paggigiit ni Sumitra upang kumpirmahin na ang Italian Fiorentina Steak ay ginawa mula sa karne ng tupa. Sinabayan ito ng Russian salad na may tossed chicken cubes at chilled mayonnaise sauce.

Umorder si Milind ng isang bote ng red wine para sumama sa steak. Ang dessert ay binubuo ng hindi malilimutang Kaiserschmarrn, isang Viennese dessert na inilarawan sa menu bilang isang malunggay, bahagyang caramelized, scrambled pancake na nagsilbi sa isang plum compote. Ayon sa alamat, ang Kaiserchmarrn ang paboritong dessert ni Kaiser Franz Joseph, kung kanino ito ipinangalan. (Si Kaiser Franz Joseph ang emperador ng Austria (1848 1916) at Hari ng Hungary (1867 1916). Hinati niya ang kanyang imperyo sa Dual Monarchy, kung saan ang Austria at Hungary ay magkasamang nabuhay bilang pantay na kasosyo. Noong 1879, nakipag alyansa siya sa Alemanya na pinamumunuan ng Prussian. Noong 1914, ang kanyang ultimatum sa Serbia ay humantong sa Austria at Alemanya sa Unang Digmaang Pandaigdig).

sabi ni Sumi matapos marinig ang utos ni Milind sa waiter. "Mil, mukhang apat na bansa ang dala mo para sa tanghalian. French stew, Italian steak, Russian salad, at Austrian Kaiserschmarrn."

Ngumiti si Milind na may kisap mata, "Sumi Didi, limang bansa talaga. Ang red wine ay mula sa Scotland."

Magaan na sabi ni Sumi, "Sa tingin ko siguro malakas ang dahilan mo para makilala ako. Ito rin ang pinakamahal na pagkain na gusto kong makipag date."

Natatawang sabi ni Milind habang nagre reminisce, "Sumi Didi, parang reunion na lang ni Doscos at Welham Girls. Parang yung mga social gatherings back in School pero walang dance floor. Speaking of which, sa kabila ng pagiging six years older mo, never akong nagkaroon ng pleasure na sumasayaw sa iyo sa mga school socials na iyon. Kahit na ako ay nakilala ka ng ilang beses sa Shivvy at Mobsy, kapag Mobsy nakuha ang kanyang sarili sa isang masikip na lugar. "

Napahinto siya, kumikislap ang mga mata sa nostalgia. "Malinaw na naaalala ko ang mga araw na iyon, lalo na nang mahuli si Mobsy na naninigarilyo sa campus. Sa halip na ang kanyang mga magulang, dumating ka bilang kanyang nakatatandang kapatid na babae, bihis sa isang saree, naghahanap ng malayo mas mature kaysa sa iyong dalawampung taon. Lahat kami ay labing apat pa lamang sa oras na iyon."

Ngumiti si Sumitra, nagtaas ng kilay.

Milind leaned in, pagbaba ng kanyang boses dramatically, "Mahigpit mong pinagsabihan si Mobsy sa harap mismo ng Head Master, Colonel Derek Simeon. At pagkatapos ay dumating ang sandali na iniwan ang Koronel ganap na aghast, bilang Mobsy nagsasabi ito. Talagang sinampal mo si Mobsy; Sumi Didi, isang sampal kaya resounding na, ayon sa Mobsy, maaaring ito ay nag trigger ng isang avalanche sa Nag Tibba. Namula ang kanang pisngi niya at bahagyang namamaga, at kinailangan pang makialam ni Koronel Simeon, pinagalitan ka sa pagsasabing hindi kailangan ang sampal at, eh, boys will be boys."

"May photographic memory ka, Mil," sagot ni Sumitra

Siya chuckled muli, "Ang Colonel ay nagpadala ng Mobsy off sa Central Dining Hall na may isang peon upang makakuha ng ilang mga cube ng yelo para sa kanyang pisngi. Ayon sa Mobsy, ang sampal na iyon ang nag settle sa usapin. Kung wala ito, baka pinatalsik na siya. Alam mo, Sumi Didi na isang makinang na kinakalkula ilipat sa iyong bahagi. Dapat ay nag-aartista ka sa mga pelikula—mayroon kang hitsura, pigura, at histrionics para dito."

Nagmumukhang puzzled si Sumitra. "Sino ba naman ang nagsabi na umarte ako "

Si Milind, na nakahawak sa kanyang ulo, ay nagsalita nang hindi makapaniwala, "Diyos ko, Sumi Didi! Ibig mong sabihin totoo ito at hindi orchestrated "

Natawa si Sumitra, "Si Mobsy ay kumilos nang bongga at nagbayad para sa kanyang kasalanan."

Milind tumatagal off tumatawa nang labis. "Talaga, Sumi Didi, ikaw ang limitasyon. Hanggang ngayon, akala ni Mobsy ay nag aartista ka."

Sumitra, chuckling, sinabi, "Mabuti para sa kanya. Ngayon, huwag mo na siyang sabihin. Makakaramdam siya ng matinding kahihiyan."

Biglang nagsalita si Milind sa isang seryosong pag uugali, "Sige, Sumi Didi. May alam ka ba Mangyaring panatilihin ito kumpidensyal. Ang unang babaeng nainlove ako ay ikaw, si Sumi Didi. Dumating si Mandy mamaya."

"Eh sa puntong ito, Mil, tinatanggap ko ito bilang papuri," sagot ni Sumitra.

Nakaupo nang kumportable sa kanyang upuan, sinabi ni Milind, "Ang Mobsy ay napaka mahilig sa iyo. May dala siyang pic mo sa wallet niya."

Sumitra quipped, "Sa tingin ko ang bawat tao sa iyong edad group ay gumagawa ng parehong, kabilang ang sa iyo."

Sabi ni Milind, approving, "Yup, nagtatago ako ng pic ni Mandy sa wallet ko." Inilabas ang kanyang wallet at ipinakita kay Sumitra ang pic ni Mandira.

Si Sumitra, habang tinitingnan ang litrato ay nagsabi, "Dapat kang kumuha ng bago, Mil. Ang isang ito ay nakakakuha ng faded."

Sumagot si Milind, "Ito ay isang espesyal na isa sa isang espesyal na okasyon. Alam mo, Sumi Didi, una kong naisip na nakuha ni Mobsy ang hots para kay Mandy, ngunit kalaunan ay napagtanto na sila ay mga mabuting kaibigan lamang. Napaka komportable nila sa piling ng isa't isa. Ilang karera na ang kanilang pinagsamahan. Ayoko namang manghimasok, pero matatag ang relasyon ninyo ni Mobsy. Praktikal na magkasama sila mula nang siya ay isilang. Sa aming gang of six, may isang popular na kuwento tungkol sa kung gaano karaming beses mo na pinalitan ang lampin ni Mobsy. Ang mga numero ay patuloy na nag hover sa pagitan ng 10 at 20. "

Sagot ni Sumitra, "Actually, it is way off the mark at 6. Alam mo Mil, ang isang relasyon ay hindi lamang tungkol sa pag ibig. Tungkol din ito sa commitment, trust, compatibility, at marami pang iba."

Milind ay hindi probe karagdagang, napagtanto na Sumitra ay hindi nais na talakayin ang kanyang relasyon sa Mobius at sa halip ay binago ang paksa.

"Sumi Didi, minsan narinig namin na sa Welham Girls nagsimula silang magbigay ng hiniwang saging matapos na subukan ng isang batang babae na magtago ng saging sa kanyang puki."

"Oo, totoo 'yan. Sa kasamaang palad, nangyari ito noong ako ay School Captain sa aking huling taon. Sa katunayan, kilala ko nang husto ang babaeng iyon. Si Priyanka ang batchmate ko. Ginawa ako ng HM (Head Mistress) na magsagawa ng lingguhang mga programa sa kamalayan sa Puberty at Hygiene para sa natitirang bahagi ng aking termino. Pero simula noon, hindi kailanman naihain ang buong saging sa Welham Girls. Hindi ko kailanman natanto Doscos natutunan tungkol dito, bagaman Mobsy ay nagkaroon ng isang mahusay na tumawa sa paglipas ng ito maraming beses. Sa katunayan, tuwing may saging na inihahain sa bahay, dati ay nasisira ang ngiti ni Mobsy at patuloy na pinipilit ang sarili sa tiyan para hindi siya tumawa. Sa huli, kailangan kong sabihin kina Ma at Baba ang aktwal na kuwento."

Nagtawanan sina Milind at Sumitra, at natanto ni Sumitra kung bakit itinuturing ng karamihan sa mga kababaihan sa bansa si Milind Dandekar na isang walang kibo na simbolo ng sex. Nakakahawa ang ngiti ni Milind, at ang kanyang katawang Adonis ay isang iskultor. An bisan hin - o nga babaye ha presensya ni Milind sigurado nga magigin nalibugan!

Biglang nagsalita si Milind, "Kilala mo si Sumi Didi. Gusto kong kausapin ka tungkol sa isang partikular na bagay. Ito ay may kinalaman sa isang modeling assignment sa Madhavi Mehta para sa Ruffman Shoes. Magkakaroon ng ilang ads na lalabas sa iba't ibang national newspapers at magazines. Ang mga ad ay lilitaw sa itim at puti, na may Madhavi at ako sa isang hubad na pose na may isang live na python na nakabalot sa amin. Isusuot namin ang sports shoes at wala nang iba pa. Walang magiging panganib na kasangkot dahil ang python ay defanged at din sedated bago ang shoot. Ang patalastas na ito para sa sapatos na Ruffman ay hinuhulaan na magiging pinaka-kontrobersyal at popular na ad ng bansa! Kukunin namin ni Madhavi Mehta ang dalawampung lakhs bawat isa. Ito ang pinakamalaking halaga na matatanggap ko sana sa buong buhay ko. Kahit ang role na ginampanan ko sa Australian movie production, 'Let's do it' ay nakakuha ako ng labinlimang lakhs. Ang advertising agency ay umaasa rin na ang ad ay gumuhit ng flak at magkaroon ng mga legal na kaso laban dito, kaya sila ay nagbabalak na sabay sabay na ilabas ang ad para sa isang linggo sa 13 pahayagan, parehong Ingles pati na rin ang ilang mga popular na katutubong wika sa Hindi, Gujarati, at Malayalam, kung saan ang mga mambabasa ay medyo mataas. Magkakaroon din sa paligid ng 6 na magasin na wikang Ingles. Ang pre shoot ay isang napaka hushed up bagay. Napakakaunting mga tao ang nasa alam tungkol dito. Ang mga piling publikasyon ay mahigpit na sinabihan na huwag ipahayag ang anumang katotohanan tungkol dito. Sa katunayan, hindi ko pa ito napag uusapan sa aking mga magulang. Magkakaroon sila ng fit, lalo na ang aking Ina."

Lumipat si Milind sa kanyang upuan at nagpatuloy, "Bago ko pirmahan ang kontrata sa susunod na linggo, nais ko ang iyong payo. Ikaw ang una sa aking mga malapit na circle of friends na tinatalakay ko ito. Itinuturing kita, Sumi Didi, napaka mature, at alam kong bibigyan mo ako ng tamang payo. Sa katunayan, hindi ko kinasasangkutan si Shivvy, dahil siya ay isang bahagyang makalumang tao at si Mobsy ay maghahati lamang ng isang gut na tumatawa. Mas kilala mo siya kesa sa akin. (Tawanan). Pagkatapos kong maging supermodel, hindi talaga umangat ang career ko. Tatlong minor roles lang sa tatlong pelikula. Dalawa sa Hindi at isa sa Ingles ng isang Australian filmmaker. Tapos na ang ilang mga internasyonal na ad para sa mga relo, pag ahit ng foam, at damit, ngunit karamihan sa kanila ay hindi nagbabayad sa akin ng marami at itapon lamang sa maraming mga freebies tulad ng tirahan sa mga pinakamahusay na hotel sa panahon ng mga shoots at paglalakbay sa mga kakaibang lokasyon. Dati pinapayagan nila akong mag overstay sa mga hotel na iyon ng ilang araw pa."

Si Milind ay bahagyang umubo, tumigil, at pagkatapos ay nagpatuloy. "Pero lahat ito ay naging learning experience ko. May isang tao akong kilala na labis na makakaramdam ng sama ng loob tungkol dito. Si Mandy pala. Siya rin ay isang propesyonal na modelo, at inaasahan niya na pipiliin ko siya sa halip na Madhavi Mehta, ngunit wala akong anumang sabihin dito. Sa katunayan, ang Direktor ng Advertising Agency ay may isang bagay sa Madhavi at iyon ay kung paano Madhavi nakuha napili. Madalas silang makitang magkasama sa isang farmhouse na pag aari ng Director sa Lonavala. Ang mga ganitong bagay ay katanggap tanggap sa modeling profession. Sa katunayan, minsan ay na propose ako ng isang baklang Director ng isang advertising agency. Hindi ko tinanggap ang atas. Eh Sumi Didi, ano ang sasabihin mo sa lahat ng ito "

Sagot ni Sumi sabay buntong hininga, "Medyo salvo na 'yan. Personal, pakiramdam ko maaari kang sumama sa ad. Ito ay tiyak na magiging isang laro changer sa mundo ng advertising. Wala yata nangyari na ganito dati sa Advertising. Ito ay ganap na muling buhayin ang iyong flagging career. Magkakaroon ng legal na implikasyon, ngunit ang Ahensya ay magpoprotekta sa iyo. Dahil, ayon sa aking legal acumen, ang anumang legal na kinalabasan ay idirekta laban sa Ahensya muna, at pagkatapos nito, ang photographer, mga modelo, at mga lathalain kung saan lumilitaw ang ad. Gayunpaman, isang mahalagang aspeto na mayroon kang tandaan. May live in relationship ka na kay Mandy nitong nakaraang limang taon at kilala mo na siya mula pa noong school days mo. Kailangan mong magtapat sa kanya. Gawing mukhang siya ang unang taong iyong pinupuntahan para humingi ng payo. Wag mo na banggitin kay Mandy ang discussion mo sa akin. Make it appear as if you are taking her advice and consent."

Nang magkagayon, dumating ang waiter dala ang pagkain. Ang bote ng red wine ay itinago sa gitna ng mesa sa isang mataas na mangkok ng yelo. Ang sinigang ay inihain ng isang batang waiter na may crew cut, liveried up sa pagiging perpekto. Ang buong manggas ay may isang kilalang pares ng pilak na plated cuff link. Ang kanyang baluktot na siko ay nagtulak sa kanyang mga biceps laban sa tela ng kanyang puting polo, na nagpapahiwatig ng ilang oras na ginugol sa gym.

Nang paalis na siya, magalang siyang yumuko malapit kay Milind at bumulong, "Mr. Milind Dandekar, Sir, malaking pribilehiyo kung makakasama ka namin sa pagkuha ng larawan pagkatapos ng tanghalian."

Sagot ni Milind, "Sige na ako, pero huwag kang kukuha ng anumang sneak shots na nakaupo kami dito. Madam dito. (tinuro si Sumitra at nakangiti) ang Management Advisor ko."

"Sige Sir, at maraming salamat," tumango ang waiter at tahimik na nag backtrack sa kusina para ibigay ang masayang balita sa kanyang mga kasamahan.

Pagkatapos ng tanghalian at isang grupo ng litrato kasama ang mga kawani ng restaurant, nakita ni Milind si Sumitra na bumaba sa lobby ng Hotel, kung saan ang isang taxi ay inayos na ihulog siya sa kanyang pinagtatrabahuhan.

"Salamat Sumi Didi sa payo mo. Lubos kong pinahahalagahan ang oras na ibinigay mo sa akin. Maganda ang damit na suot mo."

Kinuha ni Milind ang isang maliit, patag, oval na bote ng pabango mula sa kanyang walang kapintasan na pantalon na ginawa ng sastre. "Isang maliit na regalo, na noon ko pa gustong iharap sa iyo pero hindi kailanman, nakuha ang pagkakataon." Isa itong pabango ni Estee Lauder na may pabango na 'Beautiful Sheer'.

"Wow, salamat Mil. Ito ay tiyak na gastos sa iyo ng isang maliit na kapalaran," exclaimed Sumitra. Bahagyang niyakap ni Milind si Sumitra.

Si Milind, sa taas na 6 talampakan 2 pulgada, ay natagpuan si Sumitra na kaakit akit, na may mahusay na endowed na katawan ng atleta sa 5 talampakan 10 pulgada. Medyo lalaki ang kanyang balikat, ngunit iyon ay dahil sa mga dumbbells na kanyang iniangat araw araw bilang bahagi ng kanyang pang araw araw na rehimen, na nagreresulta sa 13 pulgada biceps. Matibay din ang rump at maayos na hugis ng binti ni Sumitra. Bagamat hindi lantarang malaki, matibay at bilugan ang kanyang mga suso at humihingi ng atensyon.

Madalas ruminated si Milind na kahit na si Mandira ay isang propesyonal na modelo, si Sumitra ay makakapuntos ng isang notch na mas mataas kung parehong lumakad sa rampa at kung siya ang Hukom. Maliwanag at puno ng enerhiya ang mukha ni Sumitra. Isang kaibig ibig, oval Bengali mukha, almond hugis mata sa ilalim ng buong, malago, arched kilay at isang perpektong ilong.

Nang ngumiti si Sumitra, sa mukha niya ay may dimples sa bawat pisngi. Mas pinili niyang panatilihin ang kanyang bahagyang kulot na buhok na naka tether upang dumaloy pababa sa isang gilid ng kanyang balikat ngunit maaaring umangkop sa ilang iba't ibang mga hairstyle. Nagbabago ang eartops ni Sumitra araw araw sa buong linggo. Hindi niya ginusto ang mga dangler, hindi tulad ni Mandira, na sumumpa sa pamamagitan ng mga ito, ngunit iyon ay dahil si Mandira ay may slim, mahabang leeg na pinatingkad ng isang boyish na gupit.

Ang Kaguluhan ng Isang Ama at Mga Bells ng Kasal

"Mobsy dear, posible bang bumaba ka sa Bhopal this Sunday Aabot din ako doon. Hindi mo na kailangang mag leave. Maglakbay sa pamamagitan ng Bhopal Express sa gabi ng Sabado at bumalik sa Linggo ng gabi, "cooed Sumitra sa telepono.

"OK lang sa akin. Pero bigla, ano na ang lumabas " sagot ni Mobius na walang pagtatago ng hinala.

Sagot ni Sumitra, "Bakit hindi mo kausapin si Baba at alamin mo mismo "

"Na alam ko, pero alam mo siguro kung ano ang brewing."

"Siguro nais ni Baba na pasawayin ka tungkol sa iyong paglahok sa kilusan ng Gorkhaland."

"Sa kasong iyon, paano ka kasali "

"Wala pang sinabi sa akin si Baba. Ako ay naghuhula lamang."

"Sa tingin ko Baba ay nais na sumigaw sa akin sa iyong presensya tulad ng dati," grumbled Mobius.

Walang kibo ang sagot ni Sumitra, "Ngayon huwag kang maglakas loob na magsalita laban kay Baba na parang isang moron. Makakarating ako sa Bhopal mula sa Delhi sa Linggo ng umaga at balak kong manatili hanggang Lunes ng gabi. Ang natitira ay nasa iyo. Siguro dapat kang mag teleconference sa iyong espirituwal na Guru, Baba Loknath, upang malaman kung bakit. "

"Oye Sumi, mas mabuting bantayan mo ang dila mo."

"Ikaw na Mobsy, bantayan mo muna ang bum mo " panunukso ni Sumitra.

"Ok, ako ay doon. May premonition ako ng masamang mangyayari."

Tumunog si Mobius sa kanyang Ina.

"Ano po ba Ma Paano nga ba sabay sabay kaming required ni Sumi Will making time ba para kay Baba "

"Huwag kang mag alala, Mobsy mahal. Dumating ka na lang. God bless po sa inyo. Joy Baba Loknath."

"Joy Baba Loknath, Ma."

Pagkatapos ng tanghalian na binubuo ng Mobius paboritong Mutton Biryani sinundan up sa caramel custard, ang lahat ng apat na nakaupo sa sala ng pamilya Mukherjee sa Lake Pearl Spring sa Bhopal.

Mobius nagsalita unang sa light banter, "Ma, ang Biryani at caramel custard ay, tulad ng dati, par excellence. Ngayong pinataba mo na ang guya, kailan ba magaganap ang bakbakan "

Si Sumitra, nakaupo sa tapat ni Mobius, ay nagmomosyon sa kanya na manahimik.

Nakakunot ang noo ni Ma, pero ganoon din ang ngiti niya.

Nagsalita si Baba, na itinuro ang kanyang anak, "Ang taong may konsensya lamang ang magsasalita ng ganyan."

Sumagot si Mobius, "Ako lang ang lalaki sa planetang ito na gumagawa ng mali. Nandiyan lagi si Sumi para magtago ng tabs sa akin. Buti na lang hindi siya nagkukulit."

Naputol si Ma sa isang tono ng pagsaway, "Mobsy mahal, sa palagay ko dapat mong pakinggan ang sinasabi ng iyong ama nang hindi nakakagambala. Pangalawa, kung si Sumi ay nagpapanatili ng mga tab sa iyo, tinitiyak nito na manatili ka sa labas ng problema. Pangatlo, tama ka. Hindi nagkukulit si Sumi."

Mobius reacted, "Ang isang magandang alternatibo para sa isang tao upang panatilihin ang mga tab sa akin ay magiging Conan ang Barbarian sa halip na Sumi."

Ma, napagtanto ang pag uusap ay hindi nagaganap tulad ng nararapat, at Mobius, pagkuha ng mas inis bilang oras lumipas, inilipat up mula sa kanyang upuan at signaled sa Sumitra na gawin ang parehong. "Mobsy dear, pupunta kami ni Sumi sa kusina para maglinis. Ang domestic tulong, Lalitha, ay hindi naka up ngayon. "

"Teka lang Ma. Ano po ba itong pinaka confidential na pagkikita namin ni Baba Kayo ni Sumi, ipagpatuloy ninyo ang pagpunta dito."

Nakabalik sa kanilang upuan sina Ma at Sumitra.

Sa pagtingin sa kanyang mga magulang, sinabi ni Mobius, "Mas mabuti iyan, Ma. Ngayon, mag usap tayo, Baba."

Nilinaw ni Baba ang kanyang lalamunan. "Mobsy, naisip mo na bang magpakasal "

"Hindi, hindi sa ngayon. 29 na ako ngayon. 30 ka pa lang nung ikinasal ka Baba, at ako naman ay ipinanganak noong 32 ka pa."

"Maganda ang stats mo. Ngayon, may iba ka bang nasa isip maliban kay Mandira "

"Ano bang problema ni Mandy Dahil ba siya ay Punjabi?"

"Hindi, ito ay dahil siya ay nakatira sa iyong buddy Milind para sa limang taon."

"Baba, marami kang itinatago na tabs sa mga buddies ko. Anyway, hindi naman kasal si Mandy kay Mil."

"Siguro hindi, ngunit sila ay cohabiting tulad ng isang mag asawa," tumugon Baba sternly.

"Anyway, si Mandy ay isang mabuting kaibigan tulad nina Mil at Shivvy. Wala nang iba pa."

"Mabuti na nga 'yan. Ano naman si Junali "

"Baba, ito ba ay ilang paglilitis na isinasagawa ng isang appellate authority ng isang nahuling Nazi SS Officer sa Amerika pagkatapos ng Ikalawang Digmaang Pandaigdig Si Junali ay isang mabuting kaibigan ko rin."

Ipinagpatuloy ni Baba ang kanyang tirade. "Ikaw marahil ang pinakamahusay na suporta sa Junali para sa pagbuo ng Gorkhaland. Hindi sa banggitin ang pag save sa kanya at ang kanyang pamangkin Manisha mula sa tiyak na kamatayan mula sa avalanche malapit sa Nathu La Pass sa 1995 at risking ang iyong sariling buhay pati na rin. "

Tumingin si Mobius sa kanyang Ina at Sumitra para sa suporta at nag scratch ng ulo. Sa kanyang mga galaw ng mata, inudyukan ni Mobius si Sumitra na sumaklolo sa kanya.

"Baba, ang Gorkhaland ay isang mahalagang isyu. Kailangang may tumulong sa kanila. Ang mobsy ay isang magandang pagpipilian, "sabi ni Sumitra sa isang placating tone.

"Tingnan mo, Sumi, sa kabila ng pagiging nonchalant niya sa iyo, lagi mong sinusuportahan si Mobsy sa pamamagitan ng makapal at manipis. Kahit sa partikular na sandaling ito, sinusuportahan mo siya. Hindi naman ganoon ka rereciprocate ang matigas ang ulo na bum na ito," sagot ni Baba.

Si Ma ang sumaklolo sa kanyang anak. "Tingnan mo, Prosenjit, huwag nating sisihin si Mobsy sa lahat. Siya ay isang napaka makatuwiran at mature na tao."

"Oh, pakinggan mo ang Mobsy na iyon mula sa mga labi ng iyong Ina! Ikaw ay napaka makatuwiran na ikaw ay nabubuhay sa iyong sariling mundo. Sa edad na 29, nakikipaglaban ka para sa isang nawawalang layunin."

Sabi ni Ma habang nakatiklop ang kamay, "Cool down, Prosenjit. Ikaw ay hindi kinakailangang nakakakuha nababalisa."

Tumayo si Mobsy sa kanyang kinauupuan at nag announce. "Kung ako ay ganoong problema, bakit hindi mo na lang ako itakwil Nakuha mo si Sumi para ituwid ang mga bagay bagay."

"Mobsy, nakapikit ka at umupo ka nang hindi nagsasalita ng ibang salita," berated Baba.

Nakasimangot si Sumitra at nagsenyas kay Mobius na umupo at manahimik.

Umupo si Mobius. "Sorry Baba, sa misdemeanor ko. Kung ano man ang nangyari ay nangyari na. Ngayon sabihin mo sa akin kung ano ang gusto mo."

Magalang na sinabi ni Baba, "Tungkol ito sa iyo, sa iyong kasal, Mobsy. Ito ay ang iyong ina at ang aking hangarin na ituring mo si Sumi bilang iyong asawa."

Sinabi ni Mobius, na mukhang nagulat, "Bago ko isaalang alang ang pagpasok sa kasal, kailangan ko ng ilang espasyo."

"Anong uri ng espasyo? Pwede po bang i specify"

"Kailangan kong lumipat sa paligid, gamitin ang aking utak, at palawakin ang aking proseso ng pag iisip," argued Mobius.

Sumagot si Baba sa sardonic tone, "Ito ay isang bagay na bago. Hindi ko alam na umiral ang utak mo."

Ma gesturing sa kanyang asawa, sinabi, "Bakit ito antagonism laban sa iyong anak na lalaki Ano ba ang mali niyang ginawa Pakinggan natin ang punto de bista niya."

Nakita ni Mobius ang ngiti ni Sumitra at blustered. "Ikaw rascal Sumi, ano ba ang nakangiti mo Lahat ng ito ay nangyayari dahil sa iyo."

Tumugon si Baba, "Mobsy, ituwid mo ang ilang bagay sa iyong ulo. Hindi si Sumi ang rascal. Ikaw nga pala. May mga umpteen instances na nai save ni Sumi ang skin mo o natulungan ka. Hayaan mo akong pumunta point by point para ma refresh ang memorya mo."

Sinimulan ni Baba ang pagbibilang gamit ang mga daliri ng kanyang kanang kamay.

"Number one po. Muntik ka nang mapatalsik sa School bilang isang labing apat na taong gulang dahil sa paninigarilyo. Nakilala ni Sumi ang Head Master at iniligtas ang iyong balat."

Sagot ni Mobius, "Sinampal din ako ni Sumi kaya namamaga ang pisngi ko, at pinapunta ako ng HM sa CDH (Central Dining Hall) na may peon para ipa ice cube sa pisngi ko para mabawasan ang pamamaga."

Nakialam si Sumitra, "Mobsy, mga isang daang beses ko na sinabi sa inyo. Pasensya na po sa ganyan. Dapat ko bang hawakan ang dalawang tainga ko at mag-upo para sa iyo? Una, ano ang nag-udyok sa iyo na magsindi ng isang fag samantalang wala ka man lang stubble sa iyong baba? Naiinis na tumayo si Mobius mula sa kanyang upuan. "Sa tingin mo ay masyadong malaki ka para sa iyong boots Sumi. Lumabas na tayo sa Colony Gate at ayusin na natin ang bagay na ito."

Galit na tumayo si Sumi mula sa kanyang upuan. "Handa na ako. Tara na nga."

Naglakad si Sumi sa buong kwarto paakyat kay Mobius at hinawakan ang braso nito. "Lumabas na tayo sa Colony Gate at ayusin na natin ang ating mga hindi pagkakaunawaan."

Itinuro ni Ma ang kanyang kamay kay Sumitra, "Sumi mahal, sigurado akong sinadya ito ni Mobsy bilang isang figure of speech. Hindi mo kailangang gawin itong literal."

Baba, pagmamasid sa drama unfold bago siya, sinabi, "Pareho kayong nagpapaalala sa akin ng isang komiks strip na nabasa ko sa aking mas bata pa. Tungkol ito kay Modesty Blaise at sa kanyang amicable side kick na si Will Garvin."

Nakabalik sa kani kanilang upuan sina Mobius at Sumitra.

"Nagbasa rin ako ng comic strip sa The Times of India noong bata pa ako. Hindi hamak na mas mababa ang IQ ni Will Garvin kaysa sa IQ ni Modesty," sagot ni Mobius.

"Mabuti, napagtanto mo na. Ngayon, gusto ko sana magpatuloy. Number two, Mobsy. Nagkaroon ka ng kagitingan na tawagan si Sumi sa isang Sabado mula sa Doon School para isama kayong tatlong joker – ikaw, si Milind, at Shiv - para sa isang pelikula at tanghalian sa umaga ng Linggo. Kinailangan ni Sumi na maglakbay nang mag isa sa isang bus ng gobyerno mula Delhi hanggang Dehradun sa gabi at malubhang panganib sa kanyang personal na kaligtasan. Nakarating siya sa Dehradun ng 7:00 am at dumiretso sa School para sunduin kayong mga joker. Kayong mga jokers ay labinlimang sa oras na iyon at Sumi dalawampu't isa. Sa itaas nito, bumalik siya sa parehong gabi at nakarating sa Delhi nang maaga sa umaga sa Lunes upang maabot ang Miranda House sa pamamagitan ng 9:00 am lamang sa oras para sa mga klase. "

Sumagot si Mobius, "Baba, tinawag mo lang kaming mga joker sa ikatlong pagkakataon sa loob ng isang minuto. Sa tingin ko lahat tayo ay malaki na ngayon."

Tumugon si Baba, "Oo, parehong lumaki sina Milind at Shiv. Tama, ipinapalagay. Ngunit ikaw ay nasa estado pa rin ng pagbibinata."

Sinampal nina Ma at Sumitra ang kanilang mga palad sa kanilang noo sa patuloy na pagsubok para kay Mobius.

ang patuloy na sabi ni Baba. "Number three. Tatlong taon sa iyong pangalawang trabaho, tinawag mo ang iyong boss ng isang chimpanzee na may mababang IQ. Nagmadali si Sumi na salubungin ang MD ng inyong kumpanya sa inyong Corporate Office sa Mumbai at humingi ng paumanhin bilang isang nakatatandang kapatid.

Walang humpay na pagpapatuloy ni Baba, "OK, Mobsy. Point number four. Naglalakad ka sa Connaught Place sa Delhi kasama si Sumi. Isang lalaki double ang laki ng iyong whistled sa Sumi. Ilang suntok ang ibinato mo sa kanya. Namiss mo na. Minsan ka niyang sinampal at kumonekta. Dalawang ngipin sa harap ang nasira at kasunod nito ay pinalitan ng ceramic. Pagkatapos mong masahig at dumudugo, sinipa ni Sumi ang Orangutan sa kanyang singit. Gumuho siya sa lupa. Tinulungan ka ni Sumi na bumangon, at half dragged ka sa isang auto para makatakas."

"Si Baba, ang pasaway na iyon, ay isang bouncer sa Taj Palace sa Diplomatic Enclave. Tinunton ko ang numbskull na iyon at nagreklamo ako sa pulisya. Natanggal siya sa trabaho niya kay Taj. Ngayon, kung tapos ka na, Baba, at wala kang point number five, gusto kong talakayin kay Ma, confidentially, ang tungkol sa nalalapit kong kasal, kung walang mag alala."

Si Baba, na tumayo mula sa sofa, ay nagsabi, "Hindi na kailangan iyon. Ako ay nagretiro sa kwarto upang basahin ang papel sa umaga, at si Sumi ay maaaring maglinis ng kusina. Pagkatapos mong makumpleto ang iyong lihim na rendezvous sa iyong Ina, huwag ipaalam sa akin. " Tumayo si Baba at lumabas ng kwarto.

Tumayo na rin si Sumitra at umalis patungong kusina. Parehong naiwan si Mobius at ang kanyang Ina sa sala.

Habang nakaupo sa tabi ng kanyang Ina, sinabi ni Mobius, "Ma, kilala ako ni Sumi sa loob. Ilang beses pa nga niyang pinalitan ang diaper ko. Alam mo Ma, minsan sinabi sa akin ni Sumi na may itim akong birthmark na hugis bituin sa ari ko, na totoo. Wala nang natitira para sa kanya upang galugarin ang tungkol sa akin. Alam pa niya kung paano gumagana ang utak ko. Pag hinila ko ng mabilis sa kanya, bluff ko ang tawag niya. Enigma sa akin ang utak ni Sumi, pero maraming beses niya akong nailigtas mula sa pagkagulo. Malinaw din na naaalala ko noong ako ay pitong taong gulang, ako ay ililipat sa silid aralan ni Sumi mula noong siya ay 13 at lumalaki, ngunit iginiit ni Sumi na panatilihin ko ang mas malaking silid tulugan kung saan kami ay magkasama at siya ay lumipat sa mas maliit na silid. Gayunpaman, ito ay mabuti ang talahanayan ng pag aaral ni Sumi ay inilipat sa mas malaking silid tulugan. Nagkaroon ako ng maraming pagkakataon na humiga sa kama sa gabi at talakayin ang iba't ibang mga paksa sa ilalim ng araw habang siya ay nag aaral medyo huli na sa gabi gamit ang lampara sa kanyang mesa. "

Sagot ni Ma, "Sa kabila ng paggambala mo sa kanya, si Sumi ang laging nangunguna sa klase niya sa School. Alam mo ba Mobsy darling, tuwing may kakaibang kulog at kidlat sa gabi, dati ay nagmamadali ka sa kanyang kama at natutulog sa tabi niya. Madalas akong gumising ng madaling araw para ayusin ang bed cover para matakpan kayong dalawa na magkakasama habang nagpoprotekta ang mga braso niya sa paligid ninyo. Si Sumi ang nagprotekta sa iyo habang buhay. Maaaring kami ang iyong mga magulang, ngunit si Sumi ang iyong Guardian Angel."

Sagot ni Mobius, "Oo, tama na. Dati ay inilalagay ni Sumi ang kamay niya sa mga mata ko para hindi ko makita ang kidlat sa kurtina sa bintana. Gayundin, tuwing kulog ito, niyayakap ko nang mahigpit si Sumi. Alam mo Ma, 11 anyos ako nang bumalik si Sumi mula sa Delhi matapos mag fill up ng kanyang mga forms para makapasok sa Miranda House. Noong bakasyon ko sa paaralan, isang gabi, nakaranas ako ng mga paglabas ng gabi. Nakakatakot ang moment na iyon para sa akin, at nag tip ako sa kwarto ni Sumi sa hatinggabi para gisingin siya at ikuwento ang tungkol dito. Mahinahon siyang lumapit sa aking silid, kumuha ng moist hand towel, pinunasan ang mantsa sa aking bed sheet, at sinabihan akong matulog sa isang gilid ng kama upang ang simoy ng hangin mula sa kisame fan ay matuyo ang bed sheet sa umaga at walang sinuman ang magiging mas matalino. Kinaumagahan, pagkatapos ng almusal, inilabas niya mula sa kanyang maleta ang isang libro sa pagbibinata na pinamagatang 'Ito ay Ganap na Normal' nina Robie Harris at Michael Emberley na binili niya mula sa Cambridge Book Depot sa Dehradun, na sinadya para sa pangkat ng edad na sampu at pataas at ipinakita sa akin ang kaugnay na pahina. Ipinaliwanag niya na wala itong dapat ikahiya at bahagi ito ng paglaki at iba sa paghihiga. Naalala ko pa na tinanong ko kung may ganyang nangyari sa mga babae, at affirmative ang sagot niya."

"Well, ito ay isang bagay na maaari mo ring talakayin sa iyong Baba o sa akin, lalo na dahil pareho kaming doktor," sagot Ma.

"Alam ko Ma, pero nakakahiya ito. Si Sumi ay parang teacher ko, close confidante, at ate. Paano po ba ako magpapakasal sa ate ko Parang nag commit ng incest. Isang consanguineous marriage. Tingnan mo ang pagkakaiba ng edad natin. Si Sumi ay 35 at ako ay 29."

"Hindi siya ang tunay mong kapatid. Alam mo ang kumpletong background niya. Sa katunayan, noong nagpunta ka sa Doon noong sampung taong gulang ka pa, sinabi ko sa iyo na huwag mo na siyang tawaging Sumi Didi, kundi Sumi na lang."

"Oo, alam ko. Sa katunayan, si Sumi Didi pa rin ang tinutukoy ni Mil. Pero ibig mong sabihin Ma, simula noon ay pinag iisipan mo na ang kasal natin "

"Eh dati pinag iisipan namin ng Baba mo."

"Si Baba ay isang malaking tagasuporta ni Sumi. Kung ano man ang gawin niya ay tama."

Ma smiled, affectionately rested kanyang kamay sa pisngi ng kanyang anak na lalaki, at sinabi, "At ako ay isang malaking tagasuporta ng sa iyo, kaya ito evens out."

Niyakap ni Mobius ang balikat ng kanyang Ina at kumportableng nanirahan sa sofa.

"Alam mo Ma, komportable ako kay Sumi. Amiable lady siya. Mabubuhay ako nang komportable magpakailanman sa piling niya. Pero alam mo Ma, deserve ni Sumi ang mas magandang deal. Sa itsura at utak niya, madali siyang makapag asawa ng high profile guy like a doctor, IAS officer, or celebrity like Mil."

"Nakausap na namin siya ng Baba mo. Gusto ka raw niyang pakasalan."

Kinontra naman ni Mobius, "Ma, diretso na lang tayo mag usap. Maaaring hindi ako kasing talino ni Sumi, ngunit hindi ako hangal. Alam naman nating lahat na ang Nanay ni Sumi at kayo ay mga buddy sa Medical College. Kaya nang mamatay ang kanyang asawa sa isang aksidente sa kotse, at di nagtagal pagkatapos nito, nagkaroon siya ng kanser, hiniling niya sa iyo at kay Baba na ampon si Sumi, na anim na taong gulang noon. Ang kanyang nakatatandang kapatid na si Didibhai ay labindalawa, at ang kanilang Kaku (kapatid ni Ama) ay pumayag na ampon siya. Ngayon, sa hindi alam na dahilan, pumayag si Baba na panatilihin si Sumi bilang isang anak, ngunit hindi legal, upang mapanatili niya ang kanyang pangalan sa pagkadalaga. OK na ngayon, Ma. Itinanggi mo o sumasang ayon ka dito "

"Mobsy, una sa lahat, ibaba mo ang volume mo. Nasa kusina si Sumi," tugon ni Ma.

Si Mobius ay lumapit sa kanyang Ina. "Ngayon ay mag uusap tayo nang pabulong."

Patuloy ni Ma, "Mobsy, maraming sakripisyo si Sumi para sa iyo. Kung gusto lang niya, pwede siyang mag engineering sa IIT at MBA sa alinman sa mga premier institutions tulad ng IIM. Madali sana niyang basagin ang mga exam na iyon, pero pinili niya ang BA at MA sa English literature para mas mababa ang gastos sa edukasyon. Sa kabila ng paghihikayat namin ni Baba kay Sumi na umupo para sa CAT, tumanggi siya. Lumipat siya mula sa Science Group sa kanyang mga pagsusulit sa Board upang mag opt para sa Arts sa College. Sa kabila nito, nanguna siya sa Delhi University sa kanyang pag-aaral pagkatapos ng pag-aaral. Siya ay, tulad ng alam mo, kapitan ng paaralan sa Welham Girls '. Si Sumi ay isang all rounder. Walang duda."

"Maganda ang magiging match niya kay Mil, na school captain din ng Doon. Anyway, natigil siya kay Mandy, na cool lady din."

"Mobsy dear, alam kong may malambot kang sulok para kay Mandira. Pero tanggapin mo ang sinsero kong payo. Para sa iyo, si Sumi ang magiging tamang pagpipilian."

Sa isang pensive mood, sinabi ni Mobius, "Ma, kung ano man ang sinabi mo sa akin ngayon lang ay naging isang eye opener. Hindi ko alam na ang pagbabago ng kagustuhan sa kurikulum ni Sumi ay dahil sa gastos na kasangkot sa mga gastusin sa edukasyon. I would consider it a big privilege kung pipiliin ni Sumi na magpakasal sa isang scalawag na tulad ko."

Tumayo si Mobius mula sa sofa at paced ang silid.

"Nagdesisyon si Sumi na pakasalan ako dahil alam niyang magiging napakasaya ninyo ni Baba. Itinuturing ni Sumi na payback time ito."

Naglakad si Mobius papunta sa foyer para tawagin ang kanyang ama nang makita niya si Sumi na naghihintay sa kanya. Mahigpit na binalot ni Sumi ang braso sa balikat ni Mobius at ginabayan papasok sa kusina. Ang pagkakahawak sa paligid ng balikat ay lumipat pa malapit sa leeg at mas humigpit.

"Easy lang, Sumi, pinipilit mo akong i strangle o ano "

"Ngayon, Mobsy darling, makinig nang nakabukas ang iyong mga tainga."

"Ako ay nakikinig, ngunit kadalian ang iyong grip muna."

Inilapit ni Sumi ang bibig sa tenga ni Mobius at sinabing, "Wala akong pakialam kung pipiliin mong pakasalan sina Mandy, Junali, o kahit sino pa. Ngunit tandaan na kung ikaw ay maging sanhi ng anumang nakababahalang sandali sa Baba o Ma, ako ay subaybayan sa iyo down, alinman sa bahagi ng planeta ikaw ay nasa, at bigyan ka ng tulad ng isang sipa sa iyong bum na hindi mo magagawang umupo down para sa isang linggo. Ngayon ikaw na ang magdedesisyon kung ano ang gusto mong gawin."

Mapagmahal na kinagat ni Sumi ang earlobe ni Mobius at inilabas ang pagkakahawak sa leeg ni Mobius matapos magbigay ng mapaglarong nudge sa likod nito gamit ang tuhod nito.

Nagpanggap si Mobius ng grimace, ginaya ang isang boxer at ang kanang kamay nito ay nagkukunwaring suntok sa ulo ni Sumitra. Sumitra dodged at twisted mula sa kanyang baywang, smacking ang kanyang bukas na palad nang malakas ngunit hindi nasaktan ang ulo ni Mobius.

Pagkatapos ng lahat, ang apat na miyembro ng pamilya Mukherjee ay mahusay na nakaugat sa sala, at ang hukuman ay nasa session.

Sabi ni Baba, na nagninilay, "Sige, Mobsy, ano ang huling tawag mo?"

"Kapag may isang ginang na naglagay ng baril sa ulo ko at pinakasalan ko siya. May choice pa ba ako " Seryosong sagot ni Mobius.

"Wala akong nakikitang baril sa kamay ni Sumi ngayon. OK, ilagay natin ito sa tamang pananaw Mobsy. Nakuha mo na ba ang bum mo na sinipa ni Sumi sa buhay mo " Naaliw si Baba at, habang nakakunot ang kamao, sinampal ang isa pang nakabukas na palad.

"Prosenjit, paki isip ang iyong wika sa harap ng aming mga anak," sabi ni Ma na may bahagyang inis.

Isang mabagal na ngiti ang gumapang sa mukha ni Mobius. "Hindi, hindi ko pa napapasipa ang bum ko ni Sumi so far, pero walang guarantee na hindi mangyayari sa married life namin ni Sumi. Woohoo " bulalas ni Mobius at nagsimulang tumawa.

Nagkaroon ng isang natulala katahimikan para sa isang sandali sa mga kalokohan ng kanyang bunsong miyembro ng natitirang mga miyembro ng pamilya Mukherjee, at pagkatapos ay nagsimulang tumawa ang lahat nang hindi mapigilan. Parehong naluha sa kaligayahan sina Baba at Ma.

Ang Stark Realities at Rising Stardom (2005)

Bumaba si Manisha at ang kanyang buddy na si Shiba sa Rajiv Chowk Metro Station sa Connaught Place, at nagpunta sila sa Shankar Market, isang maginhawang gitnang klaseng makitid na daanan sa pamimili. Lahat ng mahahalagang gamit sa bahay ay mabibili sa makatwirang presyo sa mga tindahan na hindi naka aircon, mula sa unan hanggang sa mga electronic goods. Gustong bumili ni Manisha ng digital watch na may stopwatch facility. Sa isang tindahan sa kanto, nakita niya ang gusto niya. Ang berdeng wristwatch sa ibaba ng glass display sa counter ay umapela sa kanyang mas pinong instincts. Inilabas ng mabait na mukha na ginang ang relo mula sa glass counter at ipinaliwanag ang iba't ibang opsyon na naroroon sa relo, tulad ng alarma, stopwatch, night light, at mga pagpipilian sa araw at linggo. Habang hawak ni Manisha ang relo at ininspeksyon ito, may sigaw mula sa likod. "Dugong Intsik, umalis ka na dito!"

Nagmamadali namang tumalikod sina Manisha at Shiba at halos hindi pa sila nagkakalayo ng apat na binata at malamang ay mga estudyante sa kolehiyo. Sa sobrang galit, nagpunta si Manisha sa grupo at sinabing, "Ako ay mula sa Pedong, West Bengal, at oo, ipinagmamalaki na maging isang Gorkha at isang Indian." Matatag na nakatayo si Shiba sa tabi niya.

"Hawakan mo ang mga paa ko, at hindi ka mabubugbog," sagot ng pinuno, na maayos ang pangangatawan ngunit may tummy.

Nagsalita si Shiba, "Umalis tayo nang payapa, kapatid. Pareho kaming nag aaral sa DU, North Campus, Hans Raj College."

"Apat kaming taga DU, South Campus, Sri Venkateswara College," kontra ni Tummy Boy. "At nawa'y malaman ko kung sino ang fuck mo."

"Paki isip muna ang wika mo. Ako si Shiba Kalyani Sahu mula sa Orissa."

"Ok, Miss Sahu, wala kaming laban sa iyo. Nais naming hawakan ng iyong kaibigan ang aming mga paa bilang tanda ng pagpipitagan. Itinuturing namin ang mga Gorkhas at Tsino na kabilang sa iisang lahi."

"Makinig ka," sabi ni Shiba. "Ayaw namin ng gulo. Umalis tayo nang payapa."

Ang grupo ni Tummy Boy, na tumuturo kay Manisha, ay nagsalita nang magkaisa sa sadyang pagbasag ng Ingles. "Hawakan mo ang mga paa. Pagkatapos ay pumunta. Walang problema."

Bulong ni Shiba kay Manisha, "Naghahanap ng away ang mga screwballs na ito. Susubukan naming maglakad sa paligid ng mga ito. Kung pipigilan nila kami, then we fight back to back."

Parehong sinubukan nina Shiba at Manisha na iwasan ang grupo sa pamamagitan ng pag ikot sa kanila. Ipinatong ni Tummy Boy ang kamay niya sa balikat ni Manisha. Nabuwag si Bedlam. Sinipa ni Manisha si Tummy Boy sa kanyang shin. Gayunpaman, hinawakan ni Tummy Boy si Manisha nang mahulog ito sa lupa, isinama ito.

Tumayo si Shiba sa isang boxer's stance, humarap sa tatlo pang lalaki. Sa taas na 5 feet 10 inches, wiry siya as compared sa 5 feet 6 inches chubby frame ni Manisha. Tatlong beses na sinuntok ni Shiba at nagkokonekta sa tuwing. Biglang nakita ni Shiba ang isa sa mga batang lalaki na nakayakap sa kanya mula sa likod sa isang arm lock. Naamoy niya ang usok ng sigarilyo sa hininga nito at natagpuan niyang hindi makagalaw ang kanyang mga braso. Siningil siya ng pangalawang bata. Itinaas ni Shibakalyani ang kanang binti sa ere at sinipa ito ng malakas sa dibdib. Tumambad ang bata sa likod, natamaan ng dustbin at nahulog sa sahig, kasabay ng pagbagsak ng takip ng alikabok at pagbuhos ng basura.

Isinandal ni Shiba ang ulo at biglang nagtago, at sinira ang ulo sa ilong ng unang lalaki. Hinayaan ng bata, nakahawak sa ilong nito, na nagsimula nang dumudugo. Hinarap ni Shiba ang pangatlong bata at ipinagpalit ang mga suntok. Sa sulok ng kanyang mga mata, nakita ni Shiba si Tummy Boy astride Manisha na may isang tuhod sa leeg ni Manisha at nakahawak sa isa nitong braso gamit ang dalawang kamay nito. Hingal na hingal si Manisha. Sigaw ni Shiba sa tapat ni Manisha habang nakatingin sa kalaban, "Grab his balls and squeeze hard, Manisha."

Si Manisha, gamit ang kanyang libreng braso, ay hinawakan ang crotch ni Tummy Boy at pinisil ng malakas gamit ang kanyang kamay. Tummy Boy squealed tulad ng isang kicked aso sa sakit at nahulog likod, hawak ang kanyang crotch. Sa ikaapat na suntok ni Shiba, nahuli niya ang pangatlong kalaban sa panga nito, stunning ito. Nang makitang may mga taong nagtipon sa paligid nila, ngunit walang tumulong, kapwa nagpasya sina Shiba at Manisha na tumakas mula sa lugar. Sina Shiba at Manisha ay nag-bolt mula sa pasukan ng Shanker Market at tumakbo sa pulang ilaw sa tapat ng kalsada patungong Connaught Place. Nagpapuri si Shiba sa isang gumagalaw na auto, na gumagalaw sa tapat ng kalsada, na nanatiling matibay at proteksiyon ang kamay ni Manisha at hinila ito.

"Hans Raj College," sabi ni Shiba sa auto driver. Natatakot na lumingon si Manisha at nakitang malinaw na ang lahat: walang humahabol sa kanila.

Sa Hans Raj Girl's Hostel, dumiretso sina Manisha at Shiba sa Hostel Superintendent's Office at ipinaalam sa kanya ang pangyayari. Tinawagan ni Manisha si Junali Aunty mula sa landline ng Superintendent at ipinaliwanag sa kanya ang sitwasyon.

Si Junali ay tumunog kay Mobius sa Satna at humingi ng tulong. Unang nagsalita si Mobius sa legal counsel ng kanyang kumpanya na si Sarabjeet Singh sa Delhi Office. Si Sarabjeet, matapos talakayin ang telephonically kay Mobius, ay hiniling sa kanyang Delhi Advocate's Office na maghain ng petisyon sa lokal na hukuman sa paligid ng Delhi University para sa tangkang panggagahasa ng apat na lalaki laban kina Manisha at Shiba. Pinayuhan din niya na maghain ng FIR kapwa sina Manisha Rai at Shiba Kalyani Sahu laban sa apat na lalaki. Ipinaliwanag ni Sarabjeet ang posisyon kay Mobius at hiniling sa kanya na mag ayos para sa isang pulong ng Tagapagtaguyod sa parehong mga batang babae, kasunod ng kung saan ang petisyon ay isampa sa lokal na hukuman ng DU.

Sumunod na tumunog si Mobius kay Sumitra, na dumadalo sa buwanang pulong ng kanyang NGO sa kanilang Head Office sa Delhi, at hiniling sa kanya na pumunta sa Hans Raj College Campus at mag ayos para sa isang FIR na isampa sa Police Station na pinakamalapit sa Hans Raj College.

Nang makarating si Sumitra sa Hans Raj College Hostel at makilala ang Hostel Superintendent, nalaman niya na ang Advocate mula sa organisasyon ni Mobius ay dumating na at napansin ang mga detalye ng alitan mula sa parehong Manisha at Shiba.

Hindi nagtagal, may tawag mula sa Mukherjee Nagar Police Station malapit sa Hans Raj College na ipinatawag ang parehong Manisha at Shiba sa Istasyon. Narating ng Hostel Superintendent, Sumitra, Shiba, at Manisha ang Station, na nasa tapat lang ng College Main Gate, kung saan sinabi sa kanila ng Station in Charge na may reklamo ang mga magulang ng apat na lalaki na binugbog sila ng dalawang babae. Walang pag aalinlangang sinabi ni Sumitra sa Inspector na nais nilang maghain ng FIR dahil sa tangkang panggagahasa ng apat na binata at pagtatangka na patayin ang mga singil ni Tummy Boy, na ibinunyag ang pulang marka sa leeg ni Manisha kung saan lumuhod si Tummy Boy sa kanya, at ang mga gasgas sa mga buko ni Shiba at ang namamagang labi nito.

Ang Inspector, na may malambot na sulok para sa mga mag aaral ng Hans Raj College mula nang siya ay nag aral doon, ay sumang ayon na gawin ang FIR sa ilalim ng kondisyon na ang isang medikal na ulat ay kinuha mula sa isang kalapit na ospital o nursing home. Dinala ni Sumitra ang dalawang babae sa pribadong ospital sa katabi. Nakakuha siya ng medical report na nilagdaan ng Chief Medical Officer tungkol sa mga physical injuries na natamo sa kanilang katawan, na inilarawan bilang mga sugat, lamog, at gasgas sa mukha, braso, kamay, at leeg.

Ang FIR ay inihain batay sa medical report at statement. Samantala, dumating din sa himpilan ng pulisya ang Advocate mula sa tanggapan ni Mobius sa Delhi at nagsumite ng photostat copy ng complainant na tinatakan at tinanggap ng DU Court ng kasong attempted rape sa dalawang batang babae. Ikinabit ng Inspektor ang kopya ng petisyon na may FIR. Nag ayos siya ng dalawang set ng FIR, isa sa mga ito ay ibinigay niya kay Sumitra at ang isa naman ay sa Advocate. Inimbitahan ni Sumitra ang Inspector at ang Advocate para sa tanghalian kasama niya at ng mga batang babae. Ngumiti ang Inspector at sinabing hindi ito posible sa sandaling iyon. Ipinahiwatig ng Advocate na mayroon siyang napakahalagang tungkulin na may kaugnayan sa isa pang kaso, na kailangan niyang alagaan ngayon.

Sa kanyang pagbalik sa opisina, binisita ng Advocate ang opisina ng Shop Keepers Association sa Shanker Market at ipinakita sa kanila ang kopya ng FIR at natanggap ang kritikal na CCTV footage, na malinaw na nagpakita ng insidente na may malinaw na detalye. Kitang kita ang eksenang inilapat ni Tummy Boy ang tuhod niya sa leeg ni Manisha at naipit ang isa niyang braso sa dalawang braso nito. Ang isa pang eksena, na may Shiba na hawak ng isa sa mga batang lalaki at ang iba pang dalawang batang lalaki na papalapit sa kanya menacingly, handa na atake, ay napakalinaw na nakikita. Ang footage, ayon sa Advocate, ay parang synchronized fight stunt mula sa isang pelikula, tulad ng ipinarating niya kay Mobius. Ipinadala niya ang buong footage kay Mobius sa mail sa isang zip file kasama ang FIR copy at medical report.

Nagningning si Mobius sa kanyang mga mata habang sinusuri ang kanyang mail. Ang apat na hoodlums ay nakulong lock, stock, at bariles. Nakipag ugnayan si Mobius sa kanyang batch mate sa paaralan, si Aseem Tiwari, na isang senior reporter para sa Hindustan Times sa Delhi.

Aseem sumang ayon na dalhin ang kuwento sa balita bilang isang etniko diskriminasyon ng Gorkha komunidad ng mag aaral sa Delhi sa susunod na edisyon ng araw. Hindi nagtagal, kinontak ni Mobius ang kanyang running buddy na si Shivani Thakur, na nagtrabaho sa CNBC-TV18 bilang Anchor at Senior Producer sa kanyang opisina sa Delhi. Agad siyang tumugon sa pamamagitan ng pagsang ayon na gawin ang isang pakikipanayam ng parehong Manisha at Shiba laban sa pananakot ng kasarian ng mga kababaihan sa kabisera ng bansa. Nagpasalamat nang husto si Mobius sa kanya at namangha sa bilis ng kanyang sariling katalinuhan. Woohoo!

Ang insidente sa Shankar Market ay naganap 10:30 am. Advocate naghain ng petisyon sa mababang hukuman malapit sa DU sa 12:30 pm. Nag file ang FIR ng kaunti mamaya, sa 2:30 pm.

Sa gabi ng araw ng pagharap sa South Campus DU student hoodlums, tinatrato ni Sumitra ang mga batang babae sa isang maagang hapunan sa Domino's Pizza malapit sa Hans Raj College.

Nag aalala si Manisha. "Sumitra Aunty, may problema ba tayo Pwede ba tayong arestuhin ng pulis sa hinaharap "

Sagot ni Sumitra, "Manisha, pwede mo akong tawaging Sumitra Didi o Sumi Didi imbes na Aunty since Baagh Bhai ang tinutukoy mo kay Mobius. Pareho kayong ligtas ngayon dahil sa ilang mabilis na pag iisip ni Mobius. Malinaw na nakasaad sa FIR na pareho kayong sinalakay ng apat na estudyante para molestyahin at gahasain. Ang mga pulis ang gagawa ng sarili nilang imbestigasyon. Ang aking hula ay ito ay kinakatawan bilang isang kaso ng pangmomolestiya. Kapag dumating ang petisyon sa korte para sa pagdinig, pareho kayong magkakaroon ng presensya doon. Ikaw ay kakatawanin ng isang Advocate, kaya walang dapat ikatakot. Kakausapin ko rin ang Hostel Superintendent para makasama ang mga security men sa campus. Kaya walang dapat ikabahala. Kapag tinanong ka ng Hukom, tingnan mo siya sa mata at sagutin nang may tiwala. Gagabayan ka ng Tagataguyod."

Napabuntong hininga si Manisha ng maluwag. Ngumiti si Sumitra at kinausap si Shiba, "Good show Shiba. Sabi sa akin ni Inspector nabali mo ang ilong ng isa sa mga nagkasala. Ang isa pang bata ay nagdusa ng isang lamog rib nang sipain mo siya sa dibdib. Saan ka natutong lumaban ng maayos "

"Eh, Sumi Didi, bata pa lang ako ay tinuruan ako ng tatay ko ng self defense. Siya ay kinakatawan Orissa sa boxing sa Nationals thrice. Nanalo ng dalawang ginto at isang pilak."

"Wow! Kaya pala napakahusay mong lumaban," sagot ni Sumitra. Sa pagtingin kay Manisha, sinabi nito, "Iniligtas ni Shiba ang araw. Huwag kang mag commute sa Delhi kung wala siya." Tapos sa seryosong tono ay sinabi ni Sumitra, "Makinig kayo, pareho kayo. Sa susunod na tatlong linggo, huwag makipagsapalaran sa labas ng campus ng kolehiyo. At least hindi hanggang sa magbigay ng hatol ang korte. Pareho kayong dapat igiit ang written apology sa korte at saka lang kayo pumayag na ibalik ang reklamo kung may ganyang proposal."

"Ok, Sumi Didi, at maraming salamat sa pag save ng aming mga skin," parehong masayang sabi ng mga batang babae unison.

News Telecast at Manisha nagiging Rising Star na

Si Mobius ay nanonood ng CNBC TV18 sa bahay kasama si Sumitra. Si Shivani Thakur ay tumawag kay Mobius na ang kanilang channel ay telecast ng live na panayam ng Manisha Rai at Shiba Kalyani Sahu sa *Limang O'Clock News* sa programang 'Tea with Shivani.'

Unang dumating Shiba Kalyani Sahu, na nagbigay ng isang maingat na pagsasalaysay kung paano nagsimula ang labanan at kung paano parehong pinamamahalaang upang makakuha ng layo. Sumunod ay si Manisha Rai. Nagsalita siya tungkol sa hindi pagkakaunawaan ng mga mamamayan ng India tungkol sa komunidad ng Gorkha, na inihambing ang mga ito sa isang dayuhang komunidad mula sa Nepal at pati na rin ang mga Tsino. Nagsalita siya nang mahusay tungkol sa kanyang komunidad at sinabi na ang stereotype ng Gorkhas na gumagawa ng trabaho ng isang sundalo sa hukbo at security guard sa mga establisyimento ng sibil at korporasyon ay kailangang mapawi mula sa isipan ng publiko ng India.

Tinukoy niya ang kanyang sarili bilang isang tunay na anak na babae ng India, nag aaral ng BA (Karangalan) Economics sa Hans Raj College. Nagplano siyang mag-aral ng batas pagkatapos noon at ilaan ang kanyang buhay sa pagpapabuti ng buhay ng kanyang komunidad. Nagsalita si Manisha mula sa kanyang puso tungkol sa kanyang simpleng pagkabata at matipid na buhay pagkatapos nito mula kay Pedong. Ibinenta ng kanyang ina ang isa sa kanyang gold bangles para pambayad sa graduation at hostel accommodation ng kanyang anak. Ang mga mata ni Mobius ay mamasa masa, at si Sumitra, na nakaupo sa tabi ni Mobius, ay inilagay ang kanyang pisngi sa tabi ng kanyang pisngi at ang kanyang braso ay nakapalibot sa balikat ni Mobius at pinisil ito nang paulit ulit.

Ang Kagitingan at Bagong Liwayway ni Havildar Gurung (2010)

Ang Chowk sa Darjeeling ay abalang puno ng mga tao. alas-10 ng umaga ng isang Linggo, at maraming turista; ang ilan sa kanila ay European ay kumakain ng momos at thupkas sa tabi ng mga tindahan ng pagkain sa gilid ng kalsada na may piping hot tea o kape.

Tumayo si Manisha mula sa kanyang upuan papunta sa stage para magsalita. Si Junali ay nakaupo kasama ang Pangulo ng Gorkha na si Jan Mukti Morcha at isa pang dalaga na siyang kalihim. Ang sentro ng atraksyon ay isang matandang ginoo na nakasuot ng isang langit asul na kurbata sa ilalim ng isang kulay abo na walang manggas na jacket sa isang walang bahid na puting polo na nakasukbit sa grey na pantalon, na nakaupo sa pagitan ng Pangulo at Manisha. Ang kanyang ay isang kulubot na mukha beleaguered sa pamamagitan ng isang buhay ng pakikibaka at kaguluhan, na may ulo bahagyang nakayuko, mata marginally sarado, at mga kamay resting sa hubog hawakan ng isang walking stick. Siya ay dapat na rin nakalipas siyamnapung, naisip Mobius. May medalyang nakadikit sa lapel ng jacket at mayabang na nakabitin na parang nagniningning na bituin.

Nakaupo sa unang hanay ng mga upuan bago ang entablado, si Mobius ay nag squint ng kanyang mga mata para sa isang mas malinaw na pagtingin sa medalya. Biglang nag start sa kanya ang realization. Oo, iyon ang Victoria Cross Medal. Walang duda. Ipinakilala ni Reyna Victoria ang The VC noong 29 Enero 1856 upang parangalan ang mga gawa ng kagitingan noong Digmaang Crimean. Mula noon, ang medalya ay iginawad ng 1,358 beses sa 1,355 indibidwal na tatanggap. Ang tanso kung saan ginawa ang lahat ng Victoria Crosses ay ibinigay ng Central Ordinance Depot sa Donnington. Ang metal na ito ay pinutol mula sa mga kanyon na nakuha mula sa mga Ruso sa Sevastopol sa panahon ng Digmaang Crimean. Kasunod ng Rebolusyong Ruso ng 1917, ang Crimea ay naging isang awtonomong republika sa loob ng Russian Soviet Federative Socialist Republic sa USSR. Pormal na isinama ng Russia ang Crimea noong 18 Marso 2014, na isinama ang Republika ng

Crimea at ang pederal na lungsod ng Sevastopol bilang ika 84 at ika 85 na pederal na paksa ng Russia.

Makalipas ang mahigit isa't kalahating siglo, ang medalya ay nananatiling pinakamataas na karangalan para sa katapangan at kagitingan na maaaring ipagkaloob sa mga miyembro ng Sandatahang Lakas ng Britanya.

Tumayo si Manisha mula sa kanyang upuan at nagsalita tungkol sa Victoria Cross Awardee. Mobius nakinig spellbound bilang Manisha mahilig tinutukoy sa ginoo bilang 'Ang Orihinal Gorkha Soldier.' "Si Havildar Lachhiman Gurung, na ngayon ay 93 taong gulang, ay ipinanganak sa nayon ng Dakhani, sa Distrito ng Tanahu ng Nepal, ang anak ni Partiman Gurung noong 30 Disyembre 1917. Sumapi siya sa British Indian Army noong Disyembre 1940. Siya ay 28 taong gulang at isang Rifleman sa 4th Battalion, 8th Gurkha Rifles, sa Indian Army noong Ikalawang Digmaang Pandaigdig nang maganap ang sumusunod na gawain noong Mayo 1945, kung saan siya ay ginawaran ng Victoria Cross."

Inilipat ni Manisha ang sheaf ng mga papeles sa kanyang kamay. She continued, "Ang kanyang Battalion ay bahagi ng 89th Indian Infantry Brigade ng 7th Indian Infantry Division, na inutusang tumawid sa Irrawaddy River at salakayin ang mga pwersang Hapon sa hilaga ng kalsada mula Prome hanggang Taungup. Umatras ang mga Hapones patungong Taungdaw, kung saan si Rifleman Gurung ay bahagi ng dalawang grupo ng 4th Battalion, 8th Gurkha Rifles, naghihintay nang umatake ang mga Hapones sa bisa noong madaling araw. Noong 12 Mayo 1945, sa Taungdaw, Burma, na ngayon ay Myanmar, si Rifleman Lachhiman Gurung ang nangunguna sa kanyang platoon, na nagdulot ng pagsalakay ng hindi bababa sa 200 kaaway na Hapon. Dalawang beses, pinabalik niya ang mga granada na nahulog sa kanyang kanal, ngunit ang pangatlo ay sumabog sa kanyang kanang kamay, na pumutok sa kanyang mga daliri, naputol ang kanyang braso, at malubhang nasugatan siya sa mukha, katawan, at kanang binti. Ang kanyang dalawang kasamahan ay nasugatan din, ngunit ang rifleman, na ngayon ay nag iisa at hindi pinapansin ang kanyang mga sugat, ay nagkarga at pinaputok ang kanyang riple gamit ang kanyang kaliwang kamay sa loob ng apat na oras, mahinahong naghihintay para sa bawat pag atake, na sinalubong niya ng apoy sa point blank range, hanggang sa dumating ang mga reinforcement."

Napahinto si Manisha at nagpatuloy, "Ang kanyang pagbanggit sa London Gazette ay nagtatapos sa 87 kaaway na patay na binibilang malapit sa lokalidad ng Kumpanya, 31 ay nakahiga sa harap ng seksyon ng rifleman na ito, ang susi sa buong posisyon. Kung nagtagumpay ang kaaway sa sobrang pagtakbo at pagsakop sa kanal ni Rifleman Lachhiman Gurung, ang buong reverse slope position ay lubos na nakompromiso, at ang labanan ay maaaring tumagal ng isang pangit na pagliko. Sa kanyang napakagandang halimbawa, ang rifleman na ito ay nagbigay-inspirasyon sa kanyang mga kasama na labanan ang kaaway; Bagamat nakubkob at naputol sa loob ng tatlong araw at dalawang gabi, hinawakan at dinurog nila ang bawat pag atake. Ang kanyang natitirang galante at matinding katapatan sa tungkulin, sa harap ng halos napakalaki na mga logro, ay ang pangunahing mga kadahilanan sa pagkatalo ng kaaway. "

Si Manisha, na itinuro ang kanyang kamay kay Havildar Gurung, ay nagsabi nang may bahagyang pagpipitagan, "Natanggap niya ang kanyang Victoria Cross mula sa Viceroy ng India, Field Marshal Lord Wavell, sa Red Fort sa Delhi noong 19 Disyembre 1945."

Isang grupo ng mga pulis ang nakatayo sa isang gilid ng parisukat. Ang isa ay mula sa ranggo ng Sub Inspector Subham Golam, isang residente ng Kalimpong, at nai post sa Main Police Station sa Darjeeling sa nakalipas na dalawang taon. Nag aral sila ni Manisha sa School sa Pedong at Hans Raj College sa Delhi sa ilalim ng Delhi University.

Unang tumayo si Mobius, malakas na pumalakpak, at sumigaw ng sigaw ng labanan ng mga Gorkha, 'Ayo Gorkhali.'

Bahagyang itinuwid ang malutong na likod ni Lachhiman Gurung, at dahan dahan niyang binuksan ang kanyang mga mata at tiningnan si Mobius na nakatayo sa harapan. Ang kanyang mahinang mga mata ay maaari ring makilala ang tiger tattoo sa kaliwang braso ni Mobius. Dahan dahan, nabasag ang ngiti ng kanyang mga labi, at binuka niya ang kanyang bibig sa pag chant ng mga taong ngayon ay nasilakbot. AYO GORKHALI, AYO GORKHALI, AYO GORKHALI!

Hinintay ni Manisha na humupa ang din ng sigaw ng labanan ng mga Gorkha. Nagpatuloy siya mula sa opisyal na mga dokumento ng pagbanggit, "Si Rifleman Gurung ay naospital para sa mga sugat na natanggap niya sa panahon ng pagkilos sa itaas at kasunod nito ay nawala ang paggamit ng tatlo sa kanyang mga daliri sa kanyang kanang kamay,

ngunit patuloy siyang naglingkod kasama ang 8th Gorkhas, na piniling manatili sa kanila nang sila ay inilipat sa bagong independiyenteng Indian Army noong 1947. Kalaunan ay nakamit niya ang ranggo ng Honorary Havildar noong 1947. Nanirahan siya sa Pedong matapos ang kanyang paglilingkod noong 1947, kung saan siya ay nagtanim sa isang maliit na lupain na ipinagkaloob sa kanya ng Pamahalaang Indian. Dalawang beses siyang nag asawa, nagkaroon ng dalawang anak na lalaki at isang babae mula sa kanyang unang asawa at dalawa pang lalaki mula sa kanyang pangalawa. Ang isa sa kanyang mga anak na lalaki ay kalaunan ay naging opisyal sa 8th Gurkha Rifles. Kalaunan, noong 1995, nakatanggap siya ng tseke para sa malaking halaga na iniharap ng Punong Ministro ng Britanya na si John Major sa 10 Downing Street. Ang mapagbigay, iginagalang, at magkano ang pinalamutian Havildar Lachhiman Gurung ay nagbigay ng kalahati ng halaga sa Gorkha Welfare Trust sa Darjeeling.
"

Sa ngayon, ang parisukat ng merkado ay napuno hanggang sa dulo. Pinasaya ng mga tao ang diminutive Gorkha sa mga sigaw ng Jai Hind, Jai Gorkha. Naramdaman ni Mobius ang pagputok ng kanyang dibdib sa kapalaluan. Tahimik siyang nagdasal Jai Hind, Jai Gorkha, Jai Gorkhaland nang mamatay ang crescendo.

Nakinig si Mobius nang may paghanga kay Manisha na nagsasalita sa masikip na square ng merkado tungkol sa mga mahahalagang isyu na kinakaharap ng Indian Gorkha na nagsasalita ng Nepali sa kanilang sariling bansa at kung ano ang ginagawa niya upang malutas ang krisis. Nagsalita siya tungkol sa kanyang mga araw na nag aaral ng Batas sa Delhi University, kung saan madalas siyang laitin sa Delhi ng mga lokal na tinatawag siyang Chinky Minky, Chicken Chilli, Kanchee at Chinese. Nagmuni muni si Manisha kung paano siya naging hindi komportable at pinipigilan nang magpakilala, habang nagsasalita siya ng Nepali at akala ng karamihan ay taga Nepal siya. Bukod dito, maraming tao mula sa mga burol ang nagpakilala bilang 'Nepali,' at doon, masyadong, ang pagkalito ay lalo pang nadagdag. Tinanong ni Manisha ang mga tao kung hanggang kailan siya patuloy na nakakasampal ng mga tao. Gaano katagal niya patuloy na ipapaliwanag sa mga tao na ang Nepali ay isa sa mga opisyal na wika ng India? Hindi ba't mas mabuting turuan sila sa isang platapormang masa

Ipinaliwanag ni Manisha ang kanyang proyekto, 'Run with Manisha,' isang malawak at ambisyosong pakikipagsapalaran, na nagpapalaganap ng kamalayan tungkol sa 'Indian Gorkhas' at ang edad na krisis sa pagkakakilanlan. Ipinaliwanag niya ang konsepto sa likod ng pagsasama ng isang pahayag sa pulitika na may marathon na tumatakbo. Nagpunta siya sa mga detalye ng pagsuporta sa mga runner ng Gorkha upang tumakbo sa iba't ibang mga marathon sa buong India. Ipinahayag ni Manisha na may trademark T shirt sila habang tumatakbo, na may slogan na, 'WE ARE GORKHAS AND PROUD TO BE INDIAN. JAI GORKHA, JAI HIND' upang magdala ng kamalayan na ang mga Gorkha ay mga Indian.

Kaya, ayon sa pahayag ng pangitain, 'Tumakbo kasama si Manisha,' kailangan naming lumikha ng mga world class Gorkha runners na kumakatawan sa India sa Olympic Marathon. Ipinaliwanag din ni Manisha ang pangangailangang linawin na ang mga taong nagsasalita ng Nepali mula sa India ay mga Indian.

Manisha lamented despondently, "Sa panahon ng aking iba't ibang mga panayam, nakuha ko ang pagkakataon upang ipaalam sa madla tungkol sa kasaysayan ng Darjeeling, na kung saan ay intertwined sa West Bengal, Bhutan, Sikkim, at Nepal. Maraming mga reporter na kinuha ang aking pakikipanayam ay walang ideya na ang Nepali ay isang kinikilalang pambansang wika sa ilalim ng Ikawalong Iskedyul ng Saligang Batas ng India, at ito ang ika 9 na wika na binanggit sa Indian Currency. Kaya, naniniwala ako na ang 'Run with Manisha' ay lumikha ng isang platform mula sa kung saan maaari naming maliwanagan ang natitirang bahagi ng India na ang mga Gorkha ay ipinagmamalaki na mga Indian at hindi magkasingkahulugan sa mga bantay. Napakarami naming talento sa aming komunidad kaya hinihimok at hinihikayat ko ang aming mga tao, ang aming mga lokal, na magkaroon ng lakas ng loob na galugarin ang kanilang mga talento at mga regalo at ipahayag ang mga ito nang lubusan."

Si Manisha, matapos humigop ng tubig, ay nagpatuloy. "Noong 1950, ang India at Nepal ay lumagda sa isang kasunduan na kilala bilang Kasunduan sa Indo Nepal sa pamamagitan ng, sa isang reciprocal na batayan, ang parehong mga bansa ay pinahintulutan ang malayang pagpasok at pag areglo ng kanilang mga mamamayan sa alinman sa lupa. Ang tratado na ito ay nagpalala sa krisis sa pagkakakilanlan ng mga Gorkha na nagmula sa India, sapagkat nakita rin kami bilang mga mamamayang Nepali na naninirahan sa lupa ng India. Habang ang pagkalito o krisis ay naramdaman sa isang mas maliit na sukat sa mga lugar kung saan ang mga Gorkhas ay isang karamihan, ito ay lumaki sa napakalaking proporsyon sa mga rehiyon kung saan tayo ay isang minorya. Kailangan din dahil sa features at language natin, pero hindi ko na hahayaan na maging excuse yun. Tulad ng sinabi ko dati, ang ugat ng aming krisis sa pagkakakilanlan ay ang kakulangan ng kamalayan at ang kasunduan ng 1950 na nilagdaan sa pagitan ng India at Nepal. "

Biglang nagkaroon ng malakas na palakpakan ng isang bahagi ng mga manonood, na may mga slogan ng Jai Gorkha, Jai Hind. Ngumiti si Manisha at hinintay na umatras ang clamor. Pagkatapos ay nagpatuloy siya sa pagway ng kanyang kamay, at idinagdag, "Kailangan kong idagdag na ang mga tao mula sa aming rehiyon ay nasa iba't ibang mga kapaki pakinabang na karera na tinatangkilik nila. Binabanggit ko ang Mumbai since doon ako nakatira ngayon. Bagama't hindi natin dapat balewalain ang anumang tapat na gawain, maging 'bantay' o 'bahay tulong,' ang mga komentong ipinasa ay insulto, magpapababa ng halaga, mag-underrate, at mag-stereotype ng buong komunidad ang dahilan ng problema at kaguluhan."

Humigop ng tubig si Manisha at nagpatuloy, "To boot, we are a brave community. Ako ay lubos na ipinagmamalaki na ang mga Gorkha ay kilala para sa kanilang pagsunod at kilalang mandirigma katayuan. Ngayon, ang aming komunidad ay may mas maraming mga pintor, musikero, makata, at intelektwal kaysa sa mga mandirigma. Gayunpaman, sa kasamaang palad, hindi namin nai promote ang mga ito, o marahil ay hindi nila nai promote ang kanilang sarili. Dapat tayong magbigkis bilang isang komunidad, kilalanin ang ating mga intelektwal, at maging curator ng ating kultura at wika. Dapat nating hikayatin, itaguyod, isponsor, tulungan, at suportahan ang ating mga talento sa pamamagitan ng pagsulat tungkol sa kanila at paggawa ng mga dokumentaryo ng kanilang buhay, na makakatulong sa atin na umangat sa mga stereotypes. Huwag pintasan ang mga taong mas gusto sa buhay o nagsisikap na makamit ang higit pa. Sa halip, bigyan sila ng suporta at paghihikayat."

Namangha si Mobius sa kamangha manghang pananalita ni Manisha at angkop na mga salita sa paglalarawan ng Kilusang Gorkhaland.

Nagbigay si Manisha ng isang pagtukoy sa Gorkha Gaurav Award Ceremony noong 19 Abril 2015, kung saan nagkaroon siya ng pagkakataon na makinig sa talumpati ni G. Pawan Kumar Chamling, Punong Ministro ng Sikkim, sa huling 23 taon. Sa kanyang talumpati, gumawa siya ng isang maikling punto na tuwing bumibisita siya sa Delhi, tuwing tatanungin siya ng mga bagong Ministro mula sa iba't ibang bahagi ng India kung ang kanyang ama o lolo ay dumating sa India mula sa Nepal, siya ay tumugon na sila ay dumating sa India kasama si Gautama Buddha. Umasa si Manisha na ang episode na ito ay makakatulong sa kanyang mga kapatid na mahawakan ang mga naturang komento sa pamamagitan ng pag adopt ng diskarte ng Kagalang galang na Punong Ministro ng Sikkim.

Ang karamihan ng tao ay namamaga, at ang ilang mga kalsada na humahantong sa pangunahing parisukat ay naharang, na lumilikha ng mga hitch ng trapiko. Tumingin si Manisha sa paligid at nagpasyang paikliin ang kanyang pagsasalita, na umabot na ng mahigit isang oras.

Patuloy ni Manisha, "Bukod dito, maraming mga tao mula sa Nepal ang pumupunta sa mga lungsod tulad ng Kolkata, Mumbai, at Delhi sa India para sa trabaho. Pareho tayo ng wika at higit pa o mas mababa ay nagbabahagi ng parehong kultura, na isa pang dahilan kung bakit may pagkalito tungkol sa ating pagkakakilanlan. Ipinapalagay ng mga tao na ang lahat ng mga indibidwal na nagsasalita ng Nepali ay mula sa Nepal at hindi India. Noong una akong pumunta sa Mumbai, dati ay galit na galit ako sa mga expletives na ginagamit sa pag target sa aming komunidad. Marami na akong nasampal sa mga kalsada. Pero kalaunan, unti unti ko nang naiintindihan na ang mga taong iyon ay nagpapasa ng mga ganoong komento dahil sila ay walang alam. Wala silang kaalaman sa North East India at zero knowledge na maraming Nepali ang nagsasalita ay mga Indian din. Ngayon, kung may oras ako, ginagawa kong punto na itigil at kausapin sila at turuan sila na isa rin akong Indian. Kung wala akong time, binabalewala ko na lang sila."

Malakas ang palakpakan matapos magsalita si Manisha. Nang bumaba siya sa stage, naka lock ang mga mata niya kay Mobius, nakaupo sa front row, at kumaway sa kanya para salubungin siya.

"Napaka apoy na talumpati niyan, Manisha. Very pertinent at nakakapag isip. Sa tingin ko ang buong Darjeeling at Kalimpong ay nagtipon dito upang makinig sa iyo, "sabi ni Mobius.

Sagot ni Manisha, "Salamat sa mga mabait na salita, Baagh Bhai. Ngayon, nagkikita kami para kumain sa bahay namin. May ilang mahahalagang tao na dapat mong makilala. 7:00 pm po ba ang itatago natin Ito ay nagbibigay sa amin ng maraming oras upang makipag usap.

Present din si Junali Aunty. Ano naman si Sumi Didi Dumating na ba siya? Magiging masaya na makilala siya. Haven't met her for quite some time."

"Kaka promote lang ni Sumi. Siya ang Zonal Head ng kanyang NGO sa Satna. Siya ang nangangasiwa sa tatlong lungsod sa kasalukuyan. Satna, Rewa at Katni. Very busy sa ngayon, pero assured na makahabol sa susunod na meeting," saad ni Mobius.

Si Manisha, nakangiti, sumagot, "Baagh Bhai, lahat tayo ay napaka proud sa kanya. Marami siyang nagagawa para sa sangkatauhan. Kapuri puri ang kanyang konsepto ng pagbibigay ng mga ginamit na sapatos para sa aming mga runner sa Gorkha. Nakatanggap kami ng higit sa 300 pares nang direkta mula sa kanya sa aming Foundation Office sa Pedong. God bless Sumi Didi."

Ang Alamat ng Baagh Manush

Dumating si Mobius Mukherjee nang alas siyete ng gabi sa bahay ni Manisha, nakasuot ng pantalon na beige at chocolate corduroy jacket, na may pulang silk scarf na naglalarawan ng helmet ng mandirigma ng Tata House Colors na iginawad sa kanya sa Doon. Sinalubong siya ni Junali ng yakap sa front door. May ningning sa mukha ni Junali. Lumitaw kay Mobius na nagpa makeover si Junali sa beauty salon noong araw. Ang mga kilay ni Tanali ay pinitas, at ang isang malalim na orange na anino ng mata ay nagpatingkad ng mga kumikislap na mata, na ang mga lashes ay lumitaw nang mas buo at mas makapal kaysa dati. Ang kanyang mga labi na kulay seresa ay lapis sa pagiging perpekto, at ang kanyang buhok ay tila hangin na pinatuyo at nakabitin nang maluwag sa magkabilang panig ng kanyang hugis balikat. Oo, mas stunning ang itsura ni Junali kaysa dati.

Magiliw ang bahay ni Manisha, may mga antigong kasangkapan sa sala. Ang mga pader ay puno ng mga itim at puting litrato ng mga magulang, kamag anak, mga kaibigan sa pagkabata, at sarili ni Manisha noong bata pa siya. Marami ring color pics ni Manisha na tumatakbo sa iba't ibang karera sa India at sa ibang bansa. Isang glass showcase sa kanto ang puno ng medalya ni Manisha. Ang ilang mga naka frame na mga larawan ay nagpahinga nang expressively sa tuktok ng glass showcase. Napatingin ang isa sa kanila kay Mobius. Isa ito sa mga nakangiti ni Manisha at mismo na may mga braso sa magkabilang balikat, na nagdidispley ng Standard Chartered Mumbai Marathon medal noong 2010.

Naroon ang mga magulang ni Manisha na nakilala ni Mobius kanina. Naroon ang war veteran na si Havildar Lachhiman Gurung na nakasuot ng itim na suit na may kurbatang kulay saffron. Sa kanang bahagi niya ay may isang binata, na kinilala niyang nakauniporme ng Sub-Inspector na naroroon sa kongregasyon ngayon. Tila mas walang kapintasan siya ngayon na nakasuot ng itim na pantalon at tweed jacket na may leather patch sa mga siko. Sa kabilang panig ng beterano ng Victoria Cross War ay isang gitnang edad na babae sa isang sutla saree na may suot na tradisyonal na poteytilhari green beads necklace na isinusuot ng mga may asawa na kababaihan ng Gorkha.

Ipinakilala ni Junali si Mobius sa grupo. Si Mobius ay gumawa ng namaste sa grupo, lumapit, yumuko, at mapitagan na hinawakan ang mga paa ng beterano ng digmaan. Ang ginang na may kuwintas na poteytilhari ay ipinakilala bilang de facto Pangulo ng Gorkha Janmukti Morcha matapos ang tagapagtatag nito, si Bimal Gurung, ay nagtago. Ang espasyo sa sala ay sapat na para sa lahat ng mga nakatira na umupo sa isang bilog.

Sinimulan ni Manisha ang talakayan sa mga inisyatibong ginawa ng Run Manisha Foundation. Nakipag ugnayan si Bimal Gurung sa grupong ito, paliwanag ni Manisha kay Mobius. Gayunpaman, si Manisha ay hindi para sa anumang pag aalburoto na makakagambala sa regular na aktibidad at makapinsala sa mga sibilyan.

Iminungkahi ng ama ni Manisha na ang Gorkhaland ay mabuo bilang isang Teritoryo ng Unyon. Nadama ni Mobius at ng Pangulo na kung ang isang UT ay nilikha, ang Gobyerno ay hindi kailanman magpapahintulot ng Statehood pagkatapos nito. Tinignan ng lahat ang opinyon ng Victoria Cross awardee na si Havildar Lachhiman Gurung.

Kumaway siya kay Mobius para lumapit at umupo malapit sa kanya. Lumapit sa kanya si Mobius at lumuhod sa tabi ng 93 taong gulang na beterano ng digmaan sa sahig. Kinuha ng pinalamutian na beterano ng digmaan ang kaliwang kamay ni Mobius at hiniling sa kanya na ibunyag ang tattoo ng tigre. Tumayo si Mobius, tinanggal ang kanyang amerikana, at ibinalot ang kanyang manggas upang ipakita ang tattoo. Samantala, nagdala si Junali ng upuan para sa upuan ni Mobius sa tabi ni Gurung. Ang sumunod na labinlimang minuto ay tahimik nang hindi natitinag ang lahat nang makinig, at nadama ang beterano ng digmaan. Sinabi sa kanila ni Havildar Gurung ang isang kuwento na narinig niya noong bata pa siya na nakaupo sa kandungan ng kanyang lola. Ito ang alamat ng Baagh Manush (Half Tiger Half Man).

"Ang gayong nilalang ay babangon mula sa lupa upang palayain ang mga Gorkha mula sa kanilang nakakulong na sibilisasyon. Hinawakan ng pinagpipitagang beterano ng digmaan ang kaliwang kamay ni Mobius at itinaas ito. Tingnan ang tiger tattoo. Siya rin ang taong nagligtas kina Manisha at Junali mula sa tiyak na kamatayan. Siya ang tagapagtanggol ng ating umuusbong na lider, na tutupad sa hangarin ng mga Gorka sa buong mundo na mabuo ang kanilang Inang Bayan, na siyang Gorkhaland."

Biglang bumagsak ang tinig ni Gurung sa isang bulong, "Totoo ang alamat ni Baagh Manush." Hindi inaasahan, sumabog ang isang bagyo, at namatay ang ilaw ng bahay ni Manisha. Nagmamadaling nagsindi ng kandila sina Manisha at Junali sa loob ng sala. Mabilis na tiningnan ng ina ni Manisha ang mga bintana ng bahay habang kulog ang dumadagundong sa hangin at kidlat na kumikislap sa kalangitan. Ang mga splattered raindrops sa mga window panes ay lumikha ng mga kakaibang pagmumuni muni laban sa liwanag ng kandila.

Nahihiyang sinabi ni Mobius kay Gurung, "Iginagalang na Lolo, ako ay isang ordinaryong tao lamang na may tattoo ng tigre."

Ang matanda, ang daliri ni Gurung, ay nakaturo sa kalangitan. "Makinig ka ng mabuti sa hangin, apo. Ito ay nagsasalita ng wikang tanging ang matatalino lamang ang makakaunawa. Totoo ang alamat ng Baagh Manush. Ang iyong ina ay isang Gorkha, at iniligtas mo si Manisha mula sa mga panga ng kamatayan. Ang iyong hitsura dito ay hindi sa pamamagitan ng pagkakataon. Ito ay sa pamamagitan ng banal na probidensiya."

Bagama't nakikitang nayanig, mabilis na nakarating si Mobius sa punto at nagsalita sa pamamagitan ng kanyang puso sa lahat ng nakaupo sa sala, "Kailangan nating magkaroon ng diskarte sa likod ng Gorkhaland."

"Ang pamamaraan para sa statehood ay ang mga sumusunod," patuloy Mobius. Sinimulan niyang ituro ang mga daliri ng kaliwang kamay niya. "Point number one. Ang panukalang batas upang bumuo ng isang bagong estado ay maaaring ipakilala sa alinman sa bahay ng Parlamento. Gayunpaman, ang paunang pahintulot ng Pangulo ay kinakailangan bago ang pagpapakilala ng panukalang batas. Number two. Ipinapadala ng Pangulo ang panukalang batas na ito sa mga Lehislatura ng Estado na ang lugar o hangganan ay maaapektuhan ng bagong Estado na ito upang hanapin ang kanilang mga pananaw. Ang mga estado ay kailangang magpadala ng kanilang mga pananaw sa loob ng oras na itinakda ng Pangulo. Point number three. Ang Parlamento ay hindi nakatali sa mga pananaw o mungkahi ng mga kinauukulang estado at maaaring o hindi maaaring isama ang mga ito sa panukalang batas. Point number four. Ang panukalang batas ay kailangang maipasa ng simpleng mayorya sa dalawang kapulungan ng Parlamento. Lastly, point number five. Pagkatapos nitong matanggap ang pagsang ayon ng Pangulo, ito ay nagiging isang batas, at ang bagong Estado ay nilikha."

"Salamat po, Mr. Mukherjee. Iyon ay isang maikli at mabilis na rendition ng pamamaraan na sinundan ng Gobyerno para sa Estado. Ang tanong ngayon ay kung paano tayo magsisimula?" sabi ni Junali.

Sumagot si Mobius, "Pinag aralan ko kung paano nabuo ang mga estado ng Jharkhand, Chhattisgarh, at Utarakhand. Sa kasamaang palad, ang lahat ay hindi naging maayos. Nagkaroon ng ilang pagkasira ng makinarya ng estado. Ang mga tao ay namatay sa pagsisikap na lumikha ng Estado. Kailangan nating gawin ito nang matalino. Manisha ang pagsasalita sa mga running events ay magiging mapayapa at walang problema sa paggawa ng mga bagay bagay. Gayunpaman, higit pa ang kailangan. Kailangan nating magdaos ng ilang anyo ng mapayapang demonstrasyon tulad ng ginawa natin sa Darjeeling. Kailangan din nating magsagawa ng mga rally sa parehong Kolkata at Delhi. Kailangan nating ihanay sa mga asosasyon ng Gorkha sa parehong mga lugar na ito, na sa palagay ko ay hindi magiging problema dahil sa Madam President ng GJM, "Mobius nakasaad, nakatingin sa Pangulo.

"Samantala, kailangan nating i project ang isang compelling display of strength sa ating nalalapit na demonstrasyon sa Kalimpong. Bagaman ito ay isang bayan na may populasyon lamang na 50,000, hawak nito ang potensyal para sa isang makabuluhang epekto. Ito ay partikular na napakahalaga bilang Darjeeling ipinagmamalaki ng isang populasyon ng 118,805. Inaasahan namin ang malaking pagdagsa ng hindi bababa sa 50,000 kalahok mula sa labas ng Kalimpong, na nagtatapos sa isang lakh attendees sa rally," patuloy ni Mobius.

Sumunod na nagsalita ang Sub-Inspector Subham, "Sa palagay ko kailangan nating isali ang komunidad ng mga estudyante sa Gorkha.

Makakatulong kami ni Manisha dito since sabay kaming nag aral sa Delhi University. Nakikipag ugnayan pa rin tayo sa mga lider estudyante ng ating panahon, na ngayon ay gumagawa ng mga maapoy na talumpati sa kabisera. Tutulungan nila kami, sigurado ako."

Nakialam si Mobius, "Sinasabi mo ba ang Kanaiya sa pamamagitan ng anumang pagkakataon?"

"Oo," sagot ni Subham. "Isa siya sa kanila."

Sabi ng ina ni Manisha, "Sa tingin ko ang mga kababaihan ng aming komunidad ay gagawa ng isang malakas na epekto din, lalo na sa Darjeeling at Kalimpong. Ako ay tutulong sa na kasama Junali."

Biglang bumukas ang ilaw. Humupa rin ang panahon sa labas at naging serene.

Nagsalita ang matandang si Gurung, "Ito ay tanda ng magandang omen. Dininig ng Diyos ang ating mga panalangin."

Sinimulan ni Junali ang kanyang tinig nang malinaw at determinado, "Ngayon, dumating kami sa pinakakritikal na talakayan sa aming miting ngayon—ang vision document ng aming partidong pampulitika, na balak naming irehistro sa loob ng tatlong linggo."

Sabik na sinabi ni Mobius, "Ito ay isang bagay na matagal na naming hinihintay. Pakinggan natin ito."

Kumuha si Junali ng isang folder at naglabas ng isang papel. Sa kanyang mensahe sa mga nabighani na madla na nagtipon sa sala, inihayag niya, "Bawat tao sa silid na ito ay napagtitiwalaan sa pamamagitan ng maraming talakayan sa nakalipas na ilang buwan upang hubugin ang dokumentong ito tungkol sa paningin, na binubuo ng 85 pahina. Layunin naming tapusin ito matapos itong talakayin kay Mr. Mobius Mukherjee, na taimtim na sumuporta sa aming layunin mula nang una naming makilala siya ni Manisha noong 1995 nang walong taong gulang pa lamang si Manisha. Mula noon, si Mr. Mukherjee ay walang pagod na naghatid ng mga lektura at nagtrabaho upang makakuha ng suporta para sa Gorkhaland. Siya ay approached bureaucrats, sportspersons, pulitiko, at mga kaibigan, ang lahat habang juggling ng isang full time na trabaho sa kanyang organisasyon. Ang dahilan kung bakit hindi namin isinama ang pangalan ni Mr. Mobius Mukherjee sa aming partidong pampulitika ay hindi namin nais na ilagay sa panganib ang kanyang karera. Ang dami na niyang nagawa para sa amin."

Nagpalakpakan ang silid, at sumigaw si Sub-Inspector Subham, "Tatlong cheers para kay Mobius Sir! Hip-hip Hurray!"

Matapos humupa ang mga cheers, patuloy ni Junali, "Ang pangalan ng aming partidong pampulitika ay ang Gorkha National Unity Front, na nakatuon sa pagtataguyod para sa mga karapatan at interes ng mga Gorkha sa rehiyon. Kasama sa aming plataporma ang mga sumusunod na pangunahing haligi:

Pagpapanatili ng Kultura: Ang GNUF ay nakatuon sa pangangalaga at pagtataguyod ng kultura, wika, at tradisyon ng Gorkha. Naniniwala kami na ang mayamang pamana ng mga Gorkha ay dapat ipagdiwang at protektahan.

Sosyo Ekonomikong Pag unlad: Ang aming partido ay nakatuon sa pagpapabuti ng mga kondisyong sosyo ekonomiko ng Gorkhas, lalo na sa mga rehiyon kung saan bumubuo sila ng isang makabuluhang bahagi ng populasyon. Kabilang dito ang mas mahusay na pag access sa edukasyon, pangangalagang pangkalusugan, at mga oportunidad sa ekonomiya.

Regional Autonomy: Sinusuportahan ng GNUF ang ideya ng rehiyonal na awtonomiya para sa mga lugar na mayorya ng Gorkha, na nagpapahintulot sa lokal na pamamahala sa sarili at paggawa ng desisyon sa mga bagay na direktang nakakaapekto sa aming mga komunidad.

Inklusibidad: Itinataguyod namin ang pagiging inclusive at pakikipagtulungan sa iba pang mga komunidad at rehiyon upang mapaunlad ang pagkakasundo at pag unawa sa isa't isa.

Pangangalaga sa Kapaligiran: Ang GNUF ay nakatuon din sa pangangalaga ng likas na kagandahan at yaman ng rehiyon. Naniniwala kami sa mga sustainable development practices na nagpoprotekta sa kapaligiran."

Nang matapos ni Junali ang kanyang talumpati, sumigaw si Mobius, "Jai Hind, Jai Gorkha, Jai Gorkhaland."

Nagpatuloy si Junali sa pagpapakilala sa mga pangunahing miyembro ng komite at pagbibigay ng karagdagang detalye sa mga tagapakinig:

Lider ng Partido at Pangulo: Beterano ng Digmaan Lachhiman Gurung

Bise Presidente: Manisha Rai

Pangkalahatang Kalihim: Junali Rai

Simbolo ng Partido: Ang simbolo ng GNUF ay isang naka istilong representasyon ng tradisyonal na kutsilyo ng Gorkha, ang 'Khukri,' na sumisimbolo sa lakas at pagkakaisa.

Mga Kulay ng Party: Green at Blue

Slogan: 'Gorkhas Nagkakaisa para sa Isang Matatag na Kinabukasan.'

Sa pagtatapos ni Junali, "Nasa proseso na kami ng pagtatapos ng mga miyembro ng aming working committee sa loob ng isang linggo. Kasama sa komiteng ito ang mga retiradong tauhan ng hukbo, mga opisyal ng pulisya, mga doktor, abogado, at mga kilalang mamamayan mula sa Kolkata, Darjeeling, Kalimpong, at mga kalapit na bayan, na sumusuporta sa aming layunin. Bukod dito, sa ngalan ng lahat ng tao sa silid na ito, taimtim naming hinihiling kay Mr. Mobius Mukherjee na maging bahagi ng core committee ng GNUF, kung makakakuha siya ng pahintulot na gawin ito mula sa kanyang organisasyon. "

Ngumiti si Mobius at sumagot, "Ito ang magiging pinakamalaking kasiyahan ko na maging bahagi ng core committee, kung papayagan ito ng aking organisasyon."

Ang Hill Council Meeting sa Leh at The Khardung La Challenge (2018)

Gazed out si Mobius mula sa Boeing 737 aircraft na lumilipad mula Delhi hanggang Leh. 80 minutes lang ang flight. Sa pamamagitan ng bintana, siya ay ginagamot sa isang kahanga hangang tanawin ng Himalayan Range. 6 am na, at ang tumataas na sikat ng araw ay naghahagis ng isang mesmerizing glow sa mga tuktok na puno ng niyebe. Inilipat ni Mobius ang kanyang pansin sa kanyang kaliwa, kung saan mapayapang natulog si Ayushi na ang kanyang ulo ay nakasalalay sa kanyang balikat. Marahan niyang muling pinuwesto ang braso nito sa kanyang sarili.

Ang labing walong taong gulang na si Ayushi ay nakumpleto ang isang malawak na rehimen ng paggamot na inireseta ni Dr. Suman Jain, isang kilalang gynecologist at long distance cyclist mula sa Satna. Salamat sa kanyang determinasyon at sa dalawang taong palagiang pagpapayo at paggamot, nagawa ni Ayushi na mapagtagumpayan ang depresyon at ang pagtaas ng timbang na naranasan niya kasunod ng kanyang krisis, kung saan nakakuha siya ng apat na kilo sa paligid ng kanyang balakang at hita.

Iginiit ni Sumitra na isama ng kanyang asawa si Ayushi para sa Khardung La Challenge, isang ultra marathon sa 18,000 talampakan sa Ladakh, na madalas na tinutukoy bilang pinakamataas na ultra-marathon sa mundo. Halos tumugma ang elevation ng Khadungla Peak sa Base Camp ng Mount Everest. Si Mobius ay nakatakdang lumahok sa ultra marathon, habang pinili ni Ayushi na tumakbo sa half marathon.

Gayunpaman, si Mobius ay mayroon ding isa pang dahilan para sa pagbabalik upang patakbuhin ang Khardung La Challenge sa pangalawang pagkakataon. Nakatakda siyang makipagkita sa mga piling miyembro ng Ladakh Autonomous Hill Development Council (LAHDC) sa Leh. Ang Konseho, na itinatag pagkatapos ng halalan noong 28 Agosto 1995, ay naglalayong i desentralisa ang proseso ng pagpaplano at makisali sa mga taong burol sa antas ng grassroots, na nagmamarka ng isang makabuluhang hakbang sa demokratikong desentralisasyon.

Ang mga miyembro ng Hill Council ay sumang ayon sa pulong na ito upang talakayin ang isang pinagsamang plano ng estado para sa Ladakh at Gorkhaland, na may Mobius Mukherjee at Manisha Rai na naroroon, at sa ilalim ng patnubay ni Dr. Tenzin Wanchuk, isang social reformer, at Dropadi Namgyal, ang may ari ng Kanglachen Hotel, na ikinasal sa isang Prinsipe na nagmula sa huling Hari ng Ladakh, Kunga Namgyal.

Ang alyansa sa pagitan ng Gorkhas at ng mga Ladakhi ay ang utak ng Mobius Mukherjee, na ginawang posible sa pamamagitan ng kanyang malapit na ugnayan kay Chewang Motup Goba, ang tagapag organisa ng Ladakh Marathon, na nag host ng taunang karera sa Ladakh, kabilang ang isang kalahating marathon, marathon, at ultra marathon. Sa pagkakataong ito, pinili ni Manisha Rai na tumakbo sa Ladakh, na pinili ang pinaka hinihingi ng tatlong kaganapan. Nagpasya si Mobius na patakbuhin ang Khardung La Challenge sa ikalawang pagkakataon upang makasama si Manisha sa panahon ng karera, na naka iskedyul para sa isang Biyernes, na may marathon at kalahating marathon na itinakda para sa susunod na Linggo.

Dahil sa mataas na altitude na hindi angkop para sa Sumitra, pinili niyang huwag samahan ang kanyang asawa para sa run na ito, ngunit kung saan siya ay nagkaroon sa 2016. Sa halip, iginiit niya na maglakbay si Ayushi kasama ang kanyang ama. Alam din ni Sumitra na kapag naglakbay si Mobius para sa isang running event, siguradong susundan ni Mandira, binigyan siya ng mga kapansin pansin na tagumpay bilang isang long distance runner. Alam ni Sumitra ang malapit na pagkakaibigan ng kanyang asawa kay Mandira, na nagsimula pa noong Doon School days ni Mobius. Karamihan sa kanilang mga lumang litrato mula sa Dehradun ay nagpakita sa kanila na magkahawak kamay bilang mga bata sa paaralan o ang kanilang mga braso ay nakapalibot sa balikat ng bawat isa. Si Mandira ang unang pag ibig ni Mobius, at ang kanilang malalim na bono ay kilala, bagaman ito ay isang platonic, hindi sekswal na pagkakaibigan. Kahit na matapos ang lahat ng mga taon, Sumitra doubted kung Mandira at Mobius ay kailanman ay romantically kasangkot.

Sa kabilang banda, hindi maiwasan ni Sumitra na kilalanin ang natatanging bono na ibinahagi nina Mobius at Junali. Si Junali ay isang mabigat na babae, matalas sa intelektwal at itim na sinturon sa taekwondo. Siya ay may kaakit-akit na impluwensya kay Mobius, isang hindi maikakaila na hindi matatawaran ng seksuwal na tensyon sa pagitan nila. Gayunpaman, naniwala si Sumitra na ang tindi ng atraksyon na ito ay pangunahing nagmula sa panig ni Junali. Bagamat madalas na sinasamahan ni Junali si Manisha sa karamihan ng kanyang mga karera, sa pagkakataong ito ay nagpasya siyang huwag sumama kay Manisha sa kanyang paglalakbay patungong Ladakh.

Alam ni Sumitra na adored ni Mandira si Ayushi at itinuturing niya itong katulad ng kanyang anak na babae, na hindi niya kailanman naranasan. Si Ayushi ang 'Pahadi Princess' ni Mandira. Kumpiyansa si Sumitra na labis na magpapahaba sina Mandira at Junali upang protektahan sina Ayushi at Mobius mula sa pinsala sa anumang sitwasyon.

Habang bumababa ang sasakyang panghimpapawid, napatingin si Mobius sa mabatong lupain ng Ladakh na may pagwiwisik ng niyebe. Inihayag ng kapitan na mga sampung minuto na lang ay lalapag na sila sa Leh Airport. Marahang tinulak ni Mobius si Ayushi at sinabing, "Pahadi, lalanding na tayo sa loob ng sampung minuto."

Ang Leh Airport ay isang compact airport na medyo maikli ang runway. Kinailangan pang i shut off ang mga pasahero mula sa tarmac patungo sa arrival terminal gamit ang mas maliit kaysa sa karaniwang airport bus. Paglabas nila mula sa arrival lounge, si Mandira ang unang bumati kay Mobius ng mainit na yakap.

"Maligayang pagdating kay Leh, Mobsy darling!" bulalas ni Mandira saka bumaling kay Ayushi. "Oh, nakarating ka na kay Leh, ang aking Pahadi Princess!"

Yumuko si Mandira, nagulat si Ayushi sa pag aangat nito sa lupa gamit ang kanyang matibay na mga braso, at hindi maiwasan ni Ayushi na hindi mamangha.

"Princess, mas fit at mas malakas ang pakiramdam mo ngayon."

"Mandy Aunty, mas malakas ka pa sa dati," sagot ni Ayushi.

"Have to be kung kailangan kong patakbuhin ang Khardungla Challenge kasama ang iyong Bapi. Buti na lang alam mong sasali ka sa half marathon. Madali mo itong magagawa. Basta wag mo lang masyadong i pressure ang sarili mo," payo ni Mandira.

"Mandy Aunty, sana kasing tangkad at lakas mo rin ako."

"Pahadi, pwede kang mag pack ng medyo suntok."

"Mandy Aunty, hinayaan mo akong manalo sa armwrestling minsan, para lang iparamdam sa akin ang cloud nine, kahit alam kong rigged mo ang buong bagay. Pero sobrang saya ng pakiramdam ko," natatawang sabi ni Ayushi.

"Actually, ang malakas kong Pahadi, tinalo mo ako ng patas at parisukat," seryosong pahayag ni Mandira.

"Liar," ang sagot ni Ayushi, at lahat sila ay pumutok sa tawa.

Naantig si Mobius sa eksena. Si Mandira ay tunay na nag aalaga sa kanyang anak na babae, at sa panahon ng labanan ni Ayushi sa depresyon kasunod ng kanyang pagtatangka na magpakamatay, ginawa ni Mandira na isang punto na makipag usap at payuhan si Ayushi tuwing ikalawang araw sa kabila ng kanyang abalang iskedyul. Para silang magkapatid. Madalas na nakakatawa kay Mobius na lahat ng babaeng malapit sa kanyang puso – sina Sumitra, Mandira, at Junali – ay may taas na 5 talampakan 10 pulgada. Si Ayushi, ang pinakamahal niya, ay mas maikli sa 5 talampakan 6 pulgada, at gayunpaman, siya exuded ang mapagmataas na espiritu ng isang Gorkha. Marunong siyang magsalita ng Nepali tulad ng kanyang ama, at kahit anim na taong gulang, nagawa ni Ayushi na turuan si Mandira ng ilang Nepali. Lihim silang mag uusap ni Mandira sa Nepali, na ibinabahagi ang mga reklamo tungkol sa mga pagsaway na natanggap ni Ayushi mula sa kanyang ina, lahat habang si Sumitra ay nakaupo sa tabi nila.

Dumating sina Mobius, Ayushi, at Mandira sa Kanglachen Hotel, at si Manisha ay nakatayo sa gate upang batiin sila.

"*Tapā'īm kasarīgarnuhuncha Ayushi*," bati ni Manisha sa Nepali.

"*Ma-laaisan-chechuh Manisha Kaki*," sagot ni Ayushi sa Nepali, at mapitagan na hinawakan ang mga paa ni Manisha.

Hill Council Meeting sa Leh

Pumasok sina Mobius at Manisha sa opisina ng Hill Council. Tinignan nila ang pitumpu't walong kalahok ng unang Joint Meeting ng Ladakh Autonomous Hill Development Council, kasama sina Manisha at Mobius na kumakatawan sa komunidad ng Gorkha. May ilang Gorkhas na naroroon na nakatira sa Leh.

Sina Dr. Tenzin Wanchuk at Dropadi Namgyal ay nakaupo sa unang hanay. May dalawang upuan sa pagitan nila para kina Mobius at Manisha. Tumayo si Chewang Motup Goba mula sa kanyang kinauupuan at lumapit upang makipagkamay, inakay sila sa kinauupuan nina Dr. Tenzin at Dropadi, at ipinakilala sila. Nagkamay ang apat at umupo. Lumapit si Chewang sa stand na may hawak na microphone sa spartan room. Tinugunan niya ang maliit na grupo ng Ladakhis sa lokal na wika, na nakipag-ugnayan sa Ingles upang makinabang ang mga tagapakinig na nagsasalita ng Hindi Ladakhi.

Nagsalita si Chewang na may ngiti sa mukha. Siya ay isang kilalang personalidad sa Ladakh at kamakailan lamang ay ginawaran ng Padma Shri ng Pamahalaan para sa kanyang mga pagsisikap sa pangunguna upang maitanim ang pisikal na fitness sa mga kabataan ng Ladakh, una sa pamamagitan ng ice hockey at pag akyat at, kalaunan, tumatakbo. Nagsalita si Chewang tungkol sa kasaysayan ng Ladakh nang maikli.

Mobius Mukherjee nakinig spellbound sa ito bilang Chewang nagpapaliwanag ng kumplikadong kasaysayan ng mga Ladakhi tao. Ang kahulugan na 'La' ay nangangahulugang Pasas, at ang 'Dhak' ay nangangahulugang marami, at sa gayon ang Ladakh ay kilala bilang 'Lupain ng Mataas na Pasas.' Si Leh (Ladakh) ay kilala noong araw sa iba't ibang pangalan. Tinawag itong 'Maryul' o mababang lupain ng ilan, 'Kha-chumpa' ng iba. Tinukoy ito ni Fa-Hein bilang 'Kia-Chha' at Hiuen Tsang bilang 'Ma-Lo-Pho.'

Ang pinakaunang populasyon ng Ladakh ay asserted na maging na ng Dards o Brokpas. Maraming sinaunang salaysay ng mga mananalaysay na Griyego na sina Herodotus at Megasthenes at ang almirante ni Alexander the Great na si Nearchus ang nagpatunay sa pagkakaroon ng Brokpas (Dards) sa Ladakh. Isang kapana panabik na katotohanan ay binanggit din ni Herodotus ang mga langgam na naghuhukay ng ginto sa gitnang Asya, na binanggit din kaugnay ng mga Dardi ng Ladakh ni Nearchus. Ang inskripsiyong Kharoshti na natuklasan malapit sa Tulay ng Khalatse ay nagsasabi na ang Ladakh noong ika 1 Siglo ay nasa ilalim ng Paghahari ng Imperyong Kushan.

Si Nyima Gon, isang kinatawan ng sinaunang maharlikang bahay ng Tibetan, ay nagtatag ng unang dinastiyang Ladakh matapos ang pagbuwag ng Imperyong Tibetan noong 842 CE. Mula sa panahong ito, ang populasyon ng Tibet ay nagsimulang magkatuluyan sa mga Brokpa. Kaya, ang kabuuang populasyon ng Ladakh ay binubuo ng higit pa sa

Brokpas at ng mga Tibetano. Sa panahong ito, ang relihiyong Budismo at Tibetan ng Bon ay kumalat din sa buong rehiyon. Isang unang hari, si Lde dpal-hkhor-btsan (c. 870-900), ang responsable sa pagtatayo ng ilang monasteryo sa Ladakh, kabilang ang Monasteryo ng Upper Manahris.

Ang Ladakh ay nahahati sa dalawang bahagi: Upper Ladakh at Lower Ladakh. Ang Upper Ladakh ay pinamunuan ni Haring Takbumde mula sa Leh at Shey, at ang Lower Ladakh ay pinamunuan ni Haring Takpabum mula sa Basgo at Temisgam. Kalaunan, tinalo ni Bhagan, isang hari mula sa Lower Ladakh ng Dinastiyang Basgo, ang hari ng Leh, kinuha ang apelyidong Namgyal (nagtagumpay), at nagtatag ng isang bagong dinastiya, na nananatili pa rin hanggang ngayon.

Sa panahon ng paghahari ni Sengge Namgyal, na kilala bilang Lion King, ang mga konstruksyon sa Ladakh ay nasa buong pag aalsa. Inatasan niya ang pagtatayo ng maraming monasteryo sa Ladakh, kabilang ang sikat na Hemis Monasteryo. Iniutos din ni Sengge Namgyal ang pagtatayo ng Palasyo ng Leh at inilipat ang punong himpilan ng kanyang kaharian mula sa Shey Palace patungo sa bagong itinayo na ito. Sa ilalim ni Sengge, lalong lumawak ang imperyo sa Zanskar at Spiti. Kalaunan ay natalo siya ng mga Mughal, na nasakop na ang Kashmir at Baltistan.

Si Deldan Namgyal, ang kahalili ni Sengge Namgyal, ay kailangang gumawa ng isang kasunduan sa mga Mughal, at bilang simbolo nito, pinayagan niya ang Emperador ng Mughal, Aurangzeb, na magtayo ng isang moske sa Leh. Kalaunan, sa tulong ng Mughal Army sa ilalim ni Fidai Khan, tinalo ni Deldan Namgyal ang 5th Dalai Lama invasion sa kapatagan ng Chargyal, sa pagitan ng Nimoo at Basgo.

Matapos ang pagbagsak ng Imperyong Mughal sa pagsisimula ng ika 19 na Siglo, si Raja Gulab Singh, sa ilalim ng suzerainty ng monarkong Sikh na si Ranjit Singh, ay nagpadala kay Heneral Zorawar Singh upang salakayin ang Ladakh noong 1834. Ang noo'y pinuno ng Ladakh, si Tshespal Namgyal, ay pinatalsik sa trono at ipinatapon sa Stok ni Heneral Zorawar Singh, at si Ladakh ay sumailalim sa Dogra Rule. Kalaunan, ang Ladakh ay isinama sa prinsipe estado ng Jammu & Kashmir sa ilalim ng British Rule.

Ang Ladakh ay pinagtatalunan ng India at Pakistan mula nang mabuwag ang British India noong 1947; matapos ang kasunduan sa tigil putukan noong 1949, ang bahaging timog silangan nito ay napunta sa India at ang natitira ay sa Pakistan. Nakuha ng Tsina ang kontrol sa bahagi nito ng

Ladakh nang pumasok ang pwersa nito sa rehiyon noong unang bahagi ng 1960s.

Ang pangunahing lokasyon nito ay ginagawang makabuluhan at estratehikong mahalaga para sa pambansang seguridad ng India. Mula noong sinaunang panahon, ang Ladakh ay nanatiling isang mahalagang punto sa kahabaan ng ruta ng sutla hanggang sa paghahati sa pagitan ng India at Pakistan.

Nang matapos ni Chewang ang kanyang talumpati, nagkaroon ng maraming palakpakan, at natanto ni Mobius na inilalagay ni Chewang ang kasaysayan ng mga Ladakhi sa plato para sa isang layunin. Nais niyang makilala nina Mobius at Manisha na ang laban para sa Statehood ng mga Ladakhi ay walang mas mababang kahalagahan kaysa sa Estado ng Gorkhaland. Sadyang nagkatinginan sina Mobius at Manisha, naunawaan ng bawat isa na ang pagbibigay ni Chewang ng kasaysayan ng Ladakh ay may kahulugan. Tumayo si Dr. Tenzin Wanchuk upang magsalita matapos magretiro si Chewang sa kanyang upuan. Si Dr. Tenzin Wanchuk ay may pinakamahusay na kredensyal sa pag unawa sa mga problema ng Ladakh, at si Mobius ay may kamalayan sa pagkabalisa ng Pamahalaang Sentral tungkol kay Dr. Wanchuk, isang inhinyero, innovator, at repormista sa edukasyon. Siya ang nag iisang tao sa Ladakh na nag utos ng paggalang sa buong mundo.

Ibinigay ni Dr. Wanchuk ang kanyang pangitain na pahayag para sa Statehood para sa Ladakh. Ang kanyang pananalita ay walang retorika, at ang pagiging simple ng kanyang panawagan para sa isang walang kinikilingan na pakiusap para sa Statehood para sa parehong natatanging lahi ng mga tao ay dumiretso sa puso ng lahat ng nakaupo sa silid na walang kulay at kawalan ng tiwala. Para kina Mobius at Manisha, ito ang pinakaemosyonal na pagsusumamo para sa katarungan, na tumunog sa mga burol ng simple, rustic, at matigas na mga tao ng dalawang lahi sa pagsisikap na makamit ang kanilang layunin.

Tumayo si Manisha Rai at naglakad patungo sa podium. May tiwala sa kanyang hakbang, at habang nakataas ang kanyang ulo, nagsalita siya tungkol sa mga kawalang-katarungan sa kanyang komunidad pagdating sa pagbibigay ng mga institusyong pang-edukasyon, ospital, at pangunahing imprastraktura sa burol ng Darjeeling, Kurseong, Siliguri, Matigara at Phansidewa. Tinapos niya ang kanyang pananalita sa pagpapakita ng kanyang pakikiisa sa mga tao sa Ladakh. Palakpakan nang sumigaw si Manisha, "Jai Hind, Jai Ladakhi, at Jai Gorkha!"

Masaya si Mobius nang makita si Manisha na nakakakuha ng standing ovation sa dulo ng kanyang address. Lumapit si Dr. Wanchuk at nakipagkamay nang mainit kay Manisha. Mamaya nang gabing iyon, sa paanyaya ni Dr. Tenzin Wanchuk para sa hapunan sa kanyang bahay sa labas ng Leh, natagpuan nina Mobius at Dr. Wanchuk ang kanilang sarili sa terrace na tinatanaw ang Leh City. Kasama ni Manisha ang mga babae at mga anak ng bahay. Ang Leh Palace ay nag loomed up sa likod nila.

Si Dr. Wanchuk ang unang nagsalita, ang kanyang tono ay puno ng kuryusidad, "Mr. Mukherjee, lagi akong naintriga sa iyong walang patid na suporta para sa Gorkhaland, lalo na isinasaalang alang ang iyong pamana ng Gorkha sa pamamagitan ng iyong ina. Pagkatapos ng discreet inquiries, nakarating ako sa hindi maiiwasang konklusyon na ang iyong camaraderie at mabangis na dedikasyon sa Gorkha Movement ay nakaugat sa isang malalim na pag ibig, hindi para kay Manisha, kundi para sa kanyang tiyahin na si Junali. "

Si Mobius ay nahuli ng off guard sa paghahayag na ito. Hindi pa niya inaasahan na may magbubunyag ng gayong personal na damdamin. Habang ito ay matagal na itinatag na siya gaganapin ng isang espesyal na lugar sa kanyang puso para sa Junali, siya ay hindi kailanman anticipated sinuman na ituro ito kaya direkta. Bago siya makatugon, patuloy ni Dr. Wanchuk, isang mischievous glint sa kanyang mga mata, "Walang masama diyan, kaibigan, basta malinis ang ating intensyon."

"Oo naman," nagmamadali na sagot ni Mobius. "Ngunit ito ay mahalaga upang linawin na ang aking suporta para sa mga tao sa burol ay may malalim na ugat na nagmula pabalik sa aking pagkabata. Si Junali ay hindi romantikong interes; Mahal na kaibigan siya, halos katulad ng pamilya ko. May hindi pagkakaunawaan, at sinisiguro ko sa iyo, mapagkakatiwalaan mo ang aking pangako sa layunin."

"Ako, aking Kapatid na Mobius, at ito ang dahilan kung bakit ako ay pagpunta sa ipaalam sa iyo sa isang lihim. Anim na buwan na ang nakalilipas, nagkaroon ako ng isang lihim na pagpupulong sa PM at HM, ang ginoo na tinutukoy mo bilang Mota Bhai, "sabi ni Dr. Wanchuk.

"Ilang taon akong nasa Surat. Ang ibig sabihin ng Mota Bhai ay Kuya Elder, hindi Fat Brother," remarked Mobius, nakangiti.

"Alam ko na, Mr Mukherjee," sumagot Dr. Wanchuk sa isang ngiti at nagpatuloy. "Ito ay isang lihim na pagpupulong na walang ibang naroroon sa kuwarto. Dinala ako sa residential office ng PM sa 7 Lok

Kalyan Marg diretso mula sa Airport. Pagkatapos ng pulong, inalalayan ako pabalik sa Airport Hotel para sa gabi at ang pabalik na flight sa Leh maaga sa susunod na araw. Dalawang security men ang naka post sa labas ng hotel room ko para sa gabing iyon at inalalayan nila ako hanggang sa makasakay ako sa flight papuntang Leh. Isang oras akong nakipagkita sa PM at Mota Bhai. Ang huling kalahating oras ay kasama lamang si Mota Bhai. Maagang umalis ang PM para dumalo sa isang Press Conference kasama si General Bipin Rawat. Si Mota Bhai ay nakasandal nang malapit sa akin sa ibabaw ng mesa at ipinagkatiwala sa akin, "Maaari kitang bigyan ng Union Territory. Kunin mo o iwanan mo. Walang tanong sa Estado. Kung patuloy kayong magpupumilit, ipapasangkot ko kayo nang hindi totoo at dadakipin sa kasong sedisyon." Tumango ako sa oras na iyon sa pagpapatibay, ngunit sa malalim sa loob ko, alam ko na wala kaming pampulitikang clout upang bigyang diin para sa isang hiwalay na Estado. Malinaw ang paninindigan ni Mota Bhai - dalawang teritoryo ng unyon sa Oktubre ng susunod na taon - Jammu Kashmir at Ladakh, at walang dalawang paraan tungkol dito."

"Pagkatapos ng isang pause, si Dr. Wanchuk ay nagpatuloy, "Kaya, Mr. Mukherjee, magkakaroon kami ng Union Territory ng Ladakh at Jammu at Kashmir sa pamamagitan ng Oktubre 2019. Ngunit nakikiusap ako sa inyo ni Manisha na pumunta para sa isang hiwalay na Estado para sa Gorkhaland. Hindi tulad sa amin Ladakhis, na hindi venture sa labas ng aming mga tahanan, ang mga Gorkha ay nagtrabaho sa buong bansa at ay isang mahalagang bahagi ng aming Armed Forces, kahit na may kanilang sariling mga regiments sa Pransya at England. Mr Mukherjee, kailangan mong pumunta lahat para dito. Kailangan mong marshal ang lahat ng iyong mga mapagkukunan sa mga pulitiko, sportspersons, bureaucrats, mamamahayag, pulisya, at ang hukbo. "

Nadama ni Mobius ang nalulungkot na sigaw ng isang naghihirap na kaluluwa, na nagmumula sa isang malalim na kawalan ng magawa na ipaalam ang kanyang komunidad sa isang Union Territory ngunit hindi Estado. Napagtanto rin ni Mobius ang kawalang kabuluhan ng pagpindot ng Ladakhis para sa isang hiwalay na Estado. Hindi sila pinutol para sa labanan.

Inabot ni Mobius ang kamay at niyakap si Dr. Tenzin Wanchuk at dahan dahang pinindot ang kanyang mga balikat. "Huwag kang mag alala, mahal kong kapatid. Hindi kita bibiguin. Masyado na tayong nauna ngayon para umatras." Kumikislap ang mga mata ni Dr. Tenzin Wanchuk sa luha.

Ang Paglalakbay ni Mandira ng Pagtuklas sa Sarili

Ang araw bago ang Mandira, Mobius, at Manisha ay nakatakdang lumipat sa Khardung La Village na may Ayushi na nananatili pabalik sa hotel, ang lahat ng apat sa kanila ay nagpasya pagkatapos ng almusal upang galugarin ang Central Market sa Leh, na bumubuo ng isang malawak na kalsada sa pagitan ng isang hilera ng mga tindahan at restawran sa magkabilang panig, na nagtapos sa isang Tibetan Souvenir Stall na naka set up sa isang malaking pulang tolda.

Ayushi romped maaga sa Manisha kamay sa kamay, parehong nasasabik sa kanilang unang pagbisita sa Leh. Bahagyang sinundan sila nina Mandira at Mobius, nakasuot ng itim na windcheaters at nagsuot ng mga green tinted Ray Ban aviators.

"Glad to see Pahadi get over her despondency with PCOS," pahayag ni Mandira.

"Oo nga, Mandy. Salamat sa pagiging opisyal na Psychologist ni Pahadi, na humantong sa kanyang kabuuang paggaling."

"Ah, wala lang iyon, Mobsy. Parang anak ko rin si Pahadi Princess."

Walang hinala na ang mga daliri ni Mandira sa kanang kamay ay nakipag ugnayan sa kaliwa ni Mobius. Hindi hinugot ni Mobius ang kanyang mga daliri mula sa pagkakahawak nito. Isang bakanteng kahoy na bangko ang nakakuha ng atensyon ni Mandira.

"Upo tayo, Mobsy," sabi ni Mandira. Habang nakaupo sila, si Mobius ay nag espiya ng isang cafe sa malapit at nag beckon kay Mandira na manatiling nakaupo, habang nakakuha siya ng dalawang strawberry ice cream soda, na may mga chunky piraso ng strawberries na lumalangoy sa malaking glass mug na may makapal na dayami at plastic spoon upang i scoop ang ice cream at prutas na lumulutang sa tuktok. Ipinatong ni Mandira ang kanyang braso sa tapat ng balikat ni Mobius at nagtanong, na nasa mga labi ng mga malalapit na kaibigan ng pamilya Mukherjee.

"Naranasan mo na bang sipain ang bum mo ni Sumi "

Ngumiti si Mobius at nagbigay ng kanyang stereotype reply para sa umpteenth time kay Mandira. "Hindi sa ngayon, Mandy, ngunit walang garantiya na hindi ito mangyayari sa hinaharap." Natawa si Mandira at sinabing, "Mobsy darling, hanggang kailan hihintayin ng mundo na mangyari iyon?"

"Hanggang sa dumating ang Kaharian," sagot ni Mobius, at parehong sabay sabay na tumawa.

"Rascal Mandy, inggit ako sa iyo animnapu't nining sa Mil 365 araw sa isang taon," remarked Mobius, pagbabago ng paksa sa Mandira ng disadvantage.

"Malayo sa ito, Mobsy mahal," sumagot Mandira cynically. "Hindi naman ganoon kasaya ang mundong ginagalawan. Masuwerte kang lalaki na si Sumi ang iyong better half. Hindi ka lang niya inaalagaan tulad ng asawa mo kundi pinoprotektahan ka niya na parang nakababatang kapatid. Maraming paghihirap ang naranasan niya sa pagsisikap na protektahan ka mula pa noong nag-aaral ka. Huwag kalimutan ang oras na iniligtas ka niya mula sa pagkuha ng rusticated sa Doon para sa pag iilaw ng isang fag. "

"Naaalala ko ang mga cube ng yelo nang mas mahusay," reminisced Mobius.

"Mahal na mahal ka niya. Lagi na lang nag aalala si Sumi na baka magkagulo ka. Alam mo ba Mobsy, ipinanganak si Sumi dito sa Planet para maging Guardian Angel mo. I am sure inaalagaan ka rin niya ng mabuti sa kama," nakangiting Mandira.

"Na siya nga. Masakit ang likod ko kapag nag overboard siya. Pero bakit mo sinasabi sa akin ang lahat ng ito," sagot ni Mobius.

"Mobsy, akala mo lagi kaming perfect couple ni Mil."

"Wooh " bulalas ni Mobius. "Bakit oo, ganoon ang tingin ng buong Planet. Napakaraming steamy pics ninyong dalawa sa magazines, sa enticing Kama Sutra positions. Ano nga ba! Naiimagine ko na ang mga adolescents na may wet dreams na nakikita ang mga imaheng iyon."

"Iyan ang akala mo, Stupid. Malayo na ang layo nito."

"Toro, Mandy. Nagsisinungaling ka."

"Hindi, hindi ako, Mobsy," naluluhang sabi ni Mandira.

"Ikaw palagi ang best buddy ko, Mobsy dear, ever since hinalikan kita sa cheeks sa first socials natin between Welham Girls and Doscos sa Doon School. I hustled up with Mil after college para pasiglahin ang modeling career namin. Kung matatandaan, ang una niyang break ay sa Mr. World Contest, kung saan ang crucial vote ay ibinigay pabor sa kanya ni Judge Tanveer Bedi. Eh nung gabi, natulog ako sa kanya. Kung hindi man, ang paraan ng mga bagay ay gumagalaw, ang Swede ay manalo ng mga kamay down, pagkakaroon na nanalo ng tatlong kategorya nanalo na may Mil natigil sa isa. "

"Ang ibig mong sabihin ay Mandy; nasungkit mo ang deal para kay Mil sa solo category winner niya ng Best Personality laban sa panalo ng Swede's Best Physique, Best Face, at Best Intelligence category Shit Man, may alam pa ba dito "

"Hindi, ikaw nitwit. Kahit si Mil ay hindi aware dito. Ngayon, sinasabi ko ito sa inyo pagkatapos ng napakaraming taon sa isang dahilan. Lahat ng torrid na imaheng iyon sa amin ni Mil ay mga mekanikal na galaw lamang na walang damdamin."

"Pero ang kapansin pansin, flamboyant pics ay nagbigay sa amin ng ibang kuwento," argued Mobius

"Lahat ay binubuo ng isang koponan ng mga modelo coordinator, photographer, at mga direktor ng pagkuha ng larawan," countered Mandira.

"Well " bulalas ni Mobius. Ang ilan sa kanila ay halos tulad ng porn, sapat na upang bigyan ang isang tao ng isang pagtayo. "

"Iyan ang ibig sabihin ng mga ito, nincompoop!"

"Eh, bakit ngayon pa ang lahat ng revelations " queried Mobius.

"Kasi, mahal kong Mobsy," sagot ni Mandy na may bahid ng kondeasyon ang tono nito. "Crucial para sa isang babae na maramdaman na wanted. Ang relasyon sa pagitan ng isang lalaki at isang babae ay hindi lamang tungkol sa pag ibig. Ang masalimuot na pagsasanib ng pangangailangan at hangarin ang nag-aapoy ng di-mabubuwag na bigkis sa pagitan ng mag-asawa. Ang totoo, Mobsy, kailangan mo si Sumi sa buhay mo, at nag reciprocate siya. Kailangan namin ni Mil ang isa't isa para umasenso sa kani kanilang career. Gayunpaman, nagkaroon ng kawalang laman sa loob namin. Maging ang aming lovemaking ay naging mekanikal. Ilan sa mga naging kasiya siya kong sandali ay noong na envision kita bilang si Mil noong nagmamahalan tayo."

Nagulat si Mobius, at nagsabi, "Mandy, wala ka nang isipan! Hindi kita nakita sa liwanag na iyon."

"Iyon ay dahil masigasig si Sumi sa pag aalaga sa iyo, tulad ng gagawin ng sinumang mabuting asawa, upang matiyak ang kaligayahan ng kanyang asawa at hindi siya maliligaw," paliwanag ni Mandy.

"Well, Mandy, parang nababaliw ako na sabihin ito after all these years. Pareho kaming katulad nina Wendy at Peter Pan sa Neverland," paggunita ni Mobius.

Ang mga mata ni Mandira ay mamasa masa sa luha ng pagtanggi sa sarili. Ngayon, kakaiba ang liwanag ng kanyang isipan nang ipahinga niya ang kanyang ulo sa balikat ni Mobius sa palengke sa Leh. Very gentle, naramdaman niya ang kamay ni Mobius na nagsipilyo ng buhok mula sa kanyang pisngi at pinahinga ang palad nito doon. Pumikit si Mandira at itinaas ang kanyang mga labi upang halikan ang palad ni Mobius. Isang kadakilaan ng katahimikan ang bumaba sa dalawang nakahilig na tao sa bangko ng kalye habang walang-kuwentang gumagalaw ang mga tao sa paligid nila.

Ang Khardung La Challenge

8 degrees Fahrenheit ito ng 3 am. 75 runners ang nakapila sa starting line ng The Khardungla Challenge, isang 72 kilometrong ultra mula Khardungla Village hanggang Leh sa pamamagitan ng Khardungla Peak kasama sina Manisha, Mandira, at Mobius. Ginawa nina Mandira at Mobius ang ultra dalawang taon na ang nakalilipas sa 10 oras na flat, pacing at hinihikayat ang bawat isa sa kahabaan ng ruta. Iyon din ang taon na hiniling ni Mobius sa Board of Governors ng The Doon School na bigyan ng admission ang isang batang Ladakhi sa buong termino mula 7th Standard hanggang 12th Standard of ICSE Board sa ilalim ng Scholarship Grant para sa mga underprivileged. Si Gautam Thapar, Pangulo ng Lupon ng mga Gobernador at isang taong junior kay Mobius sa paaralan, ay naglagay ng isang caveat na ang bata ay dapat makalusot sa entrance test para sa pagpasok na binubuo ng Ingles, Hindi, Matematika, at Pangkalahatang Kaalaman.

Si Mobius ay humingi ng tulong sa kanyang kaklase sa junior school, Valentina Trivedi, isang multifaceted talent na kilala para sa kanyang mga kasanayan bilang isang manunulat, aktor, at Dastangoi performer, isang revived art form ng sinaunang Urdu storytelling. Si Valentina ay napunta sa itaas at lampas sa pamamagitan ng pag oorganisa ng mga pribadong sesyon ng pagtuturo kay Prabha Sethy para sa batang lalaki, si Stanzin Dolma, apat na linggo bago ang kanyang pagsusulit sa pagpasok sa Dehradun. Siya rin ang nag-utos na bigyan si Stanzin ng abot-kayang boarding at matutuluyan sa Dehradun.

Si Stanzin Dolma ay isang batang lalaki mula sa Lamdon Senior Secondary School, Leh. Sina Sumitra at Mobius ay, sa pamamagitan ng mabait na kagandahang-loob ni Chewang Motup Goba, ay nakakuha ng 17 estudyante mula sa lima sa pinakamagagandang paaralan mula sa Leh na dumating para sa interbyu sa panahong iyon.

Matapos pumili ng tatlo sa pinakamahusay, batay sa isang Sanaysay sa Ingles sa Leh City sa loob ng 45 minuto, kinabukasan, ininterbyu nina Sumitra at Mobius ang tatlo at pinili si Stanzin. Ang admission form para kay Doon ay pinunan ng ama ni Stanzin sa tulong ni Sumitra. Ang bayad sa admission test na Rs. 30,000/- ay binayaran ni Mobius at ng dalawa niyang batch-mate sa Doon dahil sa kanilang paggigiit, sina Hotty at Sama, na itinuring na pinakamahusay na Scientific Boxer sa School. Si Stanzin, sa loob ng dalawang taon, ay gumawa ng isang pangalan para sa kanyang sarili, na nasa Juniors School Team sa Football at Badminton at ang School Team para sa Quiz at Chess. Minsan, tinawagan siya ni Gautam Thapar upang batiin si Mobius sa kanyang perpektong pagpili ng unang mag aaral mula sa Ladakh na matanggap sa Doon. Ang gawaing ito ng kabutihang loob ay nagpamahal kay Mobius sa lokal na komunidad sa Leh, kabilang si Dr. Tenzin Wanchuk.

Si Chewang Motup Goba, sa panimulang linya, ay nagpaputok ng sipol, at ang lahat ng mga runners ay nagsimula ng kanilang 72 kilometrong paglalakbay sa Leh City. Sina Mandira at Mobius, na parehong seasoned runners, ay nagplano na tumakbo kasama si Manisha at gawin itong tumawid sa pagtatapos bago ang cut off timing ng 14 na oras. Ang Game Plan ay simple - upang masakop ang distansya ng 30 kilometro upang maabot ang una sa apat na cut-offs sa Khardungla Peak, na uphill sa anim na oras, na nagbibigay sa kanila ng leverage ng dalawang oras mula sa unang cut off ng 8 oras. Mula sa Khardung La Peak, ito ay 42 kilometro pababa. Ang antas ng oxygen sa Khardung La peak ay tungkol sa 30% mas mababa kaysa sa antas ng dagat. Lahat ng runners ay tumatakbo sa pitch kadiliman na may kanilang mga headlights sa. Kitang kita ni Mobius ang mga headlight ng runner na nagba bobbing pataas at pababa habang tumatakbo sila sa rutang bundok. Si Manisha ay tumatakbo sa pagitan ni Mandira sa harap kasama si Mobius sa likod. Ang tatlo ay nakasuot ng compression sleeves sa kanilang mga binti na may shorts sa ibabaw nila. Isang tatlong-layer na damit na may jacket, full sleeve tee-shirt, at sleeveless vest sa ilalim. Sa mukha, ang isang bandanna ay sumasaklaw sa mas mababang kalahati ng mukha na may isang cap ng lana. Isang hydration bag ang nakatali sa likod nila na may 1.5 liters ng tubig, ilang electrolytic gels, dry fruits, at isang 500 ml. plastic bottle ng orange flavored glucose drink. Matapos ang tatlong oras na pagtakbo, binaligtad ni Mandira ang mga posisyon kay Mobius, na namuno sa daan. Kumportableng tumatakbo si Manisha sa pagitan nila.

Kahit 6 am na, madilim pa rin, na may isang hiwa lamang ng liwanag na nakaguhit sa buong kalangitan sa pagitan ng dalawang tuktok ng bundok. Ang araw ay sisikat sa loob ng limang minuto pa. Sa 20 kilometrong marka, bumagal si Mobius at hudyat kina Manisha at Mandira na maglakad nang mabilis sa loob ng 20 minuto. Ang ideya ay tumakbo sa ibaba lamang ng lactate threshold bilis. Sina Mobius at Mandira, sa edad na 48, ay sanay na sa pagtakbo ng ultras sa 05:45 minuto bawat kilometro na bilis ngunit binalak na tumakbo sa 06:30 na bilis upang sumabay sa bilis ni Manisha. Apat na buwan nang nagpraktis si Manisha kay Junali sa mga burol ng Kalimpong bago ang event. Tatlong magkakahiwalay na takbo ang nagawa niya na 60 kilometro, 63 kilometro, at 65 kilometro sa nakaraang anim na linggo bago ang araw ng karera. Ang iba pang mga tumatakbo ay higit sa lahat ay mga tempo run, mula sa isang kalahating marathon (21K) hanggang sa isang buong marathon (42K). Ang araw ay tumatama sa mga mata ng mga runners sa Khardung La Peak. Nagsuot ng shades ang tatlo at kinain ang kanilang energy gels.

Sa diskarte sa Khardungla Peak, nagsimula ang isang light snowfall, at ang temperatura ay bumaba sa minus 8 degrees Fahrenheit. Sa payo ni Mobius, hinila nina Mandira at Manisha ang bandana sa ibaba ng mga mata at hinila ang niniting na lana cap sa ibabaw ng mga tainga. Sa Khardung La Peak, may garlic soup na may sibuyas na inihain ng mga race volunteers.

Matapos magpahinga ng sampung minuto sa Khardung La Peak, nagsimula ang pagbaba ng trio ng 42 kilometro patungong Leh City. Ang ruta ay isang paikot ikot sa gilid ng bundok. Sa 60 kilometrong marka, napagtanto ni Mobius na nahihirapan huminga si Manisha dahil sa manipis at mababang oxygen na kapaligiran.

Si Mandira, na nagpanatili ng pacing chart, ay nagpaalala kay Mobius na ang bilis ni Manisha ay nabawasan nang husto. Mas mainam na magpahinga ng sampung minuto, hydrate ang kanilang sarili nang maayos, at pagkatapos ay magpatuloy. Habang nagpapahinga, minamasahe ni Mandira ang mga kalamnan ng guya ni Manisha gamit ang pain balm, tinanggal ang kanyang sapatos, at itinutuwid ang kanyang mga daliri sa paa. Si Manisha yelped sa sakit. Tiniyak ni Mandira na magiging komportable ang kanyang mga daliri sa paa sa lalong madaling panahon. Matapos laced ni Mandira ang sapatos ni Manisha at tulungan siyang tumayo, napagtanto ni Manisha pagkatapos ng ilang hakbang ang mga recuperative benefits ng masahe ni Mandira.

Matapos tumakbo ng isang oras mula sa huling rest point, masayang nagsalita si Manisha, "Million thanks, Mandy Didi. Mas gumaganda na ang pakiramdam ng mga binti ko ngayon."

"Mahusay! Ngayon, chill ka na lang. Kunwari ay nakikibahagi ka sa isang Olympic Marathon. Kailangan nating panatilihin ang isang patuloy na bilis. Patuloy na sundin ang Baagh Bhai. Ako ay malapit sa likod mo upang mahuli ka kung ikaw ay mahulog. Huwag mong trip ang mga bato sa ilalim," sabi ni Mandira na naghihikayat.

Nagsalita si Mobius, "Manisha, ikaw ay isang rock star. No letting out na ngayon. Sundin mo na lang ako."

Sa finish line, sa gitna ng maraming pagkilig at fanfare, tinawid ni Manisha ang finish line ng makapangyarihang Khardung La Challenge sa loob ng 30 minuto ng cut off, na may Mobius at Mandira na tumatakbo sa tabi niya at sumigaw ng mga salita ng paghihikayat. Sumigaw si Manisha, "Jai Bharat, Jai Gorkha, Jai Ladakhi!"

Pagkatawid sa finish line, pinawi ni Mobius si Manisha at binuhat ito na parang sanggol. Nasa finish line sina Chewang Motup Goba at Dr. Tenzin Wangchuk para batiin ang trio. Tumalon si Ayushi sa glee at mahigpit na niyakap si Manisha, kasunod ang kanyang ama at matalik na kaibigan na si Mandira.

Kalaunan, hawak kamay sa magkabilang panig sa Mandira o sa kanyang ama, Ayushi confided, "Mandy Aunty at Bapi, ako ay nakakakuha ng goosebumps pag iisip ng kalahating marathon sa Linggo."

Ipinatong ni Mandira ang kanyang mga kamay sa ulo ni Ayushi at mapaglarong inayos ang kanyang tenga. "Good news, ang aking Pahadi Princess. Nag register na rin ang Mandy Aunty mo sa half marathon at magpapa pace ka rin sa ganoon."

Walang alam ang kagalakan ni Ayushi. "Talaga po Mandy Aunty Wooh! After 72K today, hindi ka ba makakaramdam ng pagod sa paggawa ng 21K sa Sunday "

Sumagot si Mandira, "Hindi pwede, mamimiss ko ang pagtakbo kasama ang bestie kong si Pahadi Princess."

Isang Ulat ng Balita sa nakaraang Taon ni Darjeeling sa Paggunita (Oktubre)

Ang taon lamang lumipas, at nakaharap walang hangganan karahasan na sinundan ng isang welga, na tumagal ng 104 araw sa Darjeeling mula sa 15 Hunyo 2017. Ang agarang kinalabasan ng karahasan ay nagsasara ng pagbunot ng premium second flush tea crop at ang magkakasunod na monsoon at autumn flush output na nagresulta sa isang pangkalahatang pagkawala ng higit sa Rs. 550 crores sa negosyo ng tsaa. Gayunman, nangako ang bagong halal na Gorkhaland Territorial Administration (GTA) Board, sa pangunguna ni Chairman Binay Tamang, na hindi sila makikipagkompromiso sa tea business dahil sa panawagan ng welga.

Mayroong 87 hardin na kumalat sa 17,600 ektarya, na gumagawa ng pinakamainam na lasa ng tsaa sa mundo, na iniluluwas sa 40 bansa. Ang panahon ng pag aani, na nagsisimula sa kalagitnaan ng Mayo at mga tuktok sa Hunyo, ay nahadlangan noong nakaraang taon dahil sa kaguluhan sa mga burol. Ang kaguluhan ay masama disrupted Darjeeling, na kilala para sa kanyang turismo, boarding schools, homestays, hotels, laruan tren, at iba pang mga kita pagbuo industriya, na humahantong sa pagkagambala sa transportasyon ng kalsada, madugong karahasan, at dwindling turista.

Ang persepsyon ng banta ay nagtaas ng maraming mga katanungan. Maaaring tawagin ito ng ilan na isang kahilingan para sa demerger ng Gorkhaland mula sa West Bengal, dahil umiiral ito sa loob ng higit sa isang daang taon mula noong panahon ng kolonyal. Nasaksihan ng kasaysayan ang pagsusumite ng The Hillman's Association of Darjeeling ng memorandum sa Morley Minto Reforms Panel noong 1907, na humihingi ng hiwalay na yunit ng administrasyon. Sa panahon ng pag aalburoto ng 1986 88, sa pangunguna ng pinuno ng Gorkha National Liberation Front (GNLF) na si Subash Ghisingh, ang demand ay naging isa para sa isang hiwalay na estado. Kalaunan, ang kilusan ay isinulong ng pinuno ni Gorkha Janmukti Morcha (GJM) na si Bimal Gurung at ng kanyang mga kasamahan. Nagbitiw si Bimal Gurung bilang Punong Ehekutibo ng Administrasyong Teritoryal ng Gorkhaland noong 2017.

Ang kilusan ay din brandished maraming mga dahilan sa suporta ng claim para sa isang hiwalay na Statehood para sa Gorkhas, citing lalo na Darjeeling ay hindi kailanman heograpikal na isang bahagi ng West Bengal. Maraming mga think tank ang sumusuporta sa ideyang ito sa pamamagitan ng pagturo sa Digmaang Anglo Nepalese (1814 16) at ang kasunduan ng Segauli (1815) sa pagitan ng Hari ng Nepal at East India Company, kung saan ang ilan sa mga lugar na kontrolado ng Nepal, kabilang ang Darjeeling at Terai ay sumailalim sa British Control.

Ang isang hindi gaanong kilalang aspeto na kamakailan lamang na dumating sa liwanag ay ang 1950s Indo Nepal Treaty of Peace and Friendship Artikulo 8, na malinaw na nabanggit na ang lahat ng mga nakaraang treaties sa pagitan ng British India at Nepal ay kanselahin kaagad. Ang Artikulo 7 ng parehong kasunduan ay sumasang ayon na ipagkaloob, sa isang reciprocal na batayan, sa mga mamamayan ng isang bansa sa mga teritoryo ng iba pang mga parehong pribilehiyo sa usapin ng paninirahan, pagmamay ari ng ari arian, pakikilahok sa kalakalan at komersyo, kilusan, at iba pang mga benepisyo ng isang katulad na kalikasan.

Ang Gorkhaland Territorial Administration (GTA) ay binubuo ng tatlong subdivision sa burol - Darjeeling, Kurseong, at Mirik, kasama ang ilang lugar ng Siliguri subdivision at ang buong Kalimpong district sa ilalim ng awtoridad nito. Ang GTA ay nabuo sa pamamagitan ng isang tripartite agreement sa pagitan ng State Government, Centre, at Gurkha Janmukti Morcha (GJM) upang pangasiwaan ang Darjeeling hills na may executive, administrative, at financial power na walang legislative authority. Ang konsepto ng GTA ay isang mas advanced na modelo kaysa sa dating Darjeeling Gorkha Hill Council (DGHC), na nilikha din sa parehong fashion sa panahon ng Kaliwang Rehimeng Bengal sa ilalim ng pamumuno ng Punong Ministro Jyoti Basu. Ang heograpikal na komposisyon ng Darjeeling, na sa palagay ng GJM ay pupunta sa pabor ng Gorkhaland, ay dapat na mas mahaba upang mabuo bilang isang Estado. Ang lawak ng Darjeeling ay 3149 kilometro kuwadrado na may populasyon na 1846,825 ayon sa sensus 2011. Ang bagong tatag na Distrito, Kalimpong, ay nagtataglay ng 1053 kilometro kuwadrado ng lawak na may populasyon na 251,642.

Sa paunang Gorkhaland Map, Terai at Dooarse lugar ay kasama, kahit na ang populasyon ay binubuo ng higit sa lahat ng Bengalis at Biharis. Ang natitirang mga tao sa mga lugar ng burol ay lalo na Lepchas, Bhutias, Marwaris, at Tibetans. Gayunpaman, isinasaalang alang ang makasaysayang pagkakabit ng mga Gorkha sa mga lugar na ito, ang iba pang mga komunidad ay hindi pabulaanan ang konsepto ng Gorkhaland.

Ang Suporta ng Pambansang mambabatas (2019)

Hindustan Times, Siliguri
Artikulo ni Pramod Giri
ika 11 ng Nobyembre

Maraming partidong pampulitika na pro Gorkhaland, kabilang ang Gorkha Janmukti Morcha (paksyon ng Bimal Gurung), Gorkha National Liberation Front, All India Gorkha League, at Communist Party of Revolutionary Marxists, ang naroon. Dahil naimpluwensyahan ng pagkilos ng Sentro na lumikha ng mga teritoryo ng Unyon ng Jammu at Kashmir at Ladakh, hiniling ng National Gorkhaland Committee (NGC) ang paglikha ng Union Territory ng Gorkhaland sa rehiyon ng Darjeeling hill ng West Bengal.

Ang katayuan ng UT, sinabi ng komite noong Linggo, ay magiging isang hakbang patungo sa paghahanap ng isang permanenteng pampulitikang solusyon sa higit sa 100 taong gulang na demand para sa paghihiwalay mula sa West Bengal. Maraming mga dating opisyal ng hukbo at mga burukrata mula sa komunidad ng Gorkha ay mga miyembro ng NGC, isang pan India non political organization ng Gorkhas na pinamumunuan ni Tenyente Heneral (retd.) Shakti Gurung.

Kapansin pansin, ang demand ay itinaas sa isang media conference sa bayan ng Siliguri sa hilagang Bengal sa presensya ng Darjeeling ng Bharatiya Janata Party mambabatas, Neeraj Zimba Tamang.

Naroon din ang maraming partidong pampulitika na pro Gorkhaland, kabilang ang Gorkha Janmukti Morcha (paksyon ng Bimal Gurung), Gorkha National Liberation Front, All India Gorkha League, Gorkha National Unity Front at Communist Party of Revolutionary Marxists.

"Binigyang diin ng NGC ang pagbibigay ng Union Territory (status) sa komunidad ng Gorkha sa North Bengal. Ito ay inirerekomenda bilang pansamantalang panukala at bilang hakbang sa pagkumpleto ng estado," Lt. Sinabi ni General (retd.) Shakti Gurung habang naglalabas ng isang dokumento ng pangitain.

"Ang rekomendasyon para sa paghihiwalay ng lugar mula sa Estado ng West Bengal ay sa mga batayan ng pambansang seguridad, na kung saan ay mag aalaga din ng pagkakakilanlan ng Gorkhas," sabi niya.

Ang mga burol ng Darjeeling district ay nasaksihan ang isang 104 araw na pag shutdown sa 2017 bilang suporta sa demand para sa isang hiwalay na Estado ng Gorkhaland. Labintatlong katao ang napatay sa panahon ng kaguluhan. Mula noon, nagtatago na si Bimal Gurung, pinuno ng Gorkha Janmukti Morcha na namuno sa kilusan.

"Ang bansa ay may upang concede sa demand para sa Gorkhaland sa kanyang sariling interes, at ang NDA pamahalaan ay paggawa ng katarungan sa Gorkhas," sabi ni Neeraj Zimba Tamang.

Sa mga resolusyon na pinagtibay noong Linggo, sinabi ng NGC, "Kung ang lugar ng Ladakh ay sensitibo, gayon din ang Darjeeling hills area, kabilang ang Siliguri corridor. Kung ang Ladakh ay may kultura at wika na naiiba sa lambak ng Kashmir, gayon din ang Gorkhas mula sa Bengal. Habang ang populasyon ng Ladakh ay 2.5 lakhs lamang, ang Darjeeling hills area ay malayo na lumampas dito. "

Ayon kay Munish Tamang, kalihim ng NGC, tatlong resolusyon ang nagkakaisang naipasa.

"Ang pangangailangan ng Gorkhaland ay dapat matugunan sa pinakamaagang pag iingat sa pagtingin sa mga pangako sa halalan tungkol sa paghahanap ng isang permanenteng pampulitikang solusyon ng pamahalaan ng NDA," sabi ng isa sa mga resolusyon.

Ang isa pa ay hiniling ang mga pag uusap na kinasasangkutan ng lahat ng mga stakeholder upang masira ang deadlock at dumating sa isang "pampulitikang solusyon na may mas malaking interes ng pambansang pagsasama."

Ang ikatlong resolusyon ay humingi ng kapayapaan at progreso at isang estado ng Gorkhaland bilang isang konstitusyonal at permanenteng solusyon.

Ang Pambansang Lockdown, Covid at Pagkamatay ng Isang Artista (2020)

Marso

Ito ay 24 Marso 2020, nang ipahayag ng Punong Ministro ang isang pambansang lockdown para sa 21 araw mula sa 25 Marso 2020, hanggang 31 Mayo 2020. Ang pahayag ng Punong Ministro ay naganap nang si Milind Dandekar ay kasama ang kanyang ina sa Rourkela. Tumunog ang telepono ni Milind. Galit na galit itong si Mandira sa linya.

"Ano ba naman ang ginagawa mo sa Rourkela Mil Nawala na ba sa isip mo " Payo ni Mandira sa telepono.

"Kasama ko ang aking ina, Mandy, at balak kong umalis bukas ng umaga sa pamamagitan ng Utkal Express, ngunit siya ay nag back out, kaya ako ay aalis nang mag isa." "Nitwit, nanonood ka ba ng TV o hindi Ang lockdown ay nagsisimula mula 7 am sa Linggo. Ang iyong tren ay dumating sa 11:15 pm sa Sabado. Ngayon makinig ka sa akin, bongga. Ako ay nagmamaneho pababa mula Bhopal hanggang Katni sa Sabado ng gabi. Ay kolektahin ka mula sa Katni Murwara Station sa 11:15 pm. Ang tren na ito ay palaging nasa oras. Dapat ay makabiyahe pabalik at makarating sa Bhopal ng 6 am sa Linggo, dalawang oras bago ang National Lockdown. Siguraduhin mong sumakay ka sa tren sa oras, na 9:15 am sa Sabado mula sa Rourkela. "

"Mandy, pwede bang bawasan mo muna ang mga swear words mo sa ngayon " inis na sagot ni Milyend.

"Sa ibabaw ng aking patay na katawan, ikaw asshole! Tuparin mo muna ang iyong salita at sumakay sa tren ng goddam. Hindi ko maintindihan kung paano sa lupa mo napirmahan ang kontrata para sa fashion show sa Raipur gayong ang section 144 ay naipatupad na sa lungsod," galit na kontra Mandira.

Ipinagtanggol ni Milind ang kanyang mga desisyon, na nagsasabi, "Ang mga pangyayari ay nagbago sa magdamag, Mandy. Just for your information, kumita sana ako ng limang lakh rupees. Bukod dito, walang isang kaso ng Covid 19 sa Chhattisgarh, at isa lamang sa Odisha ang tumatanggap ng tamang pangangalaga. Ngunit sa kamakailang mensahe ng Punong Ministro, ang lahat ay naging haywire. At, sa pamamagitan ng paraan, hindi ako Mobsy, isang tao na maaari mong berate sa expletives."

Matibay na kinontra ni Mandira, "Sa ngayon, Mr. Milind Dandekar, hindi ka ang asawa ko kundi ang live in partner ko. At, kailangan kong sabihin, binibigyan mo si Mobsy ng isang run para sa kanyang pera sa IQ department. At least nakikinig siya sa reason."

Sa 11:15 pm, isang halatang naiinis na Milind ang bumaba sa Katni Murwara Station papunta sa platform number three. Ang tsuper, na kasama ni Mandira ay naghihintay sa platform, ay kinuha ang mga bagahe ni Milind, nadama na may mali, at hindi nagulat nang pinili ni Milind na umupo sa harap sa halip na nakaupo si Mandira sa likod. Walang tigil na nagmamaneho ang tatlo sa bahay ni Milind sa Bhopal. Sa daan, sa gabi, sa National Highway 30, naobserbahan nila ang mga trak na nagbaba ng mga barikada sa kahabaan ng kalsada. Nang dumating sila sa labas ng Bhopal ng 6:15 am ng Biyernes, araw na. Ang ilan sa mga hadlang ay bahagyang nasa lugar, na nakaharang sa kalahati ng mga kalsada, na may mga pulis na naka loudspeaker na humihikayat sa mga may ari ng sasakyan na mabilis na makarating sa kanilang patutunguhan.

Hunyo

Chandrika Positibo sa COVID 19

Si Mobius ay nanonood ng Republic TV sa sala, kung saan tinatalakay nila ang kamakailang pag aaway sa Gurwan Valley sa pagitan ng mga sundalong Tsino at Indian. Ang insidente ay nagresulta sa mga nasawi at naging dahilan ng pag aalala.

Tumunog ang kanyang mobile. Nasa linya si Shiv. Ipinahayag ni Mobius ang kanyang pag aalala, na nagsasabi, "Ang mga kamakailang kaganapan sa Gurwan Valley ay malalim na nababahala. Ang mga kaaway ay karapat dapat sa isang sipa sa kanilang mga bums. Hindi na kailangan ng diplomasya sa bagay na ito."

Mula sa kusina, sumigaw si Sumitra sa tapat ni Mobius na panatilihin ang pag uusap na magalang at maiwasan ang malakas na pananalita. Si Mobius, na kinuha ang kanyang payo, ay nagpatuloy sa isang mas pinipigilan na tono at binago din ang paksa, tinanong si Shiv, "Paano ang sitwasyon sa iyong lugar Nasa containment zone pa ba "

Nanginginig ang boses ni Shiv, "Covid positive si Chandrika."

"Shit na tao. Paano nangyari ito? Hindi kayo umalis sa inyong tahanan sa nakalipas na dalawang buwan!" bulalas ni Mobius.

Sagot ni Shiv, "Pinapasok ko na ang maid last week. Nakuha ito ni Chandrika sa kanya. Dahil bahagyang sumasakit ang likod ni Chandrika, naisip ko na magandang tawagin ang aming regular maid, na nagtatrabaho sa aming gusali sa flat opposite namin. Parehong nagpositibo ang dalaga at si Chandrika. Tinatakan na ng mga awtoridad ng Munisipyo ang gusali. Walang lumalabas, at walang pumapasok. May itinago rin silang pulis sa pasukan ng gusali para ipatupad ang quarantine. Sa kasalukuyan, si Chandrika ay nasa aming Master Bedroom. Pinatira na lang ako sa labas ng kwarto niya at iabot sa isang mesa ang pagkain sa pinto ng kwarto. Pagkatapos ay sinabi nila sa akin, ayon sa drill, na kailangan kong ilipat ang limang hakbang pabalik. Pagkatapos ay binuksan ni Chandrika ang pinto ng kwarto at pinasok ang pagkain. Ang medical team ay nagbigay sa akin ng isang hanay ng mga gamot, na siya ay upang magkaroon, at isang hiwalay na hanay ng mga gamot para sa akin. Nangyari ito kahapon ng umaga matapos siyang magreklamo ng lagnat at pananakit ng lalamunan. Mobsy, sa unang pagkakataon sa buhay ko, natatakot ako. Paparating na sila para i check ang kalagayan niya after two days. Kung lumala ang kanyang kalagayan, ililipat siya sa Covid Quarantine Center sa Jabalpur District Hospital na malapit."

"Shivvy, kalmado ka. Bull, ito ay isang impiyerno ng isang sitwasyon. Kumusta na si Chandrika ngayon " sabi ni Mobius.

"Mukhang okay siya. Kailangan niyang pansinin ang kanyang temperatura tuwing tatlong oras maliban sa gabi. Sa ngayon, 100 ang temperatura. Iisa lang ang bahay namin, pero kailangan kong kausapin si Chandrika sa mobile. Ito ang nagtutulak sa akin, Mobsy."

"Makinig ka, buddy," panatag na pahayag ni Mobius. "Huwag kang mag panic. Basta hindi lalampas sa 100 ang temperatura, maganda naman. Ang gamot ay nangangailangan ng oras upang mag react. Manampalataya ka kay Baba Loknath."

Tinutok ng dalawang daliri si Mobius sa ulo mula sa likuran. Si Sumitra pala. Napalingon si Mobius at nakita si Sumitra hudyat sa kanya na ibigay ang telepono.

Nagsalita si Sumitra na nagsasabing, "Shivvy, huwag kang mag-alala; ang asawa ng kapatid ko ay isang doktor sa Cuttack Medical College. Siya ang namamahala ngayon sa Covid Ward. Tatalakayin ko ito sa kanya. Mangyaring kumuha ng isang snapshot ng listahan ng gamot na inireseta ni Chandrika at ibahagi ito sa Mobsy sa WhatsApp. Panatilihin ang cool. Kakausapin ko si Chandrika sa telepono pagkaraan ng ilang sandali."

Si Shivvy, na mas maganda ang pakiramdam, ay tumugon, "Maraming salamat, Sumi. Talagang pahalagahan ang iyong tulong. "

Matapos lumipat si Mobius off ang kanyang mobile, muling nagbigay si Sumitra ng dosis sa kanyang asawa tungkol sa hindi paggamit ng expletives sa telepono at inutusan siya na makipag ugnay kay Dadabhai (asawa ng kapatid na babae ng asawa).

Nasa Covid Center si Dadabhai nang tumawag si Mobius. Interesado si Mobius na makita ang ward, at lumipat si Dadabhai sa video mode sa WhatsApp calling. Naobserbahan ni Mobius ang maraming lalaking nakasuot ng puting amerikana na nakatatakip sa ulo hanggang paa ng maskara, visors, caps, at proteksiyon na damit. Sa ICU, may sampung kama na may mga istrukturang parang kahon laban sa bawat kama. Ang bawat piraso ng kagamitan ay may isang maikli, transparent na tubo na naka attach sa kahon, na mga ventilators. Mula sa kabuuang kama, may tatlong naookupa. Ang isa sa mga pasyente ay may ventilator tube na naka attach sa isang face mask. Ito ay isang unnerving paningin para sa Mobius.

Tinig ni Sumitra ang nasa likod ni Mobius. "Mobsy dear, pwede bang mamaya mo na lang panoorin ang video at gawin mo muna ang trabaho mo "

Ipinaalam ni Dadabhai kay Mobius na magpadala ng larawan sa WhatsApp ng mga iniresetang gamot Chandrika, parehong bibig at iniinom. Noon lang, dumating ang WhatsApp message ni Shiv, na ipinasa niya kay Dadabhai. Pagkatapos ng labinlimang minuto, ang mensahe ni Dadabhai ay dumating sa pamamagitan ng pagrerekomenda bilang karagdagan ng isa pang gamot sa bibig, Dexamethasone 4 mg tablets dalawang beses sa isang araw para sa tatlong araw. Kinausap ni Dadabhai ang medical officer na gumagamot kay Chandrika matapos makuha ang number nito mula kay Shiv sa pamamagitan ni Mobius. Ang doktor, matapos marinig ang kredensyal ni Dadabhai, ay pumayag at nagsabi na siya mismo ang darating na may dala ng gamot sa bahay ni Shiv kinabukasan.

Kinabukasan, walang pagbabago sa temperatura, at ang iniresetang gamot ni Dadabhai ay ipinagkaloob kay Chandrika sa loob ng tatlong araw. Sa ikatlong gabi, tinawag ni Shiv si Mobius upang sabihin na si Chandrika ngayon ay may average na temperatura, sinubok ang negatibo, at nadama nang mas mahusay. Gayunpaman, ang doktor ng Covid Center ay naglabas ng isang batas na panahon ng quarantine para sa kanilang dalawa para sa isa pang linggo, ngunit cohabiting sa normal na mga kalagayan. Tumulo ang luha ni Shiv habang nagpapasalamat kay Mobius at Sumitra sa telepono. Si Mobius ay nagsalita ng isang maliit na panalangin sa loob ng kanyang puso. Nakinig sa kanya si Baba Loknath.

Agosto

Kamatayan ng isang Artista

Nagtaas ng ulo si Milind sa kawalang paniniwala. Siya ay tinawag noong 22 Agosto, sa DRDO Guest House, na nasa Ganesh Chaturthi, para sa isang interogasyon ng mga opisyal ng CBI hinggil sa pagkamatay ng Bollywood actor na si Sumit Singh Rathod sa ilalim ng hindi pangkaraniwang mga pangyayari noong 14 Hunyo. Ang mensahe ay nakarating sa kanya sa pamamagitan ng WhatsApp, na sinundan ng isang tao na nagpakilalang opisyal ng CBI mula sa Mumbai. May tatlong araw pa siya para makarating sa Mumbai mula sa Bhopal sa pamamagitan ng kalsada.

Si Bhopal ay nagre reeling na mula sa Corona pandemic, na ang kanyang bahay sa Gandhi Nagar ay nasa red zone. Siya ay nagbabalak na ipagdiwang ang Ganesh Puja sa bahay kasama ang kanyang ina at Mandira, ngunit ngayon ay hindi ito magiging posible. Sa kabila ng paggigiit ni Milind na hindi siya dapat samahan ni Mandira sa Mumbai, wala ni Mandira ito at matatag na nagpasya na sumama sa kanya sa Mumbai. Sa parehong araw, sina Pithani, Sanjay, at Sandeep ay na quizzed sa ikalawang pagkakataon na magkasama sa pamamagitan ng CBI. Ang noose ay higpitan din ang Priya Chatterjee dahil sa pagiging miyembro ng Bollywood Drug Cartel at sa pag droga ng Sumit Singh Rathod sa isang kinokontrol na paraan mula Nobyembre 2019 pasulong hanggang sa kanyang kamatayan sa ilalim ng mahiwagang kalagayan noong 14 Hunyo. O pinaslang ba siya noong gabi ng Hunyo 13, at ang kanyang katawan ay parang nagpakamatay?

Ito ang maraming tanong na pumasok sa isipan ni Milind. Noong 12 Hunyo, dalawang araw bago natuklasan ang bangkay ni Sumit ng kanyang mga flat mate o salarin, si Sumit ay tumawag kay Milind ng 7:30 pm. para sabihing nadroga siya ng husto ng kanyang sariling flat mate na si Pithani sa katas na dinala nito sa kanya, at siya ay nagdurusa sa mga hallucination. Pwede ba niyang ipaalam sa pulisya Si Milind, na nanunuluyan sa isang hotel sa Santa Cruz para sa isang modeling assignment, ay agad na tinalakay ang bagay na ito kay Mandira, na nasa tabi niya. Pinayuhan niya ito na pumunta sa Santa Cruz Police Station at mag file ng FIR. Si Milind, kasama si Mandira, ay nakarating sa Police Station sa Santa Cruz ng 8:30 pm.

Nang makita sila, tumayo ang SHO at hiniling na maghintay sila ng dalawang minuto habang nag uusap siya sa telepono. Umupo si Milind at tumingin sa paligid ng kanyang opisina. May itim at puting larawan ni Mahatma Gandhi na nagagayakan ang pader sa likod ng kanyang likod at larawan ni Maharaj Shivaji sa kanan. Ang bookshelf sa tabi ng SHO, kagiliw giliw, ay may isang pulang libro sa Indian Penal Code sa kanila. Ipinaliwanag ni Milind sa SHO, na nakinig nang mabuti tungkol sa tawag sa telepono mula sa Bollywood star na si Sumit. Ang SHO, na sandaling naabala sa mga frontal assets ni Mandira, ay umaksyon at kinausap ang Commissioner of Police, na ang opisina ay malapit sa Bandra Police Station. Nagsenyas siya kay Milind na kausap niya ang malaking wig.

Lumitaw ang CP na matiyagang nakikinig at nagtanong kung sino ang gumagawa ng query na ito. Ibinigay ng SHO ang telepono kay Milind, na nagpaliwanag na ang buhay ni Sumit ay nasa nalalapit na panganib. Ipinaalam ng CP kay Milind na nagpadala siya ng isang Inspector na may dalawang konstable sa tirahan ni Sumit Singh Rathd sa loob ng limang minuto. Nakahinga nang maluwag si Milind at lubos na nagpasalamat sa SHO bago umalis sa Santa Cruz Police Station kasama si Mandira, na nag coax sa kanya upang makipag ugnay kay Sumit sa 10:00 pm. Nang tumunog si Milind sa numero ni Sumit, isang tinig ang nagsabi na natutulog si Sumit at hindi maaaring magulo. Nang tanungin ni Milind kung may bumisita sa kanilang bahay sa nakalipas na dalawang oras, ang telepono ay hindi nakakonekta. Sinubukan muli agad ni Milind lamang na napagtanto na ang telepono ni Sumit ay na switch off. Kalaunan, nalaman ni Milind na ito ang huling papasok na tawag sa numero ni Sumit bago ang kanyang mahiwagang kamatayan. Wala si Mandira nito at iginiit na bumibisita sila sa bahay ni Sumit kinabukasan.

Kinabukasan, habang pareho silang naghahanda na umalis patungo sa bahay ni Sumit, may tumawag sa isang tao na nagsasaad na siya ay isang Direktor na nais magbigay ng mahalagang papel kay Milind sa kanyang paparating na pelikula. Nagkaroon upang maging isang agarang video conferencing upang simulan ang 9:00 am. Nanirahan si Milind sa harap ng kanyang laptop. Si Milind ay patuloy na naghihintay ng isang oras, habang si Mandira ay nagtalo na dapat nilang i fuck ang mahalagang papel at bisitahin ang bahay ni Sumit. Ilang beses sinubukan ni Mandira ang numero ni Sumit at natagpuan itong patuloy na pinapatay. Pinagbawalan ni Milind si Mandira na bumisita sa bahay ni Sumit nang mag isa.

Habang si Mandira ay nag raved at ranted, si Milind ay pinananatiling inookupahan ng video conferencing ng katulong ng Direktor sa loob ng tatlong oras, na may isang follow up na pulong sa hapon pagkatapos ng isang maikling pahinga. Sa kabila ng tirada ni Mandria na ang video conferencing na ito ay inaayos lamang upang pigilan silang bumisita sa bahay ni Sumit, nag isip si Milind ng iba at kinailangan niyang makinig sa maraming expletives mula kay Mandira.

Tapos na ang video conferencing ng 6:00 pm. Nang makarating si Milind sa front veranda, sinimulan na ni Mandira ang kanilang sasakyan, isang Hyundai Santro ang inarkila mula sa isang car rental agency. Inabot sila ng 45 minuto bago nakarating sa bahay ni Sumit na nasa Bandra, 12 kilometro ang layo. Dahil sa Friday evening traffic congestion, wala pang isang oras ang biyahe.

Matapos tumunog ng doorbell thrice ni Sumit, isang lalaki ang nagbukas ng pinto, na nagpakilalang Manager ni Sumit. Nadama ni Milind ang maraming aktibidad sa likod ng Manager. Ang boses ng Manager ay may hindi kapani paniwala na pagkakatulad sa voice over the phone na kanyang kinausap kagabi. Lumitaw na may mga paligid ng anim na tao sa bahay. Wala sa lugar na makikita si Sumit. Magalang na tinanong ni Milind ang Manager na nais niyang makita si Sumit, na nagpakilala bilang coach ni Sumit para sa marathon training. Sumagot ang Manager na busy si Sumit sa mga business associates at hindi siya maaaring ma disturb.

Milind sized up ang sitwasyon, nakatingin sa mga tao sa kuwarto na sumilip sa balikat ng Manager. Alam niyang may mali, at ang tanging paraan upang makarating sa Sumit ay ang itulak ang kanyang sarili sa pamamagitan ng gang ng mga hoodlum. Nanatiling matatag si Milind sa door knob sa pintuang nakabukas nang kalahati, nagsenyas kay Mandira na manatili sa likod, at biglang itinulak nang husto ang pinto. Ang Manager, sa mga limang talampakan at pitong pulgada, ay walang katapat sa anim na talampakan at dalawang pulgada na frame ni Milind. Milind jabbed sa kanya sa kanyang kanang kamao ng dalawang beses sa kanyang noo at solar plexus. Bumaba ang Manager na parang sako ng brick. Sinuri ni Milind ang sala, kung saan may mga apat na tao. Bahagyang nakabukas ang kwarto ni Sumit. Dalawang hoodlum ang nasa loob, nakikipagtalo kay Sumit na nakaupo sa kama. Mukha siyang pagod, natuyo, at nadroga.

Lahat ng anim na hoodlum ay nakabaling ang ulo kay Milind, na nasa sala at papunta sa kwarto ni Sumit. sigaw ni Milind kay Sumit na lumabas ng kwarto. Tatlo sa mga hood ay itinayo tulad ng mga gorilya. Milind napunta sa kanila, arms swinging. Ngunit sa lalong madaling panahon, natanto niya na ito ay isang talo na labanan. Hindi nagtagal, ang tatlong gorilya, na may malakas na mga bisig, ay hinawakan ang mga braso at leeg ni Milind sa isang bisyo na parang hawak. Sa kabila nito, pinalayas ni Milind ang natitirang mga umaatake. Siya konektado sa dalawa sa kanila, pagpapadala sa kanila reeling sa glass shelves sa likod, ang mga panes ng kung saan shattered sa epekto. Dahan dahan at patuloy, apat sa mga hood ang nagdala kay Milind sa lupa. Naipit ng isa sa mga ape si Milind, nakaupo sa kanyang dibdib. Iniabot sa kanya ang isang hiringgilya ng isa pang unggoy. Napangiti ang unggoy na nakaupo sa dibdib ni Milind habang pilit na hinahawakan ang pulso ni Milind para plunge ang karayom, na may walang kulay na likido sa hiringgilya. Biglang nagkagulo. Lumitaw si Mandira mula sa likuran, kinuha ang hiringgilya ng unggoy mula sa kanyang mga kamay, at sinaksak ang karayom sa kanyang leeg. Ang ape ay yelped at nahulog sa likod. Ginawa ni Milind ang isang pabalik na somersault at nilagyan ng sahig ang parehong mga hood.

May isa pa rin sa kanila na kumakapit sa leeg ni Milind. Tumayo si Milind at sinuntok ang hood gamit ang kanyang mga buko na may isang pabalik na ugoy sa puwang sa itaas ng kanang tainga. Bumagsak ang hood sa sakit, hawak ang kanyang ulo gamit ang kanyang dalawang kamay. Samantala, ang dalawa pang hood sa loob ng kwarto ni Sumit ay nag lock ng pinto mula sa loob.

Ngayon, tatlo sila sa kanilang mga paa - Milind, Mandira, at ang hoody. Sinalakay ng hoody si Mandira mula sa likuran at sinubukang maglagay ng stranglehold sa kanya. Bago pa man matulungan ni Milind si Mandira, yumuko ito at hinila ang kanang binti ng unggoy sa pagitan ng kanyang mga binti. Habang nahuhulog ang unggoy, umikot si Mandira at tinutok ang dalawang daliri sa mga mata ng unggoy. Napasigaw ang unggoy sa sakit at, pilit na tumakbo nang bulag, tumama sa pader ng sala at gumuho sa lupa. Hinawakan ni Milind ang pulso ni Mandira at bolted sa front door. Ang Tagapamahala, na nagkukubli sa sulok bilang isang tahimik na manonood, ay naramdaman ang galit ni Milind nang sirain ni Milind ang kanyang siko sa mga ngipin ng Manager na may lakas na ang isang incisor tooth ay bumaba sa sahig mula sa kanyang dumudugo na bibig. Habang siya ay nahuhulog, mabangis na humakbang si Mandira sa kanyang singit sa daan patungo sa pintuan sa harap. Nagbigay ng isang nakasusuklay na sigaw ang Manager, na kumakapit sa kanyang nasugatan na ari.

Noon, apat na pansamantalang natulala na hood ang tumayo mula sa sahig. Ang isa sa kanila ay may hawak na Taser, na kinilala ni Mandira bilang isang pulis na nagdadala ng kit sa US.

Bulong ni Mandira kay Milind, "Mil, mas marami tayo. Naka lock ang kwarto ni Sumit mula sa loob. Kailangan nating tumakas."

Parehong tumakbo palabas sina Mandira at Milind mula sa pintuan. Ang Santro ay nakaparada sa kalye sa tapat ng inuupahang bahay ni Sushant revved nang iikot ni Milind ang ignition key. Dumiretso sila sa Bandra Police Station.

Ang SHO, nang makita silang pumasok, ay tumayo at hiniling na umupo sila. Iniugnay nina Milind at Mandira ang pagkakasunud sunod ng mga pangyayari at hinimok ang SHO na gumawa ng aksyon. Kinausap ng SHO ang Police Commissioner sa kanyang mobile. Lumabas ng silid ang SHO, at parehong napagmasdan nina Milind at Mandira sa bukas na pinto ang mahabang bulong na pag uusap ng dalawa. Sa wakas, ibinaba ng SHO ang kanyang mobile at pumasok sa silid. "I am going there with a team," pahayag ng SHO habang isinuot niya ang kanyang cap. "Pwede na kayong dalawa umuwi," sabi niya. "Kami ang bahala sa sitwasyon". Bago pa man makatugon si Milind o Mandira, lumabas ng kanyang silid ang SHO sa isang iglap. Umuwi sina Milind at Mandira, nag aalala sa kinalabasan.

Kinabukasan, pagsapit ng 4 pm, ang balitang pagpapakamatay umano ni Sumit Singh Rathod ang nag iikot sa TV at social media. Ito struck Milind at Mandira pagkatapos at doon na ito ay hindi pagpapakamatay ngunit isang pre meditated malamig na dugo pagpatay, na naganap sa ika 13 gabi mismo.

Si Milind, sa kanyang interogasyon sa CBI, ay nagbigay nang detalyado sa skirmish na mayroon siya sa bahay ni Sumit kasama ang mga hoodlums isang araw bago ang kanyang umano'y pagpapakamatay. Nakinig nang mabuti ang koponan ng CBI at hiniling kay Milind na lagdaan ang isang nakasulat na pahayag na inihanda nila pagkatapos ng interogasyon. Nagbigay din si Milind ng mga graphic na detalye kung paano nakuha ng Manager ni Sumit na si Pithani ang kanyang front tooth na nasira ng kanyang siko.

Tatlong araw matapos ang pagpapakamatay ni Sumit, isang liham na ipinadala ng speed post ang dumating sa tirahan ni Milind sa Bhopal. Sa loob nito ay isang tseke para sa Rs. 5 Lakhs mula sa Sumit Singh Rathod pabor sa Run Manisha Run Foundation. Hindi makapaniwala si Mandy nang ipakita ni Milind sa kanya ang cheke.

"Tingnan mo ang mga lumagda, Mil," sigaw ni Mandira. "Dalawa na sila." Ang isa ay ang kay Sumit at ang isa naman ay sa pamamagitan ng Direktor, na patuloy na nagba badger kay Milind kapag sina Milind at Mandira ay makakarating sa bahay ni Sumit sa umaga."

Mandira raged on, "Mil, ang motherfucker itinatago ka engaged sa buong araw upang hindi namin maaaring bisitahin ang tirahan ni Sumit. Sadyang ginawa ito para maantala kami sa pag abot sa kanya sa oras at pagsagip sa kanya mula sa mga clutch ng mga hoodlum. Naka cahoots ang Director sa mga hoodlums. Pagkatapos mong makipag ugnayan sa Sumit para sa isang donasyon para sa Foundation, dapat ay pinirmahan niya ang tseke at ibinigay ito sa kanyang mga account guy upang lagdaan at hiniling sa kanya na ipadala ito sa address na ibinigay sa iyo. Ang Direktor ay hindi kung sino ang iniisip mo, ngunit isang fucking scumbag at Sumit's Accounts Officer, sa cahoots sa mga hoodlums. Mil, ikaw nincompoop, naloko ka hook, line, at sinker. Kung hindi ka naman ganoon ka bongga, nailigtas sana natin ang buhay ni Sumit. Shit, Mil, mailigtas sana natin ang buhay ni Sumit. Patuloy kong sinasabi sa inyo na ang Director na ito ay isang fishy chap; wag mo siyang pakinggan. Ngayon ay binabayaran namin ang kahihinatnan."

Napasampal si Milind sa kanyang ulo sa pagkadismaya. Wala siyang masabi kay Mandira. Samantala, hindi naman napigilan ni Mandira ang kanyang mga luha, na patuloy na dumadaloy. Matapos ang labinlimang minutong pag iyak, inabot ni Mandira ang kanyang telepono, tumunog si Mobius, at isinalaysay ang kanyang kuwento ng kapighatian.

Sumagot si Mobius sa telepono. "Cool down ka na Mandy, tapos na ang nagawa. Wala na tayong magagawa ngayon. No point sa pagsabog ng Mil. Siya ay walang kasalanan. Mahirap malaman ang mga tusong bastards na ito. Wala nang makakapagpabuhay pa kay Sumit. Dahil hawak mo na ang cheke at napetsahan ito tatlong araw bago ang kanyang kamatayan, maaari mo ring sabihin kay Manisha na i encash ito. Sa legal na pagsasalita, dapat igalang ng bangko ang tseke maliban kung tumatanggap ito ng mga tagubilin sa pagharang mula sa mga legal na kinatawan ng Sumit. Ibigay mo na ang phone kay Mil."

Sinabi ni Mobius, "Mil, hindi mo kasalanan. Masyado lang kaming matalino ng mga lalaking iyon. Wag ka na mag alala. Panatilihin ang cool. Naiinis si Mandy. Hindi kayo nag aaway sa pagitan ninyo. Walang sinuman sa atin ang maaaring gawin sa kasong ito. Minsan ko nang nakilala si Sumit nang tumakbo siya sa Mumbai Half Marathon. Nakita ang ilan sa kanyang mga pelikula, masyadong. Pakiramdam talagang malungkot na tulad ng isang maliwanag na bituin ay kailangang pumunta sa ganitong paraan. Huwag i finger ang pulis o CBI dahil magkasama sila sa kadenang ito. Tinatawag ng ilang kilalang tao ang mga baril; Suspetsa ko rin ang girlfriend ni Sumit. Yung bong girl na yan ang nagbibigay ng masamang pangalan sa ating komunidad.

Despendent na tugon ni Milind. "Thanks buddy, sa pag consoling mo sa akin. Dapat nakinig kay Mandy. Ang aking kasakiman sa katanyagan sa pilak na screen ay nagpaulap sa aking paghatol."

"Okay lang Mil. Ingat ka," sagot ni Mobius.

Nobyembre

Isang Balita

Si Bimal Gurung ay muling lumitaw bilang mahiwaga at dramatiko habang siya ay nawala mula sa pampublikong pagtingin tatlong taon na ang nakalilipas sa 2017. Kahit na mas dramatiko ang kanyang anunsyo noong Enero 2020 sa pagputol ng mga ugnayan sa BJP, na tinulungan ng kanyang partido, ang Gorkha Janmukti Morcha (GJM), upang magtatag ng isang base sa Darjeeling Hills. Ang nakikitang pagsuko ni Bimal Gurung sa Punong Ministro ng West Bengal na si Mamata Banerjee ay nagpalalim sa mga pampulitikang kumplikado sa Darjeeling, kung saan ang kahilingan para sa isang hiwalay na estado ng Gorkhaland na binubuo ng mga bahagi ng kapatagan ng hilagang Bengal, ay ang sentral na tema sa loob ng mga dekada, lalo na mula noong kalagitnaan ng 1980s.

Si Bimal Gurung, na ngayon ay 56 taong gulang, isang tanyag na lider ng Gorkhas sa pagitan ng 2007 at 2017, ay naging instrumento sa pagtulong sa BJP na manalo sa Darjeeling Lok Sabha thrice mula noong 2009. Siya snapped ties sa BJP sa 21 Oktubre 2020, akusasyon ang BJP ng paglabag sa tiwala at hindi sumusuporta sa kanyang pakiusap para sa Estado.

Ang lider ng GJM ay nanatiling isang tumakas mula noong Hunyo 2017, nang ang West Bengal Police ay nagsampa ng maraming mga kaso na hindi bailable laban sa kanya sa ilalim ng Indian Penal Code at Unlawful Activities (Prevention) Act). Nagtatago na umano siya sa Sikkim, Nepal, New Delhi, at Jharkhand.

Nanalo ang BJP sa puwesto ng Lok Sabha sa Darjeeling na may margin na mahigit 4 lakh votes noong 2019, sa kabila ng GJM faction na pinamumunuan ni Binay Tamang, na humiwalay noong Setyembre 2017 at nanindigan bilang pakikiisa sa Trinamool Congress (TMC). Ni noong 2009 o 2014 ay hindi isinasaalang alang ng BJP ang Statehood ngunit nangako na makikiramay na isaalang alang ang matagal nang nakabinbing mga hinihingi ng Gorkhas. Noong 2019, hinted ng BJP ang isang permanenteng pampulitikang solusyon para sa Hills. Sa kasalukuyan, sa parehong Bimal Gurung at Binay Tamang, parehong GJM siding sa Mamata Banerjee, ang clout ng GJM ay lumilitaw na matuyo pagkatapos na maging dominanteng outfit ng Hills mula noong 2007. Ang dalawang taong marahas na pag aalburoto na pinamunuan ng militanteng Gorkha National Liberation Front (GNLF) ni Subash Ghising mula 1986 hanggang 1988 ay natapos sa pagbuo ng semi autonomous Darjeeling Gorkha Hill Council (DGHC).

Tinawag ng GNLF ang mga pag shot sa Hills mula noon, ngunit kinailangan nitong isara ang mga tanggapan nito noong 2007 matapos ang Bimal Gurung, isang beses na isang malapit na aide ng Subash Ghising, ay humiwalay upang bumuo ng kanyang sariling partido. Pagkatapos ay naglunsad ang GJM ng isa pang pag ikot ng militanteng kilusan na naghahanap ng Estado. Ang rebelyon ng Bikal ay natapos sa wakas sa pagbuo ng GTA (Gorkhaland Territorial Administration), isang semi autonomous council para sa Darjeeling at Kalimpong district ng State of West Bengal sa India. (Ang GTA ay nabuo noong 2012 upang palitan ang Darjeeling Gorkha Hill Council, na nabuo noong 1988 at pinangangasiwaan ang Darjeeling hills sa loob ng 23 taon).

Ang GNLF, na ngayon ay pinamumunuan ng anak ni Subash Ghising, Man Ghising, ay gumawa ng isang pagbabalik mula noong 2017 agitation, nang pinahintulutan ni Bimal Gurung ang espasyo sa iba pang mga organisasyon na nakabase sa burol sa harap ng agresibong pag atake ni Mamata Banerjee. Noong 2019, nakipagtulungan ang GNLF sa Bimal Gurung upang suportahan ang BJP sa halalan ng Lok Sabha at sa halalan ng assembly by election sa Darjeeling na ginanap nang sabay sabay. Nanalo bilang kandidato sa BJP ang lider ng GNLF na si Neeraz Zimba Tamang, kahit na nananatili siyang lider ng GNLF. Ang mga damdamin ng publiko laban sa mga kalabisan ng pulisya sa panahon ng 2017 na pag aalburoto ay napilitang mag patch up ang GJM at GNLF.

Noong Nobyembre 2020, muling umusbong ang Bimal Gurung sa Kolkata, inihayag ang pagputol ng ugnayan sa BJP at pagsali sa Trinamool Congress (TMC), na pinamumunuan ni Mamata Banerjee. Ito perceived pagsuko sa West Bengal Chief Minister deepened ang pampulitikang mga kumplikado sa Darjeeling, kung saan ang demand para sa isang hiwalay na Estado ng Gorkhaland ay ang nangingibabaw na tema mula noong kalagitnaan ng 1980s. Ayon sa aklat, "Walang Landas sa Darjeeling ay Tuwid" ni Parimal Bhattacharya, ang kawalan ng isang solong pampulitikang pagkakakilanlan na sapat na malakas upang harapin ang kasalukuyang sitwasyon tungkol sa pagbuo ng Gorkhaland ay aba kulang.

Ang Showdown at isang Overlooked Promotion (2021)

Matapos gumugol ng tatlong taon sa ilalim ng lupa, ito ay isang mainit at sweltering araw sa Darjeeling, kapag Bimal Gurung address isang mammoth pagtitipon sa Darjeeling. Nanood sina Manisha at Junali, hindi humanga sa mga tao. Tila si Bimal, isa sa mga pinakakilalang mukha ng kilusang Gorkhaland, ay isang anino lamang ng kanyang dating sarili. Wala na ang bluster sa tono niya. Ang mukha ay napigil at napahiya ang mukha. Mahirap maunawaan na ito rin ang taong itinuturing na tagapagtatag ng Gorkha Janmukti Morcha, ang pangunahing pampulitikang sasakyan ng Kilusang Gorkhaland, at dati ay ang chairperson ng Gorkhaland Territorial Administration, isang autonomous administration, na kumakatawan sa mga rehiyon ng mayorya ng Gorkha. Mahirap paniwalaan na ang lalaki ay minsang itinuturing na tagapagdala ng sulo, na nanguna sa Kilusang Gorkhaland, na nagpupumilit na magkaroon ng hiwalay na estado upang kumatawan sa komunidad na nagsasalita ng Nepali sa kahabaan ng pinakahilagang bahagi ng West Bengal.

Karamihan sa pagkadismaya ng Gorkhas sa kamakailang West Bengal assembly elections, ang ikalimang yugto, na kinabibilangan ng lahat ng mga rehiyon ng GTA, na ginanap noong 17 Abril, ang GJM ni Gurung ay nagdusa ng isang malubhang pagkawala, nawala ang lahat ng tatlong burol na upuan sa rehiyon ng mayorya ng Gorkha sa isang resurgent Bharatiya Janata Party at isang breakaway faction ng kanyang sariling partido. Sa dalawang upuan na nakuha ng BJP, mas mataas ang poll ng dalawang paksyon ng GJM kung idadagdag ang kanilang mga boto, na nagpapahiwatig na ang halalan ay mas isang pagkawala para sa Bimal mismo sa halip na ang Gorkhaland Movement.

Lumingon si Manisha kay Junali at sinabing, "Ito rin ba ang taong iniidolo at ipinagsapalaran mo ang buhay mo noong 2017 "

Nahihiyang sagot ni Junali, "Nagkaroon na ng pagliko ang tao ngayon. Noong 2017, pinangunahan ng Bimal ang isang 104 araw na bandh, na tumatawag para sa mga teritoryo ng GTA na gawing isang buong estado.

Nagsimula ang protesta kasunod ng desisyon ng West Bengal government na gawing mandatory ang Bengali sa mga paaralan sa buong Estado. Omnipresent ang mukha ni Bimal, na hinihimok ang protesta sa pamamagitan ng mga video sa WhatsApp at Facebook na tila nanonood ang bawat kabataan sa kanilang mga telepono. Sa halip na emosyonal na tawag para sa paglikha ng isang Estado ng Gorkhaland, hinihiling ni Bimal na palawigin ang GTA sa mababang lugar ng Terai at Dooars at isama ang 11 tribo sa ilalim ng kategorya ng Mga Nakatakdang Tribo. Nakompromiso na niya ang kanyang sarili sa West Bengal Government. Anyway, kilalanin natin ang pinsan niyang si Arjun Gurung kahit papaano." So saying, winked si Junali kay Manisha.

Sabi ni Manisha sa nakakatawang tono, "Narinig mo Aunty, ikaw ang bumchum ni Arjun minsan."

Mapaglarong sinipilyo ni Junali ang tuhod sa likod ni Manisha.

Nang makita ni Arjun sina Junali at Manisha na pumasok sa kanyang opisina, tumayo siya mula sa kanyang upuan at sinabing, "Hi Junnu! Pasok ka na. Nakilala kita sa dami ng tao. Good to see you after a long time. Tila mga lumang panahon," at humakbang pasulong upang yakapin si Junali.

Tumabi si Junali at nag Namaste. "Salamat po, Arjun Saab. Oo, nakikita kita pagkatapos ng mahabang panahon. Napakalaki ng pinagbago mo. Sandali, hindi kita nakilala."

sabi ni Arjun habang tumatawa, hinawakan ang mukha niya, "Ang mukha ko. Hindi ko talaga alam. Maglagay ng ilang timbang, bagaman. "

Junali seryoso, "Hindi, Arjun Saab. Ang tinutukoy ko ay ang pagbabago ng inyong mga ideolohiya. Nakagawa ka ng isang kabuuang backflip. Magtaka kung magkano ang sinuhol ka ni Didi. Dapat ay nag alok sa iyo ng maraming lupa at isang bahay upang pumunta kasama nito. "

Biglang naging seryoso, sabi ni Arjun, "Hindi, wala namang ganyan. Sapat na ang yaman ng aking ninuno para mabuhay ako. May naglason sa isip mo."

Sagot ni Junali sa tonong kondena, "Sa kasong iyon, bakit napakasama ng ginawa ng inyong partido sa katatapos na Assembly Elections, at paanong bigla ninyong itinapon ang BJP para sa Trinamool Congress "

Sagot ni Arjun na placatingly, "Ang naghaharing partido ay isang manloloko. Ginamit nila ako para manalo tapos itinapon nila ako na parang isang pack ng cards. Hindi mo alam ang tunay na kuwento. Binabasa ninyo ang sinabi ng naghaharing partido sa media na sabihin. Nahulog ka sa kanilang kandungan."

Inis na sagot ni Junali, "oo, sinasabi mo sa akin 'yan. Tinuruan mo akong panatilihing bukas ang aking mga mata at tainga. Ngayon ko lang nalaman ang tungkol sa lote ng lupang regalo sa inyo ng naghaharing partido para sa isang pittance. Rupees sampung libo para sa tatlong ektaryang lupain. Niloko mo kami, kapwa Gorkhas, na naniwala sa iyong paghahanap para sa Estado."

Naiirita na sabi ni Arjun, "Walang nagsasalita sa akin ng ganyan. Kung hindi ka babae, gumulong ang ulo mo sa ilalim ng khukri ko."

Tumayo si Junali, naglakad sa tapat ng silid, at nilock ang pinto mula sa loob. Inalis niya ang kanyang windcheater at itinapon ito sa sulok ng silid, na nagbubunyag ng isang asul na tee shirt na may simbolo ng kapayapaan sa itim na emblazoned sa buong kanyang dibdib.

"Okay, Arjun Sahab. Labanan natin ang lalaki laban sa babaeng hubad ang kamay. Si Manisha lang ang nandito, na kilala mo na simula pa noong bata pa siya. Hindi niya sasabihin sa iba. Ituloy na natin ito."

Sa pagmamasid ni Arjun sa mabilis na paglipat ni Junali sa paninindigan ng isang boksingero, agad niyang nakilala ang bigat ng kanyang pagkakamali. Ito dawned sa kanya na Junali, na minsan ay safeguarded sa kanya sa panahon ng mga yugto ng pagsisimula ng kanyang pampulitikang paglalakbay, nagtataglay ng isang mabigat na martial kasanayan set honed sa ilalim ng patnubay ng Ran Bahadur Bogati, isang 10th Degree Black Belt sa Taekwondo. Si Junali ay maaaring pumatay ng isang tao nang walang kahirap hirap tulad ng isang tao na maaaring umikot sa leeg ng isang manok.

"Whoa, Junnu, umatras na tayo. Pasensya na sa pagpayag kong manaig ang galit ko. Kahit umabot na sa sukdulan ang ating pagkakaibigan, maghiwalay tayo sa mga amicable terms. Ang pakikibaka para sa Gorkhaland ay malayo sa natapos, at ang West Bengal CM ay gagabay sa amin patungo sa isang resolusyon. " May magalang na namaste, nagkibit balikat siya patungo sa labasan.

Natatakot na tumingin si Manisha sa kanyang tiyahin, "Tara na, Aunty."

Nakuha ni Junali ang kanyang windcheater at isinuot ito ng isang flip ng kanyang kamay. Hinawakan niya ang braso ni Manisha at lumabas ng kwarto. Sa labas ng kwarto, parehong itinutuwid ng dalawang bodyguard ni Arjun, nakaupo sa isang bench, ang kanilang likod at nagmasid sa duo. Nadama nila na may mali.

Sa labas ng opisina ni Arjun Gurung, tumunog ang telepono ni Junali. Ang tinig sa kabilang dulo ay sumagot, "Hi, Junali. Si Milind po. Siguradong kinikilig ka sa bum ni Arjun sa Darjeeling "

Natawa si Junali, "Eh, halos. Kumusta naman ang buhay, Milind Bro "

Sumagot si Milind, "Ikaw at si Manisha ay bumaba sa Bhopal. Ang mga unang bakuna ay magagamit sa plus-45 age group sa lungsod. Ako ay hilahin ang mga string at makakuha ng Manisha tapos, masyadong, bagaman siya ay 32. "

"Wow, Milind! Grabe ang sweet mo dyan. Hayaan mo akong makita ang logistik."

"Ibinibigay ko ang telepono kay Mandy," sagot ni Milind.

Dumating si Mandy sa linya, "Hi, Junali. Hope na ikaw ay chilling out. Makinig, hindi ako kumukuha ng hindi para sa isang sagot. Pinopondohan ko ang airfare ninyo ni Manisha mula Bagdogra hanggang Delhi, Delhi hanggang Bhopal, at vice versa. Ilang araw ka na lang sa amin. Binuksan na sa publiko ang pagbabakuna para sa 45 plus age group. Para kay Manisha, si Milind ay maghila ng mga string. Ito ang hindi bababa sa Milind, at magagawa ko para sa mga stalwarts ng Gorkhaland. Darating din dito sina Mobsy, Sumi, at Pahadi. Magiging reunion kasi, pagkatapos ng misadventure ni Pahadi, hindi pa kami lahat magkasama. Nangako na sina Shivvy at Chandrika na makakasama nila dito ang anak nilang si Dipesh."

Sabi ni Junali, "Cool. Hindi na kailangan ang pondo. Pero pareho tayong darating."

Sagot ni Mandira, "Ang galing. Iginigiit ko ang pagpopondo. May magandang resort kami katapat lang ng Housing Colony namin. Tatlong honeymoon cottages na ang nai book ko para sa inyo ni Manisha, Mobsy, Sumi at Ayushi, at Shivvy, Chandrika at Dipesh. Kapag narito ka, mag brainstorm kami sa isyu ng Gorkhaland. Marami nang nagawa para sa Gorkhaland, ngunit higit pa ang kailangang gawin. May ilang ideya si Mobsy."

Sabi ni Junali, "Cool. Alam ko na ang vaccination bit ay isang pakana lamang! May iba ka pang nasa isip. Ang dami nyo nang natulungan. Habambuhay akong may utang na loob."

Sabi ni Mandira, "Huwag kang maging sentimental. Ipapaalam ko sa iyo kapag parehong naka book ang iyong mga tiket sa flight. Hanggang doon, chill lang."

Mayo
Ang kawalan ng katarungan sa trabaho at paghihimagsik

Mobius Mukherjee ay nasa isang masamang mood. Katatapos lang niyang matanggap ang kanyang Appraisal Report. Binigyan siya ng Excellent, pero walang promosyon. Ang halaga ng increment ay patas, ngunit kung ano ang irked Mobius ay na kahit na pagkatapos ng limang taon, hindi siya binigyan ng isang promosyon. Habang siya ay nasa Commercial Department sa loob ng tatlong taon sa ilalim ng dumi Hitesh Gambhir, President Commercial. Sa loob ng tatlong taon, patuloy niyang inaapi ang dalawang babaeng opisyal sa kanyang Kagawaran sa pamamagitan ng pagpasa ng mga malalaswang komento, at pagpapakita ng porno sa kanyang mobile, kapag nakaupo sila sa tapat ng mesa. Madalas tawagin ni Hitesh ang dalawang babae sa kanyang Department sa kanyang kubo. Dati rati ay nilolock niya ang pinto mula sa loob at pinipilit ang babae na maghubad na nakasuot lamang ng kanilang undergarments. Pagkatapos ay nagpatuloy siya sa pagkuha ng mga larawan gamit ang kanyang mobile phone. Ang parehong mga kababaihan ay binigyan ng 'Mahusay' sa lahat ng kanilang mga pagtatasa, na may mabigat na mga increments upang mapanatili ang kanilang katahimikan. Bukod dito, parehong nakakuha ng promosyon sa loob ng dalawang taon ng kanilang panunungkulan sa Kagawaran.

Si Mobius, number three sa Department, ay may alam na fishy transpired sa likod ng mga saradong pinto. Walang bukas ang cubicle ni Hiteh Gambhir maliban sa main door, na walang glass pane. Halos soundproof ang silid. Paminsan-minsan ay sinubukan ni Mobius na i-check out ang impormasyon mula sa dalawang babae, ngunit mahigpit ang kanilang mga labi. Gayunpaman, sa ikalawang taon, inirerekomenda ni Mobius na alisin ng HR Department ang lahat ng mga pinto ng kahoy na cabin at palitan ang mga ito ng mga frosted glass door. Nalaman ni Hitesh Gambhir ang tungkol sa Mobius na nasa likod nito at sinira ang pagtatasa ni Mobius sa pamamagitan ng pagbibigay sa kanya ng isang average. Si Mobius ay nagtaas ng isang hue at sumigaw sa ibabaw nito at ipinarating ang mga debauched na gawa ni Hitesh Gambhir sa nangungunang pamamahala, kabilang ang Managing Director at Corporate Head ng HR sa kanilang corporate head office sa Mumbai.

Tinawag ng Corporate HR Head si Mobius sa Corporate Office at ipinaliwanag na kailangan niya ng proof, hindi lang hearsay. Request ni Mobius kay Trisha na ibigay ang version niya sa HR. Pumayag naman si Trisha matapos maging mas matapang si Hitesh Gambhir at isang araw, sa kabila ng glass door, ay nag fondle sa kanyang mga suso. Nang malaman ni Hitesh ang tungkol sa nalalapit na deklarasyon, agad siyang gumawa ng isang liham na nagbibigay ng espesyal na parusa para sa isang pautang sa kotse sa malaking nabawasan na interes, na ibinigay lamang sa General Manager Level at sa itaas. Si Trisha ay isang Deputy Manager na na promote noong nakaraang taon at may pangako ng isang Manager sa loob ng isang taon. Much to Mobius's discomfiture, nag back out si Trisha nang tawagin sa Head Office ng Corporate HR.

Matapos lamang na i clear ni Mobius ang kanyang ikatlong taon sa Commercial Department, si Hitesh Gambhir, sa panahon ng pagtatasa, ay inirerekomenda sa Pamamahala na hindi na kailangan si Mobius sa Commercial Department. Naunawaan ng matalinong MD kung ano ang nangyayari sa Plant sa Satna at hiniling sa Plant HR Head na maglabas ng isang liham na naglilipat ng Mobius mula sa Commercial sa isang bagong nilikha na posisyon sa Corporate Image sa Plant. Tulad ng sulat na ibibigay kay Mobius, ginawa niya ang kardinal na pagkakamali na tawagin si Hitesh Gambhir na isang chimpanzee na may mababang IQ. Nagkaroon ng kaguluhan sa gitna ng mga nangungunang echelons ng opisina ng Corporate Mumbai at opisina ng Plant, smacking ng hindi pagsunod at kawalan ng disiplina.

Hinulaan ni Sumitra ang kahihinatnan, sumugod sa tanggapan ng Mumbai Corporate laban sa kagustuhan ng kanyang asawa, at personal na humingi ng paumanhin sa MD. Naunawaan ng MD ang mga katotohanan sa lupa at sinabi sa Plant HR na ilabas ang liham ng paglipat. Iniulat ni Mobius sa Manoj Pratap Trivedi's, Senior Vice President Administration, sa isang bagong trabaho na namamahala sa Corporate Image, na may umiiral na suweldo at pagtatalaga. Si Manoj, isang malapit na kaibigan ni Hitesh Gambhir, ay nagpasya na panatilihin ang Mobius sa Corporate Image na may mga pagtaas, ngunit walang promosyon. Kaya ito ay tatlong taon na walang pag promote sa Commercial at dalawang taon sa Corporate Image na walang pagbabago, na nagreresulta sa limang taon na walang promosyon para sa Mobius Mukherjee. Siya ay may lahat ng dahilan upang maiinis, ngunit wala siyang magagawa tungkol dito. Matapos matanggap ang kanyang appraisal letter, nag rav si Mobius at nag rant sa opisina ni Manoj Pratap Trivedi.

"Sir, hindi ako na promote after five years sa organization. Ito ba ay hustisya? Ang ilang mga imbeciles ay halos hindi maaaring basahin o isulat, na promote tuwing dalawa hanggang tatlong taon. Sycophancy at nepotism pumunta kamay sa kamay sa aming Satna Plant, "deplored Mobius.

Sumagot si Manoj, "Mobius, tinulak ka sa akin. Hindi ko kayo gusto. Lumikha kami ng isang espesyal na departamento para sa iyo sa aming Satna Plant. Ang Corporate Image Department, para sa mga praktikal na layunin, ay umiiral lamang sa aming Corporate Office. Binigyan kita ng magagandang increments. Hindi mo maaaring hilingin ang Mundo."

Tutol si Mobius, "Sir, dapat kong panatilihin ang decorum at corporate etiquette habang nasa opisina. Kapag umalis na ako sa organisasyong ito, isinusumpa ko sa pamamagitan ni Baba Loknath, pupunta ako sa templo, ipapatunog ang mga kampana at isusumpa ang mga naninira sa akin. Ang aking kaluluwa ay magpapahinga lamang sa kapayapaan kapag ang aking mga kaaway ay namatay sa isang kakila kilabot na aksidente sa kalsada. Sa sandali ng kanilang kamatayan, dapat nilang makita ang aking mukha na may pagsisisi sa kanilang mga mata. Ngunit ito ay gagawin ko lamang kapag umalis ako sa organisasyon. Alam mo ba na si Mr. Hitesh Gambhir ay isang debauch at philanderer at nakagawa ng mga kasalanan sa kanyang Kagawaran "

Sagot ni Manoj, "Mobius, wala kang patunay dito. Kaya huwag na nating pag usapan."

"Sir, wag ka na mag smug dito. Kung may kanya kanyang paraan ang kaibigan mo, sana ay nakipag cozied siya sa asawa mo."

"Mobius, tumatawid ka sa mga limitasyon. Mawawala ka sa samahan na may isa pang squeak mula sa iyo."

Nang sandaling iyon, pumasok si Vijay Shrivastav, Senior General Manager (Mineral Resources) at hinila si Mobius palabas ng kubo ni Manoj. "Makinig ka ng bongga, wala ka bang isip na magsalita ng ganyan sa boss mo na sa 6 feet 4 inches ay kaya kang durugin na parang jelly bean Narinig ko ang buong pag uusap mula sa labas ng pinto. Makinig, buddy, gawin ang gusto mong gawin, ngunit discreetly. Hindi mo kailangang sabihin sa kanya ang lahat. Pumunta sa templo. Tumunog ang mga kampana. Ipahayag ang iyong sumpa. Mahal kong Mobius, hindi ka makakalaban sa establisyemento. Pumunta ka sa bahay ko sa gabi. Pag uusapan natin ang mga bagay bagay. Magiging mas maganda ang pakiramdam mo. Makinig ka, Mobius, top management ang gusto mo sa Corporate office. Bakit pa sila pumayag na i sponsor lahat ng races mo nationwide, kasama na ang dalawang marathon sa Kuala Lumpur at isa sa Singapore Rock star ka sa Satna. Kilala ka ng lahat dito. May lumalabas tungkol sa pagtakbo mo tuwing ilang araw sa mga papeles. Nakasulat ka pa ng isang libro sa pagtakbo, na ginagawa nang maayos sa Amazon at Flipkart. Ano pa ba ang gusto mo Ang isang piddly promotion ay hindi nangangahulugan ng maraming sa buhay. "

Sagot ni Mobius, "Vijay, isa ka sa organisasyon na nakakaalam ng kalagayan ko. Anyway, nagsinungaling ako kay Manoj. Hindi na ako naghihintay ng retirement. Pupunta ako ngayon sa templo sa aming kolonya, at tulad ng sinabi mo, para gawin ito nang maingat."

Hinawakan ni Vijay ang dalawang kamay sa kanyang ulo at sumigaw sa kawalan ng pag asa. "Mobius, ikaw ang limitasyon. Anyway, since buddy ko kayo, sinusuportahan ko kayo."

Binisita ni Mobius ang templo sa lugar ng kolonya, tumunog ng kampana, at nagbayad ng obeisance sa mga rebulto nina Lord Shiva, Durga Mata, Ganesha, at Hanuman. Yumuko siya at bumulong sa tainga ni Nandi, ang sagradong baka ng toro, tagapagbantay ng pintuan ng Panginoong Shiva, "Nandi, hayaan mong mamatay sina Hitesh Gambhir at Manoj Pratap Trivedi sa isang aksidente sa kalsada at masunog sa Impiyerno!"

Lumabas si Mobius sa templo, naglagay ng dalawampung rupee note sa donation box, muling tumunog ng kampana ng templo, at nakarating sa bahay. Tumayo si Sumitra sa balkonahe at pinagmasdan si Mobius na papasok mula sa kabilang direksyon. Tinanong niya, "Paano ka bumabalik mula sa templo ng kolonya at hindi mula sa opisina?"

"May trabaho ako sa templo."

"Ang cool talaga," sabi ni Sumitra, "Matapos makita ang seething rage sa loob mo matapos matanggap ang iyong appraisal letter sa umaga, mabuting malaman na natagpuan mo ang kapayapaan sa Diyos."

"Bull, nagpunta ako para makahanap ng kapayapaan. Pumunta ako upang ilagay ang isang nakamamatay na sumpa sa dalawang anak na lalaki ng isang bitch."

"Huwag mo akong Bull Mobsy. Sabihin mo sa akin kung ano talaga ang nangyari."

Nagpasya si Mobius na ibuhos ang mga beans. Itinulak ni Sumitra ang coffee mug sa mesa at tumayo. Bumangon din si Mobius na may hawak na coffee mug. Sa taas na five feet ten, parehong mukhang mandirigma na malapit nang tumawid ng mga espada.

Sabi ni Mobius kay Sumitra, "Sumi, pwede ko bang tapusin ang kape ko ng mapayapa"

Sagot ng isang naiinis na Sumitra, "Hindi, Mobsy dear, baka hindi ka. Ibaba ang mug ng kape. Pupunta na kami ngayon sa templo para bawiin ang sumpa."

Ayushi piped in mula sa likod, "Bapi, narinig ko ang lahat. Sa siyamnapung porsyento ng mga argumento mo kay Ma, sinuportahan kita. Hindi sa pagkakataong ito, Bapi. Walang karapatang kumuha ng buhay, kahit sa kalapastanganan."

Sa pagtingin kay Mobius, sumagot si Sumitra, "Tingnan mo, Mobsy, kahit ang anak mo ay mas may sense kaysa sa iyo. Siya ay lubos na tama. Kahit sa kalapastanganan, wala kang karapatang kumuha ng buhay. Ngayon, lumipat tayo sa templo. I can vouch na kahit sina Mil, Mandy, Shivvy, at Chandrika ay hindi kailanman aaprubahan ang ginawa mo. At oo, kahit si Junali."

Nagdalawang isip si Mobius na pumasok sa kanilang Honda City sa damuhan malapit sa veranda. Sumakay si Sumitra sa driver's seat at nagmosyon kay Mobius na pumasok. Sinabi ni Ayushi, na nakatayo malapit sa kanyang ama, "Bapi, ngayon ko lang nakitang galit na galit si Ma sa buong buhay ko. Sinabi sa akin ni Dadu na pareh" kayong nagpapaalala sa kanya ng Modesty Blaise at Willie Garvin. Binigyan niya ako ng librong babasahin. Nakasulat na kung magaan ang laban nina Modesty at Willie, mananalo si Willie. Pero sa seryosong laban, magiging

Disente na. Bapi, ang biceps mo ay 14 inches, at si Ma ay bahagyang mas mababa sa 13 inches. Sa tingin ko dapat makinig ka kay Ma," at natawa.

Natawa si Mobius at sinabing, "Pahadi Princess, minana mo ang aking sense of humor at ang talino ng iyong ina."

Pagkatapos ay inilagay ni Mobius ang kanyang mga kamay sa balikat ng kanyang anak na babae at bulalas, "Mabuti na, Pahadi, hindi ito nangyari sa kabilang dako." Walang tigil ang tawa ng dalawa.

Doble doble ang merriment ni Ayushi. "Bapi, tigilan mo na sana. Ako ay nakakakuha ng tawa cramps. "

Sa templo, bumaba si Sumitra sa isang huff. Sinabi ni Mobius mula sa likod, "Paano kung hindi ako sumasang ayon sa iyo "

"Makakakuha ka ng clip sa likod ng iyong mga tainga kung hindi mo bawiin ang iyong sumpa. Naaalala mo ba ang nangyari noong ikaw ay walong taong gulang " sagot ni Sumitra.

"Oye Sumi, pin mo ako sa lupa noong walong taong gulang ako dahil nadulas ang mga paa ko sa damo."

Ngumiti ng bahagya si Sumitra, "Mobsy, huwag mo akong pilitin at gawing paulit ulit ang kasaysayan."

Ngumiti si Mobius at kinausap ang sarili, malakas na sapat para marinig ni Sumitra, "Ano ba Nag aaway ba kami ng asawa ko dahil sa dalawang maruming bastos Sige, sasamahan kita, Sumi. Pero, ngayon lang."

"Ngayon alam ko na kung bakit kilig na kilig si Mandy sa iyo. Pareho kayong magaling gumamit ng expletives," said Sumitra.

Pagkatapos ng labinlimang minuto, Sumitra skillfully brewed tatlong tasa ng kape, walang putol na ibalik ang pamilyar na routine para sa pamilya Mukherjee sa Durabuild Cement Limited Colony, Satna Plant, sinamahan ng isang masiglang timpla ng merriment, pandemonium, at camaraderie.

Hulyo
Isang Strategic Corporate Mission

Matapos magkaroon ng sunod sunod na mainit na pagtatalo si Mobius hinggil sa kanyang promosyon sa kanyang agarang superior na si Manoj Pratap Trivedi, siya ay ipinatawag sa Head Office sa Mumbai.

Pinahintay si Mobius sa lounge na konektado sa kuwarto ni MD. After ten minutes, pumasok na si MD, at tumayo na si Mobius.

"Good morning Mobius," sabi ni MD, nakangiti. Nakasuot siya ng chiffon na saree na kulay pastel, na nagpatingkad sa kanyang slim figure. Ipinaalala ng MD kay Mobius ang tungkol sa isang aktres na si Kitu Kidwani. Pinaupo niya si Mobius.

"Magandang umaga po, Madam. Very nice to see you," sagot ni Mobius.

"Ano ba ang nangyayari, Mobius sa Satna Plant Narinig ang iyong bokabularyo ay nagdaragdag sa 'expletives' front " queried ang MD.

"Sorry po, Madam. I will improve," nahihiya na sagot ni Mobius.

"Pagbutihin ang iyong hanay ng mga expletives, Mobius," sabi ni MD, nakangiti na may nakataas na kilay.

"Hindi, hindi. Ang ibig kong sabihin ay alisin ang mga expletives sa aking bokabularyo."

"Imposible 'yan, Mobius," sabi ni MD, nakangiti pa rin. "Alam mo rin naman ito tulad ko. Well, curb gamit ito ng isang bit ay ang lahat ng sinasabi ko. "

"Oo naman, Madam. Baka masyado na akong lumayo. Ang aking taos pusong paghingi ng tawad."

"Well, Mobius, tinawag kita na huwag talakayin ang galit sa pagitan mo at ni Mr. Manoj Pratap Trivedi. Iyan ay isang bagay na pareho kayong kailangang ayusin sa pagitan ng inyong sarili. Kumusta na ang asawa mong si Sumitra Ilang beses ko na siyang nakilala sa mga family functions sa Plant during Diwali at Annual Sports Day ng ating Colony. Naaalala ko na nakilala ko si Sumitra nang dumating siya upang humingi ng paumanhin sa iyong hindi tamang pananalita laban sa Ex President ng Commercial na si Mr. Hitesh Gambhir, ilang taon na ang nakalilipas."

"Ex President, Madam " tanong ni Mobius sa isang puzzled tone. "Nakita ko siya ng ilang araw pabalik sa Halaman."

Sagot ng MD, "Natupad ang aming pinakamalalim na takot, at nagpasya ang Board of Directors na alisin siya kaagad kahapon. Binigyan na siya ng isang linggo para umalis sa kolonya dala dala ang bag at bagahe. Hindi siya pinapasok sa Plant premises simula kahapon. Naaalala mo pa ba yung babaeng si Trisha She spilled the beans to me a week ago. Kinausap niya ang secretary ko. Karaniwan kong hinahayaan ang HR na hawakan ang mga ganitong kaso. Pero gusto niya akong kausapin. Nagbanta siyang magpapakamatay, tulad ng sinabi sa akin ng secretary ko. Dahil kasama ko ang secretary noon, nagpasya akong kausapin siya. Ipinagtapat ni Trisha na si Mr. Hitesh Gambhir ay nagbigay sa kanya ng dalawang promo sa labas sa nakalipas na limang taon, ibig sabihin ay nagkaroon siya ng tatlong promosyon sa loob ng anim na taon. Mr Gambhir ay isinasaalang alang ang payback time at nais na makipagtalik sa Trisha at inimbitahan siya sa kanyang bahay noong nakaraang Sabado sa pagkukunwari ng isang hindi opisyal na talakayan sa mga dispatso ng apog."

"Si Mr. Hitesh Gambhir ay ang pagkakatawang tao ng diyablo mismo," bulalas ni Mobius sa paghamak.

Pagsaway ng MD, "Mobius, paki curb na lang ang expletives mo. Ang paglapastangan ay nagiging ugali mo na. Hindi ba tutol dito ang asawa mo "

Sheepish ang sagot ni Mobius, "Madalas akong makakuha ng tainga mula sa kanya. Siguro ang mga lumang gawi ay namatay nang husto!"

Sagot ng MD, "Mobius, gusto ko ang sense of humor mo. Ngunit napagtanto mo na hindi ko maaaring panatilihin ang pagprotekta sa iyo palagi sa harap na ito. Anyway, pagbalik sa kung saan ako nagsimula. Wala ang asawa ni Mr. Gambhir sa bahay ng magulang nito sa Noida. Sinabi rin sa akin ni Trisha na ipinaalam niya sa iyo ang tungkol sa mga nakaraang kalupitan ni Mr. Gambhir, at ikaw ay may alinsunod na ipinaalam sa HR. Pero sa tamang sandali, nag back out siya sa isang meeting sa HR Head sa pagkakaloob ng soft car loan ni Mr. Gambhir. Lahat ng ito ay nakarating sa aking mga tainga. Ngayon panatilihin itong kumpidensyal, Mobius. Ang Chairman, tulad ng alam mo, ay ang aking ama. May ilang malapit na kasamahan siya sa negosyo, at si Mr. Gambhir, dahil pamangkin ng isa sa kanila, ay binigyan ng plum post ni Pangulong Commercial. Siyempre, kwalipikado si Mr. Gambhir para sa trabaho. Ngayon napagtanto na ng tatay ko ang pagkakamali niya at sinabihan kaming kumilos."

"Okay naman po, Madam. Tama lang talaga ang desisyon. Lahat ng tao sa Plant ay magyoyosi." Napakagaan ng loob at saya ni Mobius. Hindi niya mapigilan ang kanyang excitement.

Pinatunayan pa ni Mobius, na may isang ngiti sa tainga sa tainga, "Ginang, kahit na si Mr. Trivedi ay makakakuha ng jolted dahil siya ay Mr Hitesh Gambhir ni malapit na buddy."

Ang MD, napansin ang malaking grin, sinabi, "Mobius, alam ko na matutuwa ka sa balita, kaya naisip kong ibigay ito sa iyo nang personal. Gayunpaman, hindi ito ang dahilan kung bakit tinawag kita ngayon."

"Been pagdinig ng maraming tungkol sa iyong suporta sa Gorkhaland kilusan. Gaano ka ba kaseryoso sa krusada na ito "

"Madam, hindi ko kailanman hinayaang mag overlap ang aking personal na intensyon sa aking propesyonal na karera. Parehong magkahiwalay na entidad. Practically, lahat ng leave ko ay napupunta sa Gorkhaland issue. Buti na lang at naging napaka generous ng HR, sanctioning me special leave para sa pagtakbo ko sa mga races, na balanced out na rin. Salamat sa iyo, Madam, lubos akong nagpapasalamat sa iyo."

"Mobius, bilib na bilib kami sa iyo sa Head Office. Gayunpaman, ang aming pagkagusto sa iyo ay hindi dapat maling pag unawa para sa paggamit ng mga expletives at maling pag uugali sa mga matatanda. "

"Madam, hindi na mauulit, promise ko sa iyo."

"Kaya maging ito pagkatapos," sagot ng MD.

"Ngayon, pagdating sa iba pang mga bagay. Plano naming gumawa ng ilang mga inroads sa pagmamanupaktura ng semento sa West Bengal area, na pinagtatalunan bilang Gorkhaland at ang North Eastern states. Plano naming magsimula sa mga distrito ng Darjeeling at Kalimpong. Ang Darjeeling, ang pinakahilagang distrito ng Dibisyon ng Jalpaiguri, ay kahawig ng isang baligtad na wedge na ang base nito ay nakasalalay sa Sikkim, ang mga gilid nito ay humipo sa Nepal, Bhutan, at sa Distrito ng Jalpaiguri ng West Bengal. Sa kabilang banda, noong 7 Pebrero 2017, naging Distrito ang Kalimpong."

"Pero, Madam, walang limestone belt sa mga lugar na iyon."

"Makukuha natin ang lahat ng hilaw na materyal sa kalsada sa mga trak; pareho lang ang ruta ng mga tapos nating produkto," sagot ng MD.

Matapos ang isang pause, nagpatuloy ang MD. "May mga isang dosenang mga kumpanya ng semento sa North East, karamihan sa Assam at Meghalaya. Star Cement sa Meghalaya ang pinakamalaking player."

"Oo," sagot ni Mobius. "Mayroon silang mga Halaman sa Meghalaya, Assam, at West Bengal. Bukod dito, sa ilalim ng North East Industrial Investment Promotion Policy (NEIIPP), ang mga kumpanya ng semento na nagpapatakbo sa rehiyon ng North East ay nagtatamasa ng mga konsesyon at relief sa buwis."

"At kung nabuo ang Gorkhaland, maraming imprastraktura ang maitatayo sa lugar na iyon," dagdag ng MD. "Iyon ay kung sa lahat ng Gorkhaland ay nabuo."

"Siyempre, ipanganak ang Gorkhaland."

"Ikaw ba ang magiging ama " queried ang MD sa isang nakakatawa tono.

"Ang aking gut feeling, Madam, ay ang Gorkhaland ay magiging 30th State ng India. Walang duda na mananalo tayo," seryosong sagot ni Mobius.

"Mobius, may Gorkha Mother ka. Magaling ka sa Bengali, Hindi, Nepali, at English. Nais ng aming nangungunang pamamahala na magpatuloy ka sa iyong dahilan para sa Gorkhaland nang hindi nakakakuha ng problema sa batas. Napag usapan ko na ang bagay na ito sa Chairman at Board of Directors. Sa isang nagkakaisang desisyon, inilalagay ka namin sa isang espesyal na proyekto para sa pagkalat ng mga tentacles sa West Bengal at North East. Ako ay naglalagay ng isang batang koponan sa inyo. Ikaw pa rin ang bahala sa Corporate Image Department pero mas mababa ang oras na gagastusin mo dito. Mananatili ka sa Colony Premises sa Satna Plant since ang asawa mong si Sumitra ay may office sa Satna para sa CSR work. Ngunit bawat buwan, maaaring kailangan mong gumastos ng isang linggo sa West Bengal at Assam sa mga unang buwan. Mamaya sa, marahil, Meghalaya. Sa Corporate Image, ang iyong katulong na si Vandana Singh ay isinusulong ngunit magrereport sa iyo. Ipinagtataguyod kita, Mobius, sa Assistant Vice President- Special Projects. Narito ang iyong sulat, Mr Mobius Mukherjee." Ipinangisda ng MD ang sulat sa isang sobre at iniabot ito kay Mobius.

Natigilan si Mobius. Nawalan siya ng salita. Nagpatuloy ang MD. "Hindi ka na magrereport kay Mr. Manoj Pratap Trivedi, kundi sa Finance Head Jaspinder Singh Arora sa Finance Department sa Plant."

"Wow," bulong ni Mobius. "Ang sarap! Wala akong masabi, Madam. Walang hanggang pasasalamat sa iyo para sa buhay, Ginang!" Naging mamasa masa ang mga mata ni Mobius.

"Okay, Mobius, nakakuha ako ng meeting sa loob ng limang minuto. All the best," sabi ni MD na tumayo at iniunat ang kamay, at saka may kisap mata, "Huwag mong i fuck up ang bagong assignment Mobius." Pareho silang may pusong natawa.

Tumayo si Mobius at seryosong nagsalita, "Ginang, may mapagpakumbaba akong kahilingan. Si Manisha Rai, ang kasalukuyang Pangulo ng Gorkha National Unity Front, na kumuha ng mga reins kasunod ng pagpasa ng War Veteran Lachhiman Gurung, ay nagpaabot ng isang paanyaya para sa akin na sumali sa kanilang core committee, sa kondisyon na ito ay nakahanay sa patakaran ng Durabuild Cement Limited. Kapansin pansin, siya pa ang nagmungkahi ng papel na Bise Presidente, ang pangalawang pinakamataas na posisyon. Tiniyak sa akin ni Tita Manisha na si Junali, na naglilingkod bilang General Secretary, na hindi ako kailangang dumalo sa lahat ng kanilang miting. Si Junali ay isang gabay na puwersa para kay Manisha mula pa noong pagsisimula ng Kilusang Gorkhaland."

Ngumiti si MD at tumugon, "Tiyak, Mobius. Magpatuloy na lang po. Hihingi ako ng espesyal na pahintulot mula sa aming Board of Directors. Bibigyan ka ng kinakailangang leave para makadalo sa mga GNUF core committee meetings. Sa katunayan, malugod kong tinatanggap ang kolaborasyong ito. Ang iyong paglahok sa GNUF ay naaayon sa mga layunin ng aming kumpanya. Maaari naming discreetly ilaan ang mga pondo mula sa aming Corporate Social Responsibility account upang suportahan ang kanilang layunin. Astutely nating hahawakan ang bagay na ito. Mobius magtrabaho upang itaguyod ang GNUF at tulungan silang makakuha ng traksyon. Hikayatin ang kanilang tagumpay sa darating na halalan. Kung kinakailangan, samahan si Manisha Rai at ang kanyang Tita Junali para sa isang pulong sa Home Minister sa Delhi. May mga koneksyon ako sa Home Ministry, sino ang makakapag facilitate ng arrangement."

Tumigil sandali ang MD at pagkatapos ay nagtanong, "Sa pamamagitan ng paraan, Mobius, paano mo ilalarawan ang iyong relasyon kay Junali?"

Dahil bahagyang nagulat, maingat na sumagot si Mobius, "Nagbabahagi kami ni Junali ng bond na katulad ng mga kapatid."

Nang malapit na siya sa pintuan ng kanyang opisina, tumalikod si MD, ngumiti, at nagsabi, "Napakaganda ng marinig, Mobius. Patuloy na itulak para sa Gorkhaland. "

Setyembre

Pag navigate sa Gorkhaland Dilemma

Nagkaroon ng hindi makalupang katahimikan sa Tanggapan ng Punong Ministro. Pasado 11 pm na ang regular na Z security sa labas ng room. Pinauwi na ng PM ang kanyang secretary.

Nakaupo sa tapat ng mesa ang Home Minister. Walang ibang tao sa kwarto. Nagsalita ang Home Minister, "PM Sir, a small request: kahit anong sabihin ko sa inyo ay nananatiling confidential. Ni isang salita sa sinuman sa inyong mga tagapayo o Ministro."

Ang PM, na hinahaplos ang kanyang puting balbas, ay sumagot, "Motabhai, mayroon kang aking salita. Binigo na ba kita "

Pagkatapos ng isang pause, ang Home Minister ay nagpatuloy, "Ako ay malapit na sumusunod sa isyu ng Gorkhaland sa West Bengal, sa kabila ng mga input na nakukuha ko mula kay Didi. Siya ay malakas na biased at palaging nagbibigay ng isang bahid ng larawan ng Gorkhaland Movement. Matapos ang mga kaguluhan sa Darjeeling, natanto ko na ang West Bengal Government ay nagbigay ng isang raw deal sa mga Gorkhas. Sinadya nilang hindi payagan ang mga Gorkha na makatanggap ng tamang edukasyon sa kanilang mga distrito. Karamihan sa magagandang paaralan sa Pedong at Kalimpong ay self supported Missionary Schools. Ang isang flash point ay ang protesta na nagsimula pagkatapos ng pamahalaan ng West Bengal na inihayag noong 16 Mayo 2017 na ang wikang Bengali ay dapat na sapilitan sa lahat ng mga paaralan sa buong estado. Ito ay binigyang kahulugan bilang isang pagpapataw ng isang dayuhan kultura sa pamamagitan ng Gorkha Janamukti Morcha (GJM) pinangangasiwaan lugar kung saan karamihan sa mga tao ay nagsasalita ng Nepali. "

Naputol ang PM, "Pero Motabhai, bawat estado ay may prerogatibo na igiit na ituro ang kanilang wika ng estado sa lahat ng antas ng paaralan."

Paliwanag ng HM, "Ang mga batang Gorkha ay mahusay na sa Ingles, Hindi, at Nepali. Ang wikang Nepali ay isang tinatanggap na wika ng India. Ang aming mga tala sa pera ng Reserve Bank of India ay may 15 wika na nakalimbag dito. Ito ay karagdagan sa Hindi na ipinapakita sa gitna at Ingles sa baligtad na bahagi ng tala. Ang denominasyon na binanggit sa script ng Nepali ay nasa ikasiyam na linya sa pagitan ng mga script ng Marathi at Oriya. Ang Gorkhas ay hindi kailanman nagbigay ng problema sa lahat ng mga taong ito maliban sa mga taong may motibasyon sa pulitika na nagpunta rogue. Bakal ang pakikitungo ni Didi sa kanila. Kahit ngayon, kung ang anumang mga nakaraang tagapagdala ng katungkulan ng anumang ipinagbabawal na Gorkha Organisations ay lumabas, ang West Bengal Police ay aarestuhin sila at gumawa ng problema para sa kanila. "

Matapos ang isang pause, nagpatuloy ang HM, "Pero, ang sasabihin ko sa iyo ay isang malaking lihim. Ang isang rag-tag team ay dahan-dahan ngunit patuloy na gumagawa ng mga inroads para sa isang bagong estado- Gorkhaland. Wala namang dapat ikaalarma," sagot ng HM.

Ang PM remarked, "Kung gayon ay hindi mahalaga. Huwag nating sayangin ang oras natin."

Sagot ng HM, "Huwag kang mag alala, PM Sir. Kung may ganyang problema, personal kong haharapin. Ang ilang mga sibilyan ay nasa likod ng nakalaang grupo ng motley na ito para sa layunin ng Gorkhaland. Hindi magugulat kung ang ilan sa kanila ay hindi Gorkhas."

Sagot ng PM, "No problem with that, basta walang foreign elements tulad ng mga ahente ng CIA, KGB, o ISI."

"Sa tingin mo Putin ay maaaring maging sa likod nito " chuckled ang HM.

"Siguro, Motabhai. Anumang paglilinis ng lahi sa ating bansa ay maaaring humantong sa destabilisasyon. Ang lahat ng mga biggies tulad ng China, USA, at Russia ay gustung gusto upang makita ang India squirm mula sa panloob na disturbances."

Ang PM, na nagbabago ng paksa, ay nagpatuloy, "Ang bansa ay nais na yakapin ang grupo ng minorya, naka iskedyul na mga castes, o tribo. Ang aktwal na minorya sa ating bansa ay ang tinatawag na Pandits. Nagkaroon sila ng raw deal sa Kashmir."

Sagot ng HM, "Sa kabila ng kanilang talino, kayamanan, at angkan ng hari, nagsisi ang mga Pandit ngayon. Naaawa ako sa kanila."

"Ano ang gagawin, Motabhai Ilang tao lang ang mapapasaya natin. Sa panahon ngayon, mabuting maging mababang kasta o babae—maraming insentibo para sa kanila. Naaalala ko maraming taon na ang nakalilipas sa Kerala High Court sa Kochi (pagkatapos ay Cochin), nagkaroon ng isang aktwal na kaso ng isang medikal na upuan sa ilalim ng nakalaan na quota na nagpunta sa isang naka iskedyul na caste anak ng isang High Court Judge, na may average na marka lamang. Sa kabilang banda, ang anak ng isang Brahmin Peon sa parehong hukuman ay hindi nakakuha ng upuan sa kabila ng pagkuha ng napakataas na marka at makitid na nawawala ang nangungunang 20 pangkalahatang quota. Ang pangkalahatang publiko ay nabigla, at ang Press fought ngipin at kuko para sa anak na lalaki ng Brahmin Peon, ngunit sa huli, ang lahat tapered down. Walang nagbago sa equation. Iyan ang kabalintunaan sa likod ng batas ng lupain."

Mabilis na tugon ng HM, "Nothing to feel wrong about, PM Sir. Tulad ng tama mong sinabi, ito lamang ang batas ng lupain. Minsan, ang ating mga prinsipyo ay nakompromiso. Minsan, kapag mayroon tayong mga estado tulad ng Uttarakhand, Chhattisgarh, at Jharkhand, bakit hindi Gorkhaland Ang mga Gorkha ay tumaas nang malaki mula sa pagiging sundalo o bantay. Bukod dito, kung mayroon kaming Gorkhaland truncated mula sa West Bengal, maaari naming i install ang aming partido doon. Hindi natin magagawang gawing West Bengal ang anumang forays dahil sa babaeng iyon. Siya ang sakit ng ulo para sa amin, hindi ang mga Gorkha."

Ngumiti ang PM. "Motabhai, tumatanda ka na, senile at emosyonal. Halos hating gabi na ngayon. Kailangan kong bumangon para sa aking yoga session sa 4 am. Goodnight po, Motabhai."

Sagot ng HM, "PM Sir. Goodnight po."

Ang Plano ng Kalimpong, Address at Pagtakas (2022)

Hindi pangkaraniwang mahalumigmig ang panahon para sa buwan ng Hulyo sa Kalimpong. Sina Mobius at Junali ay nag survey sa pangunahing larangan ng paglalaro ng bayan kung saan ginanap ang mga tugma ng football. Inasahan na ang 80 porsiyento ng lokal na populasyon at iba pang mga bisita mula sa mga kalapit na nayon at Darjeeling ay magtipon sa loob ng dalawang araw. Ang football field ay nakabakod sa, na may isang pagbubukas lamang upang pumasok at lumabas. Ang unang tinalakay ni Mobius kay Junali ay ang layout ng mga manonood sa larangan ng paglalaro.

Mula sa isang nakataas na punto na tinatanaw ang football field, sinabi ni Mobius, "Bad choice, Junali. Lahat ay babakod. Maraming tao ang darating mula sa Darjeeling, Jalpaiguri, Siliguri, at iba pang mga lugar upang marinig ang Manisha. Nakilala lang si Subham Golam sa umaga. Kuwento niya sa akin simula kagabi, may 20 pulis na ang kanilang mga kabayo ay nasa Kalimpong na at nananatili sa barracks ng Police. Mga 50 pulis at babae ang dumating na naka riot gear kaninang umaga na naka helmet, face shield, at baton. Mayroon din silang elbow pads at shin pads sa mga ito. Ibig sabihin, gagawa sila ng problema. Ayaw ng West Bengal Government na maging matagumpay ang talumpati na ito."

"Mobsy, masyado kang pessimistic. Nandito lang ang mga pulis para takutin tayo. Yun na lang. Wala silang gagawin," sagot ni Junali.

Pinagnilayan ni Mobius, "Hindi, Junali. Ito ay seryoso. Mga pulis na nakasakay sa kabayo at mga pulis at babae na ganap na nakasuot ng riot gear. Nandito sila para gumawa ng gulo. Hindi para mapanatili ang batas at kaayusan. Kailangan mong maunawaan ang West Bengal pulitika higit pa kaysa sa ginagawa ko Junali. Ako ay may halo halong lahi. Kalahati ng Gurkha, kalahati Bengali. Payback time na ni CM. Napansin mo ba na walang mamamahayag dito sa Kalimpong ngayon May isang bagay na malubhang mali. Tatawagin ko na ngayon ang mga kaibigan kong mamamahayag."

Si Mobius ay gumawa ng ilang mga tawag sa telepono.

"Junali, tama ang hunch ko. Pinigilan ang pagpasok ng lahat ng press vehicles sa Kalimpong ngayong araw. Naglagay na ng barikada ang mga pulis at sinisilip ang bawat sasakyan. Lahat ng kotse na may sticker ng PRESS ay sinasabihan na bumalik."

"Pero labag sa batas 'yan," sagot ni Junali sa inis na tono.

"Junali. Ito ang batas na lumalabag sa batas sa utos ng Punong Ministro. Buti na lang may Subham kami sa side namin, na nagpapasa ng lahat ng information about police activities. Anyway, naipaalam ko na sa mga buddy journalists ko sina Anandabazar Patrika, Ganashakti, at Ei Samay Sangbadpatra na makarating dito sa lalong madaling panahon nang walang press sticker. Ang mamamahayag ni Ganashakti, swerte namin, ay nasa Jalpaiguri na bumibisita sa kanyang Dadima (Lola). Paparating siya sakay ng bike at magbibiyahe mula sa Jalpaiguri kasama ang kanyang cameraman. Sila ay bihis tulad ng mga turista, kaya ang video camera ay hindi makakakuha ng pansin. Ang ilang iba pang mga mamamahayag na pinabalik ay nagtanong sa akin na magpadala ng mga pics sa **WhatsApp na may** maikling paglalarawan ng talumpati ni Manisha. Ilalathala nila ito sa mga papeles."

Nagalak si Junali, "Wow, Mobsy! Maganda talaga ang rapport mo sa Press."

"Junali, hindi ko sinabi sa iyo. Ako ay isang gold medalist sa aking Post graduation sa Journalism. Ginawa ko ang aking kurso sa journalism sa parallel sa aking regular na MBA. Dati kasi ay dumadalo ako sa mga klase sa gabi para sa kursong Journalism ko," disente ang sagot ni Mobius.

"Okay. Kaya naman nag uusap kayo tungkol sa Statehood at kung paano gumagana ang sistemang pampulitika at legal ng bansa. Ang galing naman. Ako ay pagtuklas ng isang bagong Mobius Mukherjee araw araw. Perfect partner mo rin si Sumi. Gawa kayo ng winning combo"

Ngumiti si Mobius, "Ang mas kaunti ang sinabi, mas mabuti." Sabay tawa nina Mobius at Junali.

Noon pa lang, ang tawag ni Subham ay dumating sa pamamagitan ng, "Mr. Mukherjee. Dagdag na problema matapos ang mga sakay ng kabayo at riot police, limang police van ang dumating ngayon lang sa Kalimpong. Ako ay natatakot na ang mga bagay ay hindi naghahanap ng mabuti."

"Salamat sa info, Subham. Keep me apprised."

Tumingin si Mobius kay Junali, na gumawa ng ilang mabilis na pag iisip. "Ako ay tumatawag Manisha upang matugunan sa amin sa Barsana Restaurant sa Upper Cart Road at upang ipasok ang restaurant mula sa kusina backdoor."

Medyo masikip ang restaurant at may upper story, na naka aircon. Mayroon din itong limang kuwarto para sa mga lodger na kilala ng pamilya ng may ari. Kaya, opisyal na, ang restaurant ay hindi exhibit ang mga kuwarto sa mga tipikal na turista na bumibisita sa Kalimpong. Dahil kilala ni Junali ang may ari, binigyan sila ng espasyo upang makakuha ng magandang tanawin sa larangan kung saan magaganap ang rally. Kahit walang order, isang tray ang ipinadala sa kuwarto na may tatlong lemonade Soda at tatlong plato ng chicken momos.

Sinabi ni Mobius sa duo, "Dahil sa hospitality ni Junali. Wala akong pake sa pag settle down sa Kalimpong."

"Baka isang araw, Baagh Bhai, baka dito talaga kayo mag settle down ni Sumi Didi, at kapag nangyari yun, malalim ang karangalan ko," nakangiting sagot ni Manisha.

"Salamat po, Manisha. Ngayon, may lumabas na seryoso. Ang mga pulis ay nasa buong pwersa dito sa Kalimpong - 20 pulis na nakasakay sa kabayo, 50 pulis at babae na nakasuot ng full riot gear, at 5 mini police bus, bawat isa ay may kapasidad na may 20 violator. Ibig sabihin, plano nilang arestuhin ang hindi bababa sa 100 demonstrador. Lahat ay palalayain, ngunit ito ay magdudulot ng pagpansin sa mga pangalan, address, at contact number ng lahat ng mga kilalang miyembro ng Gorkha National Unity Front at mga miyembro ng Run Manisha Foundation na nakikibahagi sa rally sa loob ng dalawang araw.

Noon lang, tumawag si Subham, "Mr. Mukherjee, dumating na rin ang mga canisters ng tear gas. Ikaw at ang pangalan ni Jurali ay nasa hit list para sa isang pag aresto. Mr. Mukherjee, masama ang panahon na ito para magkaroon ng rally. Ang dice ay loaded laban sa iyo. Nakikiusap ako sa inyo, Manisha Didi at Junali Aunty, na i call off ang rally. Baka nga umabot pa sila sa lawak ng pag aresto sa mga magulang ni Manisha."

"Subham. Immensely thankful sa info. Wag ka na mag panic. May ipaplano kami."

"Ok, Mr. Mukherjee. Kung kasama mo si Manisha Didi, pakisabi sa kanya na gagawin ko ang lahat para maprotektahan ang kapatid ko, pero natatakot ako para sa kanya, Junali Aunty, at sa iyo, Sir."

"Panatilihin ang cool, Subham. Huwag kang mag alala."

Mobius addresses Junali at Manisha, "Ang pulis ay deadbeat sa paggawa ng mga arrests. Target nila kami ni Junali. Ngayon, ito ay isang bagay na kailangan nating gawin. Una, sa nakatakdang oras ng rally sa 2 pm, ipinapahayag namin na ang rally ay ipinagpaliban sa 6 pm. Sa Kalimpong, ang araw ay lulubog sa ganap na ika 6:30 pm. Magkakaroon kami ng generator lights bukas sa pamamagitan ng 6:15 pm. Magkakaroon ng isang maliit na pagpapakilala sa pamamagitan ng sa akin sa Bengali para sa unang labinlimang minuto. Pagkatapos, si Junali ay magsasalita sa wikang Hindi sa loob ng labinlimang minuto, na magbibigay ng isang gist ng paparating na talumpati ni Manisha. Si Manisha ay magsisimulang makipag usap sa Nepali sa ganap na 6:30 pm. Ang kanyang speech ay magiging para sa isang oras. Nang magsimulang mag-ipon ang mga pulis sa lugar, bigla naming pinatay ang ilaw. Gayundin, ipapaalam ni Junali sa mga tindera sa lugar na patayin ang kanilang ilaw sakaling may problema. Junali, kailangan din nating gumawa ng mga kaayusan upang putulin ang bakod na kawayan sa mga anim o pitong lugar upang payagan ang publiko na lumipat at lumabas sa kanilang paghuhusga at hindi makakuha ng hemmed in. "

Agad na sumagot si Junali, "Tapos na. Ang aming mga boluntaryo ay magmamanning ng mga puntong ito upang maiwasan ang anumang interbensyon ng pulisya sa mga puntong ito. Ay magkakaroon ng hindi bababa sa tatlong mahusay na binuo lalaki sa bawat isa sa mga puntong ito. Ang nakataas na patlang, kung saan ang entablado ay may maliit na strip sa likod nito kung saan ang mga pangunahing miyembro ng komite ng GNUF ay maaaring madulas sa pamamagitan ng Edward's Bakery, at sa halip na dumaan sa paikot na kalye sa ibaba, lumilipat sila sa pamamagitan ng likod na pinto sa pribadong tirahan ng Uncle ni Subham, isang retiradong opisyal ng hukbo, Major Golam. Nagtatago sa loob ang anim na miyembro ng komite. Magkakaroon ng napakaraming kaguluhan sa pamamagitan ng oras na iyon na ang mga pulis ay hindi mag iisip ng pagpasok sa tirahan ng sinuman, pabayaan lamang ang tahanan ng isang hukbo tao. "

Nakialam si Mobius, "Ako at si Manisha ay mananatili sa entablado at madakip."

Kinontra ni Manisha, "Nagbabago ang ball game dito, Baagh Bhai. Ako lang naman ang naaresto. Hindi ikaw. May plano na kami ni Junali bago ka dumating sa Kalimpong. Dadalhin ka ni Junali pababa sa Teesta River, na 10 kilometro. Mula rito, sa pamamagitan ng isang liblib na landas na kilala niya. Magpapatuloy ka sa kahabaan ng Teesta River sa pamamagitan ng bangka, gamit ang mga sagwan, upang maabot ang Sikkim. Ipapakita sa iyo ni Junali ang daan palabas mula roon. Hindi ka pwedeng hawakan ng West Bengal Police sa Sikkim."

Mobius conjectured, "Ano ang mali sa pagkuha ng aking sarili arestado?"

Manisha recapitulated, her eyebrows furrowed, "Baagh Bhai, mayroon ka nang sapat na sakripisyo para sa aming komunidad. Hindi tulad ko, may asawa ka at may anak na babae. Hindi ko posibleng ilagay sa panganib ang iyong pamilya sa isang kontrobersiya sa pulitika, kahit na ikaw ay Bise Presidente ng Gorkha National Unity Front. Bukod dito, ikaw ay nasa isang regular na trabaho sa korporasyon. Hindi pwede, Baagh Bhai. Inuutusan kitang tumakas kasama si Junali." Pagkatapos, pagkatapos ng isang pause, na may isang grin, "Dapat mong pakinggan ang iyong kid sister minsan, Baagh Bhai."

Ngumiti si Mobius. "Okay Boss Ate. Ngayon ay umalis na tayo. Marami tayong dapat gawin. Sa pamamagitan ng ang paraan, magandang balita, Top pamamahala ay hindi isip ang aking crusading para sa Gorkhaland."

Junali sa isang masayang tinig, natuwa, "Congratulations, Mobsy mahal! Bago tayo magplano pa, tapusin muna natin ang mga momo." Hinawakan ni Junali ang plato nito.

Ang Address ng Kalimpong

Ibinigay ni Mobius ang kanyang mensahe sa Bengali, na may araw na nakalutang sa tuktok ng bundok. Habang nakaupo siya sa tabi ni Manisha sa podium, alam niyang sa oras na makumpleto ni Junali ang kanyang pagsasalita sa Hindi sa loob ng 15 minuto, lulubog ang araw. Tulad ng pinlano, ang generator ay nagsindi sa patlang na may eerie yellow glow sa 6:15 pm. On cue, tumayo si Manisha para magsalita at nag-lakad papunta sa podium. Nagkaroon ng malakas na kulog na palakpakan, na umalingawngaw sa buong lambak. Pansamantala, may mga sigaw ng 'Manisha Behene Zindabad!'

Gumawa ng namaste si Manisha at nagmosyon sa mga tao na umupo sa lupa. Unang nagsalita si Manisha sa mga kaluwalhatian ng pagiging Gorkha. Ito ang unang bahagi ng talumpati. Nang matapos siya, nagsimulang magchant ang mga tao ng mga slogan ng Jai Hind Jai Gorkha. Naobserbahan ni Mobius na ang mga pulis na nakasakay sa kabayo ay nag trotting sa background. Mabibilang niya ang 20 sa mga ito. Patay na tama si Subham. Ang karamihan ng tao ay lumago pahinga bilang Manisha nagsimula sa ikalawang bahagi ng kanyang pagsasalita sa kawalang katarungan meted out sa Gorkhas. Mas maraming pulis na naglalakad sa riot gear ang nagsimulang lumitaw sa paligid ng field. Gayunpaman, ang burly Gorkhas manning ang mga bukana ng bakod ay pumigil sa kanila na makapasok sa lugar. Mahusay na pinili ni Junali ang mga lalaki. Lahat sila ay mga lokal na miyembro ng gym at may umbok na biceps na labing anim na pulgada pataas.

Si Inspector Subham Golam ay nakatayo sa North West corner ng field. Ibibigay niya ang hudyat kay Mobius sa pamamagitan ng pagtanggal ng kanyang cap at pagpunas ng panyo sa kanyang noo, pahiwatig na ang mga pulis ay gagawa ng kanilang paglipat.

Sinuri ng mga mata ni Mobius ang paligid ng bukid. Napapalibutan sila ng mga naka mount na pulis at pulis na nakasuot ng riot gear. Tumaas ang boses ni Manisha sa isang crescendo. Ang mga tao chanted sa Nepali, "Kapanganakan ng isang Bagong Estado! Kamatayan sa mga tutol sa Estado! Ang mga tirano ay bumalik!"

Tumingin si Subham sa mga taong nababalisa, at isang lumalagong takot ang bumalot sa kanya. Alam niya na ang kanyang kapatid na si Gorkhas ay nagdadala ng sagradong sandata khukri sa kanilang kasuotan. Ang sikat na alegorya na nakapalibot sa kanyang komunidad ay kasangkot sa pagguhit ng dugo tuwing ang khukri ay inalis mula sa sheath nito. Dahil dito, alam ni Subham na kapag hindi na nainitan ang khukri, kailangan nitong gumuhit ng dugo. Ang isang maliit na notch sa talim mula sa kung saan ito ay sumali sa hawakan tiniyak ang Gorkha upang scratch ang kanyang sariling hinlalaki at gumuhit ng dugo sa kaso, pagkatapos ng unsheathing ang khukri, hindi niya nais na gamitin ito. Nilikha nito, sa isip ng Gorkha, ang isang pag unawa na ang pamana ng kanyang mga ninuno ay hindi nakompromiso.

Sa sulok ng kanyang mata, nakita ni Subham ang isang Gorkha na kumanta ng sigaw ng labanan ng mga Gorkha, "AYO GORKHALI!" Sa kanyang nakaunat na kanang kamay ay ang hubad na khukri, ang talim ay sumasalamin sa liwanag mula sa mga ilaw ng tubo sa bukid. Shubham squinted kanyang mga mata upang makita ang isang spot ng dugo sa notch ng khukri. Ang pagguhit ng kukri mula sa sheath nito ay isang simboliko. Gayunpaman, ito ay mali ang interpretasyon ng riot police bilang tanda ng pananalakay. Limang riot police ang naglakad patungo sa gate number three na nakataas ang kanilang mga baton. Agad na tinanggal ni Subham ang kanyang cap at pinunasan ang noo ng puting panyo. Kinuha ang cue, si Mobius ay nagsenyas sa lalaki sa silangang bahagi ng bukid. Napahinto ang generator. Lahat ng ilaw sa field ay namatay. Ang mga tindera, naghihintay ng signal, ay pinatay ang kanilang ilaw sa mga tindahan at nagsimulang mag-shutter. Ngayon, ang buong bukid at ang paligid ay nasa kadiliman. Naluwag ang pandemonium. Nakatayo pa rin si Manisha sa podium at itinaas ang kanyang mga kamay upang mapayapa ang mga tao. Hinawakan ni Junali ang kamay ni Mobius at tumakbo sa makipot na daan patungo sa Edward's Bakery. May lapis na torchlight si Junali sa kabilang kamay niya. Naririnig nila ang mga hikbi ng mga kababaihan at ang mga sigaw ng labanan ng mga Gorkha nang magkaisa.

Ang Kalimpong Chase

Isang granite tiled path mula sa likod ng pinto ng Edwards Bakery humantong sa isang maliit na by lane, na winded mismo sa isang gubat trail pababa sa Teesta River sampung kilometro ang layo. Napahinto si Junali sa simula ng trail ng gubat. "For obvious reasons, hindi kami bababa sa trail, kundi sa mga puno ng oak. Bata pa lang ako alam ko na ang lugar na ito, kaya huwag kang mag alala. Ano ang pinakamaganda mong 10K so far "

Sumagot si Mobius, "Sa isang masamang araw, magagawa ko pa rin ito sa loob ng 52 minuto."

"Mabuti, pero kailangan mong tumakbo sa likod ko. Tara na nga." Ang buwan ay hugis crescent at showered nito moonbeams, na kung saan ay lamang sapat upang ilipat sa pamamagitan ng mga puno ngunit hindi upang gumawa ng kanilang sarili nakikita ng iba. Naamoy ni Mobius ang pawis ni Tanali na tumatakbo sa likod niya at pinagmamasdan ang kanyang paghakbang nang maluwag sa berdeng veld ni Kalimpong, na nagbabalik ng mga kaaya ayang alaala ng 25K kasama si Junali sa Kolkata.

Halos 15 minuto na silang tumatakbo, at nakita ni Mobius ang Teesta River na sumasalamin sa liwanag ng buwan na parang mga sliver ng silver na dumudulas sa ilog. Gayunpaman, kasing layo ng likod ay ang tunog ng mga tumatahol na aso. Agad na napagtanto nina Mobius at Junali na sila ay mga police sniffer dogs, karamihan marahil ay German Shepherds na binalaan ni Subham si Mobius.

Hinawakan ni Junali ang braso ni Mobius at sinabing, "Hindi namin kailanman magagawang i outrun ang mga Alsatians. Pero inasahan ko na ito." Naglabas si Junali ng isang maliit na bag ng itim na paminta at sinimulan itong iwisik sa paligid ng isang malaking puno ng oak. Lalong lumalakas ang tumatahol, at kasabay ng mga aso ay ang tunog ng mga tumatakbong yapak ng mga pulis na tumatapak sa ilalim ng tubo ng mga nahulog na sanga at dahon. Sinabi ni Junali kay Mobius na kailangan nilang mabilis na umakyat sa puno ng oak na parang mga unggoy. Si Junali ay nagsisiksikan sa puno na parang unggoy. Sumunod si Mobius, bagama't mas makulit. Halos makarating na sila sa tuktok ng puno ng oak nang makarating ang mga aso ng sniffer sa trunk ng puno.

Ang amoy ng itim na paminta ay nagpapahina sa mga pandama ng olfactory nerve ng German Shepherd. Ang crescent moon, na nagbigay lamang ng minimal na pag iilaw, ay nakakita ng tao at hayop na nagsusumiksik sa paligid ng puno ng oak sa isang magulong estado ng isip. Nagningning ang mga ilaw ng sulo sa lahat ng dako. Bulong usapan sa dilim. Si Mobius ay may dalawang braso sa paligid ng isang malaking sanga na nagmumula sa isang baluktot na pagkukulot mula sa puno na may pataas na hilig. Si Junali ay nasa parallel na matibay na sanga sa harap ng Mobius. Sa kanilang pagkamuhi, tumigil ang mga aso at pulis. Nagsindi ng sigarilyo ang isa sa mga pulis, at nakita ni Mobius ang kumikislap na metalikong lighter at saka sumiklab sa apoy. Biglang may dumausdos sa kamay ni Mobius at nagpahinga sa braso nito. Tinignan ni Mobius ang braso niya at nakita niyang ito ay isang baby skunk na may malakas na amoy.

"Walang dapat ikabahala," bulong ni Junali. "Ito ay isang hindi agresibo mammal. Manatili ka lang; mawawala na yan." Lamang pagkatapos, ang skunk scurried off. Ang mga aso downcast sa hindi magagawang upang sundin ang mga scents, slinked ang layo sa kanilang mga buntot sa ibaba ng kanilang mga binti, na humantong sa pamamagitan ng kanilang mga handlers paghila sa kanilang lease.

"Maghihintay kami ng labinlimang minuto pa bago kami bumaba," sabi ni Junali. May isang guwang sa sanga sa itaas lamang ng Junali, at nakita ni Mobius ang isang bagay na parang madilim na ahas na lumabas. Binalaan ni Mobius si Junali at nagulat siya sa reflexes nito. Hinawi ni

Junali ang ahas mula sa sanga gamit ang pagwawalis ng kamay. Ang ahas ay nahulog sa sanga sa ibaba, coiled mismo sa paligid nito, at slithered ang layo, ngunit hindi bago itaas ang pangit na ulo at ibunyag ang kanyang forked trunk. Habang binabaluktot ni Junali ang sarili upang makita ang ahas, ang kanyang mga binti ay dumulas sa sanga sa ilalim, at lumayo na ang dalawang kamay ay nakahawak sa sanga na nagdadala ng pinakadulo ng kanyang katawan. Walang magawa si Junali sa pagmamasid nang maramdaman niyang lumuluwag ang pagkakahawak nito sa sanga. Ito ay isang tatlumpung talampakan na patak sa ibaba, na may ilang mga sanga sa pagitan. Napagtanto ni Junali na kung mabubuhay siya, ito ay magiging isang malubhang pinsala sa kanya.

Si Mobius, na napetrify sa una ng ahas, ay mabilis na binubuo ang kanyang sarili at iniunat ang kanyang braso kay Junali. "Ibigay mo sa akin ang iyong kamay, Junali," sabi ni Mobius. "Sisikapin kong hilahin ka pataas."

Sagot ni Junali na may magandang katatawanan, "Noong una, Mobsy, akala ko hiningi mo ang kamay ko sa wedlock."

"Junali, laktawan mo ang mga biro at hawakan mo ang pulso ko gamit ang kaliwang kamay mo."

Napanatag ang loob ni Junali nang mahigpit na idikit ni Mobius ang kamay niya sa kamay niya. Mga tatlong minutong unang pakikibaka ang inabot bago hinila si Junali paakyat sa sanga. Matalinong ginamit ni Junali ang kanyang mga binti upang kulot sa paligid ng sanga at hilahin ang kanyang sarili pataas. Ligtas at ligtas sa branch, hinila ni Junali ang sarili sa tabi ni Mobius.

"Salamat, Mobsy darling, sa pagliligtas mo sa buhay ko. Hindi ko alam kung paano kita gagantihan, pero sa ngayon, kailangan kitang halikan minsan." Hinila ni Junali ang ulo ni Mobius malapit sa ulo niya, at ang mga labi nito ay nakasalalay sa kanya, na nag usisa sa kanila na bukas upang itulak ang kanyang probing dila sa loob. Si Mobius, na medyo hindi nababahala sa mga kalokohan ni Junali, ay nag aatubili na naganti. Nang bumaba siya mula sa malaking puno, inutusan ni Mobius si Junali na alisin ang sim card sa kanyang mobile phone at ginawa rin niya ito para sa kanyang sarili. Sa pagbaling kay Junali, sinabi ni Mobius, "Sa ganitong paraan, hindi kami masusundan ng pulisya gamit ang GPS."

Sumagot si Junali, "Ito ay matalino sa iyo, ngunit ako rin ay may kamalayan tungkol dito at ginawa ito bago kami tumalon mula sa podium. Sa ngayon, meron akong dabba phone (non android mobile phone) na may unidentified sim."

Nang makarating sa pampang ng ilog, bumaling si Junali kay Mobius. "Ngayon, hinihintay namin ang bukang liwayway upang masira hanggang sa aking kaibigan Mowgli, na magsasagwan sa isang goma balsa mula sa Sikkim. Ngayon may time na tayong pumatay, kaya tulog na tayo. May bakanteng espasyo sa dulong iyon malapit sa pampang ng Teesta River." sabi ni Junali habang itinuro ang daliri sa kabilang direksyon ng ilog. "Ang mga ligaw na hayop ay normal na hindi venture sa pampang ng ilog. Kailangan nating magsalitan para manatiling alerto, kaya ito ang aking pagpupuyat ngayon."

"So, Mobsy darling, matulog ka na. Ipapahinga ko ang aking likod sa trosong kahoy na ito. Pwede mo na ipatong ang ulo mo sa kandungan ko at matulog ka na. Okay."

"Cool," sagot ni Mobius at natulog, inilagay ang kanyang ulo sa kandungan ni Junali na ang palad nito ay marahang nakasalalay sa kanyang pisngi. Dahil magaan ang tulog, nagising agad si Mobius at nakita si Junali na tumango para matulog.

"Junali, mabuti sana kung pareho tayong matulog. Walang ligaw na hayop na makakagambala sa amin."

"Oo nga. Siguro nga," bulong ni Junali, sabay hagod sa kanyang mga mata habang nakahiga sa tabi ni Mobius.

Tumalikod si Mobius kay Junali para matulog. Sa paggulong ng mga damit sa likod niya, naramdaman niyang naghuhubad na si Junali. Napalingon siya at nakitang hubad na hubad si Junali. May katatagan sa kanyang katawan, na nagpapatatag sa kanyang edad. Ang kanyang mga suso ay hindi gumuho, sa kabila ng pagtitiis sa mga vagaries ng kalikasan, na humantong sa ibaba sa isang kamangha manghang flat midriff na may isang bahagyang pahiwatig ng anim na mga cube ng tiyan. May pagkalalaki ang kanyang hugis balikat. Maskulado at makinis ang mga binti ni Junali, sakto lang ang kabuuan ng kanyang mga guya.

"Junali, takpan mo na lang ang sarili mo. Malamig dito sa labas," sabi ni Mobius, tinanggal ang kanyang jacket at ibinigay kay Junali.

"Hindi bababa sa, magsuot ito," Mobius sinabi, pagkatapos ay nagpunta sa isang malalim na pagtulog na may isang bahagyang banta persepsyon gnawing sa kanyang isip. Naging totoo ang pinakamasamang bangungot niya nang maramdaman niyang nakayakap sa kanya si Junali na ang isang braso ay nakapulupot sa leeg at ang isa naman ay nakabalot sa baywang. Bahagyang nagising ang pandama ni Mobius nang makaramdam siya ng kasiya siyang sensasyon sa kanyang singit sanhi ng paghagod ng palad ni Junali dito.

"No funny stuff, please," sambit ni Mobius kay Junali, habang pinagmamasdan ang kalangitan na may starlit. Kaya niyang ipalabas ang Big Bear constellation sa kalangitan na may starlight. (Maaari itong makita sa panahon ng tag init sa bahagi ng maagang gabi). Naramdaman niya ang mga deft fingers ni Vanali na nagbubukas ng butones ng pantalon niya habang nakalagay ang mga labi nito sa leeg niya.

"Let our bodies do the talking, Mobsy dear," bulong ni Junali sa tenga ni Mobius. "Salamat sa pag save ng buhay ko sa puno ng oak. Ito na ang pangalawang beses na ginawa mo ito pagkatapos ng Nathu La Pass," sabi ni Junali at nagpatuloy sa kanyang walang humpay na gawain sa pamamagitan ng marahang paghila pababa ng pantalon ni Mobius. Sa tamang sandali, mabilis na nagpalit ng posisyon si Junali na ang kanyang muscular thighs ay entrapping ang ulo ni Mobius. Ang kanyang bibig at mga daliri ay nagtrabaho ng overtime sa kabilang dulo sa isang walang kinikilingan na paraan. Walang nagawa si Mobius hanggang sa ang paghihirap ng kanyang orgasm ay nag aangat sa kanya sa ikapitong langit. Isang lobo, ang nag iisang saksi, ang umungol sa malapit ngunit tahimik na gumapang palayo sa hindi makapaniwala na eksena. Maganda ang tulog nina Junali at Mobius pagkatapos ng brief pero gratifying encounter, na ang mga bituin ay nakatingin sa kanila.

Sa unang pahiwatig ng liwanag, sina Mobius at Junali ay naglakad pababa sa pampang ng Teesta River, naghihintay ng bangka.

Mobius grumbled sa Junali, "Ang provokasyon kagabi ay uncalled para sa."

"Huwag kang magpapagod. Pinilit ko ang sarili ko sa iyo, Mobsy darling. Inosente ka noon."

"Hindi tama ang lahat ng parehong," countered Mobius.

"Walang tao na nakakita sa amin. Nananaginip ka lang. Hindi nangyari," sagot ni Junali.

Sumagot si Mobius, "Ipinangako mo ang iyong sarili sa kalapastanganan. Hindi ko ito gusto."

Junali needled Mobius, "Huwag isipin hindi ko alam ang tungkol sa iyo at Mandy ni amorous romps sa kagubatan."

Galit na galit si Mobius, na nakataas ang kilay, "I swear by the holy gospel, wala ni isang sandali ng sacrilege kay Mandy kahit na kilala ko siya mula pa noong mga araw ng pag aaral. Pwede mo siyang tanungin kung gusto mo."

Sagot ni Junali, "Mobsy, nagpapatawa ka ba o nagkukunwaring bongga Ngayon makinig sa akin at makakuha ng mga katotohanan tuwid. Tulad ng bawat Marriam-Webster, Dictionary, ang 'pagtatalik' ay tinukoy bilang heterosexual intercourse na kinasasangkutan ng pagtagos ng puki ng ari. Hindi ito nangyari, kaya ligtas ka. Ang posisyon ng 'Sixty Nine' ay lehitimong. Dagdag pa, ginawa ko ang lahat ng trabaho, at tingnan kung ano ang nakuha ko. Ni isang salita ng papuri, kundi mga paratang ng pagkamakasarili!"

Junali paghuli Mobius sa pamamagitan ng collar, sinabi, "Panatilihin ang iyong budhi malinaw, Mobsy darling. Kahit ang mga Diyos ay alam ito. Ikaw ay isang inosenteng mortal. Naakit kita, plain and simple."

Sa pagbabago ng paksa, sinabi ni Mobius, "Bakit hindi natin matawagan si Manisha mula sa iyong telepono ng dabba at alamin ang higit pang mga detalye ng nangyari kagabi pagkatapos ng kanyang talumpati "

Nag aalalang sabi ni Junali, "Hindi pa, matalino ang mga pulis. Maaari silang biglang magpasya na agawin ang kanyang telepono at bakas ang lahat ng mga tawag sa kanyang mobile, parehong papasok at palabas. Ipinaalam sa akin ni Subham kanina na ang mga pulis ng West Bengal ay nagbaril para sa iyo. Ito ang pinakamagandang panahon nila para arestuhin ka. Ang mataas at makapangyarihan sa itaas na echelons ng kapangyarihan ay hindi nakalimutan kung paano mo eroded ang imahe ng Kolkata Police kapag kinuha nila si Manisha sa iligal na pag iingat sa Tata Steel Kolkata 25K noong nakaraang Disyembre. Nakuha mo ang kanilang ire sa pamamagitan ng pagsangkot sa DIG ng West Bengal Police sa custodial torture ni Manisha sa briefing ng Press, paglalarawan ng lahat ng mga detalye ng gory, at ipinakita rin ang mga undergarments at medical report ni Mansha na may bahid ng dugo at medikal na ulat sa mga reporter ng press. Kailangan mong manatili sa lugar sa nayon ng Sindrong malapit sa bayan ng Pelling sa Sikkim kasama si Mowgli at ang kanyang ina sa loob ng tatlong araw. Pagkatapos ay pumunta ka sa Bagdogra Airport sa ilalim ng isang pekeng pagkakakilanlan na may isang pekeng Aadhar at voter's card sa pangalan ng Indrajeet Banerjee, isang marathon runner na naninirahan sa Kolkata at kahit na mukhang napaka katulad mo, maliban sa kanyang taas, na kung saan ay 5 talampakan 7 pulgada laban sa iyong 5 talampakan 10 pulgada. Ang kanyang build at complexion ay tumutugma sa iyong. Pinili namin siya tatlong buwan na ang nakakaraan upang lumikha ng iyong pekeng pagkakakilanlan. "

"Ibig mong sabihin Manisha, at ikaw ang nagplano ng buong bagay " tanong ng isang nagulat na Mobius.

Sagot ni Junali, "Mobsy, marami kang hindi alam sa akin. Isa ako sa mga founder members ng ngayon ay wala nang Gorkha Women's Vigilance Wing. Ako ang napili ni Bimal Gurung na siyang bahala sa kanyang seguridad. Ako ay sinanay sa martial arts. Isang itim na sinturon sa Taekwondo. Alam ko ang limang wika at sinanay din akong pumatay ng isang tao sa 15 iba't ibang paraan. "

Sinabi ni Mobius, "Naranasan ko ang isa sa mga pamamaraan kagabi nang hawakan mo ang aking ulo sa isang bisyo na parang mahigpit na pagkakahawak sa pagitan ng iyong matibay na hita. Wala akong magawa sa iyong pagkakahawak!"

"Mobsy dear, pakibura na lang ang alaala kagabi o ibalik sa isang kaaya ayang panaginip. Huwag mo itong babble kay Sumi, baka magkaroon siya ng hide mo pati na rin ng sa akin."

"Siyempre, Junali, pero kilala niya ako sa loob labas. Siguro ay maghihinala siya rito, pero tama ka. No point sa pagkuha ng aking bum kicked nang hindi kinakailangan. "

"Oye Mobsy, tingnan mo 'yan," turo ni Junali sa pampang ng ilog. May bangka na nagliligaw sa ilog, at may isang taong mababa ang loob sa mga sagwan. Kumaway si Junali at sumigaw sa direksyon ng bangka. Lumingon ang tao kay Junali at nagsimulang maglayag sa bangka patungo sa direksyon nito.

Nangangamba si Mobius, "Paano mo nalaman na ang tao ang nasa assignment?"

Sagot ni Junali, "Ang bangka ay dapat na pininturahan ng berde, at ang tao ay naka orange tee shirt. Pareho silang nagtutugma."

Habang papalapit ang bangka, nakita ni Mobius na bata ang tao, siguro mga bandang labinlimang taon. Kumaway siya sa kanilang dalawa habang papalapit ang bangka sa pampang ng ilog. Tumalon si Junali sa bangka nang hawakan nito ang dalampasigan, niyakap ang bata, at bulalas sa Nepali, "Welcome to Kalimpong District, and kudos on your successful journey." Hinawakan ni Junali ang kamay ng bata at bumaba mula sa bangka. "Ito ay Mowgli mula sa Sindrong village malapit sa Pelling bayan sa Sikkim."

Sinabi ni Mobius, "Mabuti na makilala ka, Mowgli. Muntik nang hindi makasalubong ang mga buddies mo, sina Baloo at Bagheera, sa Gubat kagabi."

"Ibig sabihin, nabasa mo na ang Jungle Book ni Kipling," bulalas ni Mowgli na nasasabik.

"Oo, nabasa ko ang libro sa paaralan noong kasing edad mo ako," sagot ni Mobius.

Habang nasa bangka, binuksan ni Mowgli ang isang flask ng sopas at nagbigay ng isang pakete ng papel bawat isa sa Junali at Mobius kasama ang dalawang bakal na mug para sa sopas, na naglalaman ng tradisyonal na pagkain ng Lepcha na 'khoori', mahalagang bakwit pancake na ginawa sa spinach at homemade cheese, bamboo shoots, at gulay na sopas na inihanda nang mapagmahal ng ina ni Mowgli. Habang kinuha ni Mobius ang mga sagwan, nagsalita si Mowgli tungkol sa kanyang pamilya, na binubuo ng kanyang ina, isang vendor ng prutas at gulay na may sariling tindahan sa Pelling. Inihayag ni Mowgli na nais niyang mag aral at maging isang inhinyero at ginagawa ang kanyang ika 10 sa Government Pelling Senior Secondary School, na itinatag noong 1964 bilang isang English medium co educational Institution na kaakibat ng CBSE at pinamamahalaan ng Kagawaran ng Edukasyon, Pamahalaan ng Sikkim.

Ang ama ni Mowgli ay isang sepoy sa hukbong Indian. Siya ay napatay sa isang insurgency attack ng isang Islamic group habang sila ay nasa isang patrolling party sa Kashmir. Sa ilalim ng mabigat na apoy, ang ama ni Mowlli ay tumayo sa harap ng kanyang sugatang commanding officer, Major Chhetri, at kumuha ng 15 bala sa kanyang katawan habang pinoprotektahan ang opisyal at pagpatay sa tatlo sa mga ekstremista. Itinuring ng Pamahalaang Sikkim ang pambihirang katapangan ni Sepoy Lepcha at ipinagkaloob ang lupa para sa kanyang balo upang maitayo ang kanilang permanenteng tahanan. Si Mowgli ay ipinanganak dalawang buwan matapos ang pagkamatay ng kanyang ama. Naluha si Mowgli nang isiwalat niya ito. Niyakap siya ni Junali ng malapitan. Binanggit ni Mobius ang isang couplet mula sa Tagore sa Bengali. "*Jodi tor daak sune keyu naashe tobey ekla cholo reh, ekla cholo reh.*" (Kung walang nakikinig sa iyong panawagan, maglakad ito nang mag isa, maglakad ito nang mag isa.

Ang Gang of Six at isang pulong sa MD (2023)

Hunyo

Si Mobius Mukherjee ay nag iisip ng kanyang buhay sa korporasyon at ang isyu ng Gorkhaland sa nakalipas na 15 taon na nakaupo sa IRCTC Lounge sa unang palapag ng New Delhi Station sa Platform One. Sa ngayon, napakabuti; nag level down na ang plateau sa buhay ni Pahadi. Siya ay ligtas na ensconced sa Delhi IIT paggawa ng kanyang Chemical Engineering. Ang kanyang PCOS (Polycystic Ovary Syndrome), isang problema sa hormonal imbalance na pumipigil sa isang itlog na umunlad nang normal sa mga ovary na nagiging sanhi ng irregular menstrual cycles at hindi nakuha na regla, ay matagal nang nawala at gumaling nang ganap. Salamat sa running and cycling buddy na si Dr. Suman Jain, na dalawang taon ng ubos na paggamot at ehersisyo ay nagawa ni Pahadi na makumpleto ang kanyang pag aaral mula sa Satna sa Christ Jyoti Senior Secondary School. Parehong si Sumi at Mobius ay may matinding pagnanais na ilagay si Pahadi sa Welham Girls' School sa Dehradun, ngunit binigyan siya ng walang hanggang problema sa kalusugan bilang isang tinedyer, nagbago ang kanilang isip. Matapos ang pag crack ng JEE Main at JEE Advanced examinations, siya ay nag ranggo sa nangungunang limang daan at mabilis na nakuha ang kanyang unang pagpipilian sa Delhi.

Tahimik na nagdasal si Mobius kay Baba Lok Nath. "Salamat, Baba Loknath, sa pagbibigay mo kay Pahadi ng katalinuhan ng kanyang ina."

Habang nakaupo sa komportableng nakahiga na sofa, binuksan ni Mobius ang kanyang laptop. 8 pm na, at lima na lang ang iba pang tao sa maluwang na lounge, ang ilan sa kanila ay natutulog. Ang kanyang tren patungong Satna ay 11 pm, simula sa Platform One. Aabutin lamang siya ng limang minuto bago makarating sa tren mula sa IRCTC Lounge. Maraming oras para magamit nang mabuti ang kanyang utak. Ang mga pagsisikap na kinakailangan upang bigyan ang nais na mga resulta pagkatapos ng napakaraming tumatakbo sa paligid para sa Gorkhaland sa Delhi, Kolkata, Darjeeling, Kalimpong, at kahit Ladakh. Bago ang kanyang malalim na pag iisip hinggil sa Gorkhaland, ngayon bilang Bise

Presidente ng Gorkha National Unity Front, kailangan niyang patayin ang kanyang mga pagkagutom. Naglakad si Mobius papunta sa reception at umorder ng masala dosa at isang plato ng crispy fried vadas, dinala sa kanyang lugar sa loob ng sampung minuto. "Mabilis na serbisyo," ngumiti si Mobius at sinabi sa waiter, na kahawig ng isang tao mula sa mga burol.

Tinanong ni Mobius ang waiter, "Taga Delhi ka ba "

"Hindi, taga Jalpaiguri, West Bengal," sagot ng waiter.

"Ibig sabihin, Gorkha ka. Mahusay. Kailangan kitang kausapin. Umupo ka na lang," hiling ni Mobius.

"Sige po, Sir." Alanganing umupo ang waiter.

"Huwag kang mag alala, may nanay akong Gorkha. Ilang tanong lang."

"Paano mo ginagawa ang trabahong ito mula sa Jalpaiguri?"

"Sige po, Sir. Ako ay isang simpleng graduate lamang. Si Father ay clerk sa Husbandry Department. Inaalagaan ni Inay ang aming tahanan. Dalawang magkapatid na hindi pa kasal. Ang buhay ay isang pakikibaka. Hindi bababa sa maaari kong ipadala ang Rs. 4000 / - bawat buwan sa aking mga magulang. Nagbabahagi ako ng isang inuupahang silid sa dalawang iba pang mga Gorkha na bantay sa gabi, kaya mayroon akong buong silid sa aking sarili sa gabi. "

Ngumiti ang waiter at nagpatuloy, "Ang share ko sa renta ay Rs.1000/- per month. Ang kuryente at tubig na binabayaran namin sa actuals. Ngunit kapag hinati, hindi ito lalampas sa Rs 500/- para sa bawat isa sa atin. Tatlo kaming nagluluto ng sarili naming pagkain. Para ma manage ko na may sweldo na Rs.10000 a month, nagpapadala ng Rs. 4000 sa bahay. Ang pamamahala ay nagbibigay sa akin ng isang washing allowance para sa tatlong set ng uniporme at isang pares ng sapatos. Dahil kaming tatlong Gorkhas ay magkasama, makakaligtas kami. Coincidentally, lahat kami kumikita ng Rs. 10000/- each despite me being a graduate and others matriculate," at natawa siya.

Sumabay sa pagtawa si Mobius. "Ano ang tingin mo sa isang bagong estado na binubuo ng Gorkhaland Ito ay hahantong sa mas maraming mga institusyong pang edukasyon, ospital, at mga bagong pagkakataon sa trabaho para sa mga kabataan ng Gorkha. "

Sumagot ang waiter matapos mag isip ng ilang panahon. "Hindi po, Sir. Walang silbi. West Bengal Government ang nagpapakulong sa mga nakikipaglaban para sa statehood. May isang batang runner na nagngangalang Manisha Rai, ang pinuno ng Gorkha National Unity Front. Lumaban siya na parang tigress. Ngunit siya ay inaresto at pinahirapan sa isang All-Women Police Station sa Kolkata, narinig ko."

"Tama ang narinig mo," sagot ni Mobius, at iniwasan ang pakikipag ugnayan niya sa GNUF.

"So, feeling mo wala na talagang pag asa sa statehood "

"Minsan, kaming tatlong Gorkhas ay tinatalakay ang ganitong predicament sa umaga kapag bumalik sila mula sa gabi ng tungkulin, at ako ay naghahanda para sa trabaho. May isang diskarte na tinatalakay natin. Inaalam ko pa kung magiging maayos ito. Kasi, ang pag iisip ay ginagawa ng dalawang matriculate at isang graduate."

Si Mobius, na nakakakuha ng labis na interes, ay hinikayat ang waiter. "Sige, sige na. Ang bawat ideya ay binibilang para sa estado, at walang pag iisip ay maliit o walang kaugnayan. "

"Well," surmised ang waiter, nagiging mas makitid ang kanyang mga mata na nakakiling sa bawat sandali. "Hindi ko alam kung naririnig mo ang mga ulat na ito sa mga digital magazine at sa net."

"Sige na nga. Magsalita ka, binata," coaxed Mobius.

"Ang mga ulat ay darating sa na maraming mga kabataan ng Gorkha mula sa Nepal ay sumali sa Wagner Group, ang pribadong Army sa Russia. Ang ilan sa kanila ay nagretiro rin sa hukbo ng Nepal. Ang Nepal Government ay hindi maaaring gumawa ng anumang bagay tungkol dito bilang sila ay napunta sa isang indibidwal na kapasidad. Bukod dito, ang mga ugnayan sa pagitan ng Nepal at India ay dumating sa ilalim ng strain isang taon na ang nakalilipas nang palitan ng Pamahalaang Indian ang pangmatagalang trabaho na may mas maikling tenures ng kontrata at walang pensiyon. Kasunod nito, tulad ng maaaring narinig mo, pinigilan ng Nepal ang 200 taong gulang na proseso ng pagkuha hanggang sa magkaroon ng mas malinaw. "

Sumagot si Mobius, "Mukhang napakahusay mong alam, marahil dahil sa iyong hilig sa pagbabasa ng balita sa net. Ito ay isang mahusay na ugali. Sa katunayan, ang Wagner Group ay nakikita bilang mas mahusay kaysa sa Russian Army, lalo na pagkatapos ng Wagner Group mercenaries nanalo Russia control ng Bakhmut, isang maliit ngunit estratehikong matatagpuan lungsod sa silangang Ukraine. Ilang araw pabalik, partikular sa 23 Hunyo 2023, ang Wagner Group ay nag aalsa laban kay Pangulong Vladimir Putin (Pangulo ng Russia). Gayunpaman, sila ngayon ay pabalik sa kanilang base matapos pumayag si Putin na payagan ang kanilang pinuno, Yevgeny Prigozhin, upang maiwasan ang mga singil sa pagtataksil at tanggapin ang pagpapatapon sa Belarus. "

Sumagot ang waiter, "Noong 16 Mayo 2023, ginawang madali ng mga awtoridad ng Russia na ma access ang pagkamamamayan ng Russia pagkatapos ng isang taon ng serbisyo militar. Sa katunayan, ang aking dalawang kasamahan ay nagse save ng sapat na pera upang bisitahin ang Russia bilang mga turista at pagkatapos ay makakuha ng recruited sa Russian Army sa isang kontrata batayan. Ang Wagner Group na ginagamit upang mag recruit ng mga tao ng hukbo sa mga dayuhang mamamayan at nakulong na mga convicts mula sa mga bilangguan ng Russia pati na rin ang disillusioned Russian army personnel, na ginusto ang Wagner para sa mas mataas na suweldo at mas mahusay na mga kondisyon ng pamumuhay. Alam mo Sir, may concept kaming tatlo na nagdidiscuss tuwing umaga. Isang pagnanais para sa estado, sinasamantala ang kasalukuyang sitwasyon ng Gorkha recruitment sa Russia. "

"Sige na," sabi ni Mobius sa waiter. "Ako ay lahat ng mga tainga."

Sagot ng waiter, "Isipin mo na lang, Sir. Ang mga Gorkha ay may indelible history sa Nepal. Noong una, ang mga Gorkha ay mula sa Nepal. Paano kung ang lahat ng Gorkhas sa Armed Forces sa India ay magkasama at ipahayag na nais nilang sumali sa Russian Army, kahit na sa isang kontrata na batayan sa simula, para sa isang mas mataas na suweldo at mas mahusay na mga kondisyon ng pamumuhay. "

"Ang tinutukoy mo ay ang mga Gorkha Regiments sa Indian Army, hindi ba?" tanong ni Mobius na humihinga ng husto.

"Eksakto po, Sir. Kung biglang may rebelyon sa lahat ng Gorkha sa sandatahang lakas ng India, magiging napakabahala nito sa Pamahalaang Indian. Bibigyan nila ng statehood ang mga Gorkha para pabatain sila para hindi sila maghimagsik at pumunta sa Russia para sumali sa kanilang Army."

Sa madaling pansin, nakangiting sumagot si Mobius, "Alam mo, kayong tatlong think tank - dalawang matriculate at isang graduate - ay may napakagandang solusyon. Ang pakiramdam ng pagiging kabilang ka guys para sa iyong komunidad ay gumawa ng Indian Government muling isipin ang estado. Brilliant ang idea."

Sa pagtingin sa paligid at pagbangon, sinabi ng waiter, "Sir, kailangan kong makapasok sa trabaho. Ang sarap kausapin ka Sir. Minsan kapag nag uusap tayo ng Gorkhas, nagiging sentimental tayo sa mga isyu sa estado. Ngayon ay isa sa mga oras na ito. Ang panaginip ay maaaring magresulta minsan sa mga mabungang ideya. Ako si Thaman Regmi." Naging mamasa masa ang mga mata ng waiter.

Sumagot si Mobius, "Anumang kaugnayan sa kilalang Gorkha Mahesh Chandra Regmi, may akda ng 'Imperial Gorkha,' isang salaysay ng Panuntunan ng Gorkhali sa Kumaun mula 1791 hanggang 1815 Nabasa ko ang libro ng maraming taon pabalik. "

"Oo nga po, Sir. Ako ay malayo na may kaugnayan sa mahusay na Gorkha, "sabi ng waiter proudly.

Tumayo si Mobius at niyakap ang waiter. "Kaya pala napakaliwanag at may kaalaman ka. Minana mo ang mga intelektwal na gene ng may akda. Darating ang pagiging estado. Huwag kang mag-alala. Ang Diyos ay nasa ating panig. Ayo Gorkhali Thaman Regmi!"

"Ayo Gorkhali, Sir."

Tahimik na kinain ni Mobius ang kanyang masala dosa at vadas na may bakal na resolusyon. May nakakatawang nangyari kaagad pagkatapos noon. Nag check at nagrereply siya sa email niya. Napagtanto niya na may oras siyang sumakay sa tren at nagpasyang dumaan sa kanyang Facebook account. Ang kanyang mga tumatakbong video ay nagiging napakapopular, at ginawa niyang isang punto upang tumugon sa bawat pag post. Bago niya ito tinawag ng isang araw, nakita niya ang post mula sa kanyang kasamahan sa Corporate Image Department na si Vandana Singh. Nag-post siya ng napakagandang piraso na may GIF. Natapos din ang posting na may smile and love icon. Nagbigay ng maikling sagot si Mobius kasama ang isang icon ng pag ibig at namaste. Hindi nagtagal pagkatapos nito, nagpadala sa kanya si Sumitra ng mensahe sa WhatsApp. "Nakasakay ka ba sa tren Ano ba ang kinain mo sa hapunan "

Nagta type si Mobius: "Hindi pa. Nagkaroon ng masala dosa at vada para sa hapunan."

Dahil sa software ng algorithm sa kanyang mobile, ang lumitaw sa dulo ni Sumitra ay: "Hindi pa. Nag dinner ng Masala Dosa at Vandana."

Ang isang split segundo mamaya, Mobius natanto ang trabaho ng isang algorithm sa Facebook na kumokonekta sa WhatsApp. Sa pamamagitan ng pagkatapos ay huli na upang tanggalin dahil dalawang asul na ticks sa mensahe na ipinahiwatig Sumitra ay nakita ito. Ang agarang tugon ni Mobius ay sa telepono Sumitra at ipaliwanag ang undoing. Nagtext din siya: "Hindi, sorry. Typo error. Nagkaroon ng vada para sa hapunan, hindi Vandana." Agad na nakita ni Mobius ang dalawang asul na tik. Kailangan niyang linisin agad ang hindi pagkakaunawaan.

Nang mga oras na iyon, tumunog ang kanyang mobile. Si Sumitra pala. Sabik na kinuha ni Mobius ang telepono. Bago pa man siya makapagpaliwanag, nag blur si Sumitra, "Mobsy, kasama mo ba si Vada sa dinner ni Vandana o si Vandana lang ang hapunan mo " at saka nagsimulang tumawa.

Si Mobius, nakahinga nang maluwag, ay sumali sa pagtawa at sinabing, "Alam mo Sumi. Ako ay nag iisa ngayon. Si Vandana ay nasa Satna Colony."

Lalong lumakas ang tawa ni Sumitra at sumagot, "Alam ko, Mobsy darling. Tinawagan ko si Vandana para kumain ngayong gabi. Eto, kausapin mo siya." Incidentally, speaker mode ang phone.

Lumapit si Vandana sa linya at nag iisip na sinabi, "Sir, alam kong nagkamali ka. Pero kailangan mo ba akong piliin sa lahat ng babaeng kasamahan sa Plant natin Ako ay talagang nahihiya sa harap ng Sumitra Madam," at pagkatapos ay pumutok out tumatawa nang hindi mapigilan.

Naririnig ni Mobius ang parehong sabay na pagtawa nina Vandana at Sumitra. Nagmumukmok si Mobius sa sarili, "Nagkaroon ka ng malapit na ahit ngayong gabi Man. Kailangan mong bantayan ang mga algorithm at AI (Artificial Intelligence) sa telepono. "

Oras na para bumaba at maabot ang kanyang tren. Sa 2 Tier AC Compartment sa upper berth, pumikit si Mobius at nag isip ng ilang panahon bago nakatulog, nanaginip ng laban ni Junali at ng kanyang sarili kasama ang Wagner Group. 'Ayo Gorkhali' sigaw ng dalawa habang binubuwal ang kanilang bayoneta sa loob ng tiyan ng kanilang mga kaaway.

Napailing ang magulong panaginip ni Mobius nang maramdaman niyang may kamay na marahang humihila sa kanyang balikat. Ito ay ang TTI. "Sir, limang minuto na lang ay aabot na tayo sa Satna Station."

Si Mobius sa isang inaantok na pagkatulala ay nagmumukmok, "Salamat."

"Sir," sabi ng batang TTI. "Naisip ko lang na ipaalam ko sa iyo. Lumilitaw na nagkakaroon ka ng masamang panaginip. Sinabi sa akin ng isang pasahero na nakikipag usap ka sa iyong sarili at binanggit ang ilang mga hindi magkakaugnay na pangungusap tulad ng 'Ayo Gorkhali.' Naisip ko ito pinakamahusay na hindi upang gisingin ka sa puntong iyon dahil ang pasahero ay hindi ituloy ang bagay karagdagang, at ang aking ina isang beses sinabi sa akin hindi kailanman upang gisingin up ang isang tao mula sa isang masamang panaginip. "

Mabilis na nag recomposed si Mobius. "Sorry sa pagkagulo. Positibong panaginip iyon."

"Glad to hear that, Sir. Magandang araw po sa inyo."

"Same sa iyo, Mr. Ram Prasad. Jai Shree Ram," ngiti ni Mobius matapos sumilip sa kanyang name tag.

"Jai Shree Ram, Sir," ngiti pabalik ng TTI.

Hulyo
Pagpupulong ng Gang ng Anim

Ang Gang of Six ay nakaupo nang maluwag sa damuhan ng Woods Inn Resort sa tabi ng isang swimming pool sa Gandhi Nagar sa Bhopal sa tapat ng bahay ni Milind. Inanyayahan nina Milind at Mandira ang Gang sa Bhopal upang talakayin ang pinakabagong plano ni Mobius sa isyu ng Gorkhaland. Noong nakaraang linggo, si Mobius broached ang plano ng laro sa Sumitra. Nakakagulat na hindi sipa ni Sumitra ang kanyang bum o pinayuhan siya. Sinabi lang niya na dapat makipag-usap si Mobius sa Gang. Bumaba sina Shiv at Chandrika mula sa Jabalpur sakay ng tren. Sina Mobius at Sumitra ay nag drive down mula sa Satna sa kanilang Honda City. Nagpasya si Mobius na huwag nang lumabas sina Junali at Manisha dahil sa sensitivity na kinasasangkutan. Habang nagsasalita sa loob ng isang oras, napagtanto ni Mobius na siya ay may pansin ng rapt ng Gang. Lahat ay spellbound, at walang nagsalita habang nagsasalita si

Mobius. Sa wakas, siya concluded sa paglipas ng isang ikot ng inumin, pinalamig beer, whisky, at isang array ng meryenda mula sa tandoori manok, pritong isda cutlets, aloo chaat, paneer tikka at papad, inayos ni Milind sa Resort.

Nagkaroon ng isang natulala na katahimikan, at pagkatapos ay nagsimulang pumalakpak si Mandira, na sinundan nina Shiv, Milind, at Chandrika. Nagdrowing si Sumitra ng mga bilog gamit ang daliri sa napkin sa ilalim ng kanyang plato. Matapos ang maraming pagtulak at pagtusok ng daliri nina Mandira at Chandrika, sumali si Sumitra sa pagpalakpak.

Unang nagsalita si Shiv, "Mobsy, ang plano mong ito ay gagawa ng isang mahusay na pelikula sa Netflix at Amazon Prime, ngunit gayunpaman, isang magandang ideya. Kailangan mong dalhin ang ilan sa mga senior tauhan ng Gorkha Army sa tiwala. Kung paano sila magpatuloy ay magiging isang mapanlinlang na affair. Ang anumang palatandaan ng kawalang kasiyahan sa mga ranggo ng Gorkha ay maaaring spiral out of proportion bilang isang malubhang paglabag sa maling pag uugali ng Army, na humahantong sa hukuman militar at pagwawakas ng serbisyo. Kung ang anumang bagay ay humantong sa iyo, maaaring nangangahulugan ito na makakakuha ka ng naaresto ng pulisya para sa inciting isang pag aalburoto sa pamamagitan ng Gorkha komunidad at paglalagay ng seguridad ng bansa sa panganib. "

Sumunod na nagsalita si Milind. "Magandang plano, Mobsy. Siguraduhin mo lang na hindi ka maaresto. Kailangan mong manipulahin para walang makahula kung sino ang mastermind sa likod ng masterstroke. By the way, nakuha mo ba ang bum mo na sinipa ni Sumi Didi so far " Napatawa siya sa sarili at saka natawa. Nagsimulang tumawa ang lahat maliban kay Mobius.

Sinusuportahan ni Chandrika ang kanyang asawang si Shiv. Mahusay na ideya, Mobsy. Gayunpaman, maglaro ng ligtas at manatili sa kanang bahagi ng batas.

Shiv intervenes, "Mobsy, hindi ko nais na gawin itong lumitaw bilang isang sitwasyon ng 'KLPD', ngunit sa pangalawang pag iisip, maaaring hindi ito isang magandang ideya para sa iyong kaligtasan.

Nagtaas ng kilay si Chandrika, natulala sa hindi pamilyar na acronym. "Ano ang ibig sabihin ng 'KLPD', mahal "

Nagbigay ng maruming tingin ang Gang of Six kay Shiv. Si Sumitra ang unang nag react. "Wala kayong etits mga Dosco. Hindi ba pwedeng mas mindful kayo sa language nyo Akala ko si Mobsy lang ang masamang lout sa amin na may suporta mula kay Mandy. Ngayon, sino ang magrereply sa query ni Chandrika."

Nagdalawang isip si Mobius, maingat na pinili ang kanyang mga salita. "Eh, medyo krudo ang parirala, Chandrika. Hindi ito isang bagay na ginagamit namin sa magalang na kumpanya. Sabihin na lang natin na ito ay isang kataga na nagpapahiwatig ng pagkadismaya o pagkabigo. Mas mabuting huwag na lang mag dwell dito, talaga."

Sagot ni Shiv, "Salamat Mobsy. Nadulas ang dila ko."

"OK lang, Shivvy. Tama ang timing mo, pero mali ang lugar. Kailangan nating maging maingat sa harap ni Sumi Didi o harapin ang matinding kahihinatnan," sabi ni Milind, nakangiti kay Sumitra.

Pagbabago ng paksa, sinabi ni Mandira, "Ito ay madaling ang pinakamahusay na solusyon para sa Gorkhaland. Mahusay na utak alon Mobsy. Love you para dito. Ikaw ang nakatakdang mamuno sa mga Gorkha mula sa harapan. Isang tunay na mandirigma." Nagbigay ng maruming tingin si Sumitra kay Mandira.

Tumayo si Mandira mula sa kanyang upuan at nagpahayag, "Mobsy darling, yayakapin kita at hahalikan nang walang anumang pahintulot mula kay Sumi sa pagkakataong ito."

Natatakot na tumingin si Mobius kay Sumitra.

Sagot ni Sumitra, "Matanda na si Mobsy para magdesisyon."

Milind mediated, "Mobsy, Sumi Didi ay pissed off. Hayaan mo na lang si Mandy na mag peck sa cheeks ka lang."

Sa isang buoyant mood pagkatapos ng tatlong pegs ng 'Johnnie Walker Black Label' sa loob niya, Shiv sinabi, "Mobsy, lips ay OK. Walang dila na nagtutulak sa loob ng bibig ng isa't isa."

Nahihiya sa patuloy na pag uusap, Chandrika chided, "Ikaw Doscos ay isang mischievous lot."

Tumayo si Mandira sa harap ni Mobius, niyakap siya ng isang pisngi na hinagod, ngumiti, at sinabi, "Ayaw mong gumawa ng anumang ilegal ngayon. Siguro sa hinaharap."

Mapanglaw na nagsalita si Sumitra kay Mandira. "Salamat ng isang milyon Mandy. Ikaw ang gumawa ng araw ko."

Nakialam si Shiv at sinabi kay Mobius, "Ang iyong puwit ay naligtas mula sa biglaang paghihirap, salamat sa mabuting kalooban ni Sumi."

Irately comment ni Mobius, "Kayo, putulin ang mga crap at huwag kayong ma divert sa prime objective natin."

Milind piped in, "Una, kunin natin ang huling hatol mula kay Sumi Didi."

Matiyagang naghintay ang lahat, nakatingin kay Sumitra.

Sa huli, nagsalita nang malungkot si Sumitra, "Sang ayon ako sa plano. Pero pwede ba nating paghiwalayin ang pagkain ni Mobsy sa Kulungan Pupunta ako para sa tanghalian. Mandy para sa hapunan at Chandrika para sa almusal."

Kinagat nina Milind at Mandira ang kanilang mga labi para hindi matawa. Ginawa ni Chandrika ang lahat para manatiling tuwid ang mukha. Ngumiti si Shiv, ipinakita ang kanyang front teeth.

Nang makita na ang apat sa anim, kabilang ang kanyang sarili, ay masira sa tawa anumang sandali, si Mandira ay nagsalita, "Okay ba ang chicken Maggie Noodles para sa hapunan, mahal ni Mobsy "

Sinabi ni Mobius sa isang nakagagalit na tono, "Walang pinsala sa pagdaragdag ng French fries, masyadong, Mandy!"

Matapos ang lahat ng tao ay may pusong tawa, si Shiv ang unang napanatili ang kanyang pagtitimpi. "Bumaba tayo sa ilang seryosong negosyo. Sa halip na direktang makipag usap sa mga matatandang tauhan ng hukbo ng Gorkha, tingnan muna natin ang kanilang tugon sa konsepto sa likod nito. May kilala akong Gorkha Colonel personally. Ako ay ayusin ang isang normal na get together sa Delhi sa isang mutual na lugar ng kaibigan. I will broach the subject without mentioning Mobsy's name kapag kami lang ang nag iisa after dinner with a whisky. Kung tumango siya nang may pag apruba, kukuha ako ng higit pang mga detalye. Gayunpaman, sa unang palatandaan ng pagkabigla at kawalang paniniwala, ako ay clam up tulad ng isang oyster shell sa ilalim ng Mediterranean Sea baybayin, tumingin befuddled, at humingi ng paumanhin sa isang slip ng dila. "

Sinabi ni Milind, "Magandang ideya iyan, Shivvy. Kailangan nating pag-aralan ang paksa sa napakaingat na paraan at umatras nang mabilis kung mag-backfire ito."

"Ilagay mo muna ang mga daliri mo sa paa, Mobsy, para masubukan ang init nito. No point sa pagkuha ng toasted nang hindi kinakailangan, "placated Chandrika.

Sumitra chipped in, "Mobsy, seryoso sa tingin ko kailangan mo munang talakayin sa iyong MD dahil sinusuportahan niya ang Gorkhaland sanhi lantaran. Kausapin mo siya. Siguro magbibigay siya ng magagandang ideya sa inyo. Binalaan ka na niya dati na huwag kang makikipag-ugnayan sa maling panig ng batas. Kung panatilihin mo ang iyong MD sa loop, magkakaroon ka ng kanyang walang kundisyong suporta."

Nang madama na mas makapagpapalakas ng loob si Sumitra tungkol sa ideya, nagpasiya si Mobius na sumama sa kanya.

Sa mensahe sa lahat, nagsalita si Mobius, "Kakausapin ko ang MD bukas at hahanapin ang kanyang opinyon. Ang gayong mga bagay ay hindi maaaring i email, o ilagay sa sulat." Sabi pa nito na biglang tinuro sina Shiv at Milind. "Tandaan mo ang Dosco Lt. General Vipul Shingal, Kumander ng Sudarshan Chakra Corps sa Bhopal? Nag host siya ng lunch para sa batch namin last year sa October. Naaalala ko pa na iniharap ko ang aking libro sa pagtakbo sa kanya. Makikipagkita ako sa kanya sa ilalim ng pagkukunwari na magbigay ng mensahe sa kanyang mga opisyal. Pagkatapos, tingnan natin. Dahil nasa Bhoppal si Milind, mabuti kung sumama ka sa akin. Pareho kaming maaaring gumawa ng isang magkasanib na programa sa fitness para sa mga opisyal. "

Sagot ni Milinid, "Sige, Mobsy. Kahit anong oras."

Agosto

Mahalagang Pagpupulong sa MD

May meeting si Mobius sa opisina ng MD ng 10 am. 9:45 am na siya sa lobby at 9:55 am na siya pinasok sa MD's lounge. Habang lumubog siya sa plush beige colored leather sofa, pinagnilayan niya ang kanyang anim na pagbisita sa MD sa nakalipas na dalawang buwan. Unti unti nang nagiging pangalawang tahanan niya ang opisina ni MD. Pumasok ang MD na mukhang ravishing sa isang silk Odisha saree. Tumayo si Mobius para mag wish sa kanya. Wow, mas kamukha pa niya si Kittu Gidwani, naisip niya.

"Mobius, marami akong dapat pag usapan sa iyo pero kakaunti lang ang oras. Kaya simulan natin, di ba Anong juice ang gusto mong inumin, Orange, Mango o Lemon "

"Kung ano man ang kukunin mo, gagawin ko," magalang na sagot ni Mobius.

Dinampot ng MD ang intercom at sinabing, "Dalawang orange juice, please."

Ginawa ng MD ang kanyang sarili komportable sa kanyang upuan at sinabi, "Mobius, una, hayaan mo akong sabihin sa iyo na ang Lupon ng mga Direktor ay masaya sa pag unlad na ginagawa mo tungkol sa paggawa ng mga contact para sa pagtatatag ng aming planta ng semento sa distrito ng Darjeeling. Pero bago tayo magproceed, tapusin muna natin ang trivial. Iniulat ng HR ang isang kaso sa Satna Plant tungkol sa dalawang babaeng inhinyero na nais na magpakasal sa isa't isa. I assume siguro na matagal na silang magkarelasyon ng bakla. Bago namin tapusin ang kanilang mga serbisyo, nais kong makipag usap sa iyo. Lagi kang nag iisip out of the box. Hayaan mo na lang ako sa suggestion mo. Maging prangka talaga. Anumang sabihin mo ay nananatili sa pagitan natin, Mobius."

Pagkatapos ng isang pause, Mobius nagsimula, "Alam ko ang parehong mga kababaihan. Sa kanilang pag uugali at kilos ng katawan, nahulaan ko na sila ay mga tomboy. Ngunit ang usapan na ito tungkol sa kasal ay isang bagay na bago at hindi inaasahan. Madam, sa totoo lang, nagbago na ang panahon. Ang pagkilos at pag-uugali ng mga kabataan ngayon ay nagpapakita ng lohika. Naputol na ang mga shackles ng social morals. Hindi na bawal ang maraming pagbabago sa lipunan at pag uugali. Unti unti nang tinatanggap ang LGBT community sa ating lipunan. Kailangan nating kumuha ng isang nakikiramay na pananaw sa partikular na kasong ito. Alam ko na ito ay isang nakakabahala sandali para sa aming mga empleyado. Na, ang batas ng draconian tungkol sa kultura ng bakla na isang parusa na pagkakasala ay inalis mula sa IPC Code of Conduct. Hindi na ngayon krimen ang dalawang homosexual o tomboy na magkasama. Gayunpaman, kamakailan lamang ay pinag uusapan at pinagdedebatehan sa Korte Suprema ang mga batas sa kasal noong Abril ngayong taon. Sa paligid ng 50 petitioners ay lumapit sa tuktok na hukuman na humihiling para sa legalisasyon ng mga kasal ng parehong kasarian, na nagsasabing ang pagtanggi sa kanila ng karapatang magpakasal ay labag sa konstitusyon at lumabag sa kanilang mga pangunahing karapatan. Nagkaroon ng isang malupit na pagtanggi na tanggapin ang kasal sa pagitan ng mga bakla ng naghaharing Pamahalaan mula sa Center, Ngunit ang Korte Suprema ay pabor at nais na magmungkahi ng isang susog sa Special Marriage Act. "

Dagdag pa ng MD, "Kung magtatagumpay sila, ang India ay magiging pangatlong bansa lamang sa Asya na nagpapahintulot sa mga unyon ng parehong kasarian pagkatapos ng Nepal at Taiwan, limang taon lamang matapos i decriminalize ng korte ang homosekswalidad." Tumigil muna ang MD at saka nagtanong, "Pero hindi ba't sa tingin mo, bilang isang korporasyon, dapat nating ilayo ang naturang kontrobersiya Higit sa lahat, si Mobius, sino ang magiging asawa at sino ang magiging asawa Paano magpapasya ang mag-asawa tungkol dito? Kung mag ampon sila ng isang buwang gulang na bata, sino ang karapat dapat sa maternity benefits ng dalawang magkaparehong kasarian na mag asawa Bukod pa rito, ang susunod sa aming samahan, maaari kaming magkaroon ng dalawang lalaki na nais ang parehong relasyon ng mag asawa. Bilang lalaki, ano ang pananaw mo Sinasabing nagmula sa Africa ang HIV Virus dahil sa homosekswal na pag uugali."

Nag isip nang malalim si Mobius at sumagot, "Personally, I am against gay marriage. Kung gusto ng dalawang bakla na magkatuluyan, negosyo nila ito. Gayunpaman, ang kasal sa pagitan ng magkaparehong kasarian ay hahantong sa unti unting pagkasira ng mga pagpapahalagang moral sa isang sibilisadong lipunan. Sa isip ko, kung may magkaparehong kasarian, hindi mo siya mapipilit na magpakasal sa opposite gender. Gayunpaman, kung ang oryentasyon ng kasarian ay pangunahing makamundo sa kalikasan, maaari itong humantong sa sodomy ng mga inosenteng indibidwal sa pagitan ng mga lalaki, na, sa kasalukuyan, isang krimen at itinuturing na panggagahasa. "

Ang MD remarked, "Mobius, naaalala ko ang hue at sigaw sa 2018 sa ibabaw ng landmark paghatol sa 6 Setyembre 2018, na struck down ang draconian batas sa ilalim ng Seksyon 377, isang relic ng British kolonyal na panuntunan, ng Indian Penal Code na punishes 'karnal pakikipagtalik laban sa order ng kalikasan' na may 10 taon sa buhay sa bilangguan. "

Sumagot si Mobius, "Oo, naaalala ko nang napakahusay ang paghatol na iyon. Marami ang nagdiwang noon ng LGBT community. Simula noon, hindi na criminal offense sa bansa ang same sex relations. Ang korte ay affirmed na walang sinuman ay dapat discriminated laban sa kung kanino sila nagmamahal o kung ano ang ginagawa nila sa privacy ng kanilang kwarto. "

"Gayunpaman, Mobius, nang walang karagdagang pagkaantala, ako ay nagpasya na ilipat ang parehong mga kababaihan sa hiwalay na mga opisina sa Chennai at Delhi, sinasadya ang paglikha ng distansya upang pigilin ang anumang cohabitation. Ang desisyong ito ay nagsisilbi ring isang matatag na mensahe sa aming mga empleyado, na hinihimok silang magpakita ng pagpipigil at sumunod sa mga propesyonal na hangganan. "

"Salamat sa kabaitan mo, Madam."

Tanong ng MD, "Mobius, may importante kang dapat pag usapan. Sige na lang po."

Sumagot si Mobius, "Ang kilusang Gorkhaland, sa kabila ng aming pinakamahusay na pagsisikap, ay hindi pa tumataas. Kinailangan naming tumakbo ni Tita Junali ni Manisha para makatakas sa dragnet ng pulisya sa Kalimpong. Dumating kami sa Sikkim matapos tumawid sa Teesta River ng madaling araw matapos na ma hounded ng mga aso ng pulisya sa gabi. Ang aking mga magulang ay tense tungkol sa bagay na ito, lalo na ang aking ama, na nag iisip na ang Gorkhaland ay isang nasayang na pagsisikap. Ang aking asawa ay sumusuporta sa akin atubiling, at ang aking anak na babae ay nag aalala para sa akin. "

Sinabi ng MD, "Mobius, kung gusto mong lumabas, sabihin mo lang ang salita. Ang mga inroads natin sa mga planta ng semento sa lugar na iyon ay magpapatuloy kahit walang Gorkhaland. Laging mapupuno ang mga kamay mo."

"Hindi, Madam, hindi ako isang tao na mag back out, at mayroon akong isang napaka matapang na plano kung maaari naming hilahin ito sa pamamagitan ng walang sinuman ang nakakaalam kung sino ang nasa likod nito," sagot Mobius.

"Ako ang lahat ng mga tainga Mobius. Sige na nga."

Nagsalita si Mobius, "Una kong narinig ang ideyang ito mula sa isang napaka hindi pangkaraniwang pinagmulan, isang Gorkha waiter na nagtatrabaho sa IRCTC Lounge ng New Delhi Railway Station. Kung pukawin natin ang mga sundalong Gorkha na maghimagsik sa loob ng kanilang mga rehimen upang sumali sa Hukbong Ruso, ang pag aalburoto ay maaaring pilitin ang Gobyerno na ipagkaloob ang Gorkhaland. An ultimo nga karuyag han Gobyerno amo an pagkawala han pinakamaopay nga puwersa han pakig - away ha Army - Gorkha Regiment. Ito ay may upang gawin discreetly sa pamamagitan nudging ang ilan sa mga nangungunang echelons ng Gorkha Regiment. Sa aking opinyon, lamang ng isang tsismis ay sapat na upang lumikha ng Gorkhaland. Ang aking mga kaklase sa paaralan ay tutulong sa akin upang makipag usap sa ilan sa mga matatandang lalaki ng hukbo ng Gorkha. Ang problema, kung may mag squeals na tayo ang nasa likod nito, maaaring humantong ito sa pag aresto."

Pagkatapos ng isang pensive sandali, sinabi ng MD, "Mobius, bagaman ang karamihan ay banggitin ang ideya na ito bilang katawa tawa, sa palagay ko ito ay perpekto. Gayunpaman, ang iyong diskarte ay mali. Kailangan nating ipalaganap ang tsismis sa hanay ng armadong pwersa nang walang nakakaalam kung sino ang nasa likod nito. Kamakailan ay nag recruit ako ng isang binata, si Aryan D'Silva, sa aming Corporate IT department upang tulungan kami sa aming mga digital na ad. Napaka unusual ng hobby niya. Siya ay isang sinanay na hacker. Maaari itong sumibak sa anumang tatlong tier na sistema ng seguridad, pumasok sa kabila ng intensive fire-walling, at lumabas nang walang bakas. Nagtrabaho siya sa loob ng dalawang taon sa isang kumpanya sa Israel, kung saan sinibak niya ang website ng Defense ng Israel sa isang palabas ng bravado, sinabi na isa sa mga pinaka secure na website sa mundo. "

Tinanong ni Mobius, "Nadakip ba siya?"

Sagot ng MD, "Hindi, sa kabaligtaran, ang Israeli Intelligence ay humanga at nag alok sa kanya ng isang guwapong halaga upang turuan sila kung paano ito ginagawa. Ito ay humantong sa kanya na makakuha ng isang plum assignment sa Intelligence Wing ng Israeli Army para sa anim na buwan, pagkatapos na siya ay bumalik sa India, na nagbabanggit ng mga bagay ng pamilya. Ang totoo ay natatakot siya na baka matanggal siya lalo pa't nagkaroon siya ng pagkakataong magbahagi at makipagpalitan ng mga tala sa ilan sa mga pinakamautak na hacker sa mundo. Ang kanyang ama ay nag aral ng abogasya sa akin noong kolehiyo. Gustong ligtas ang kanyang anak at kinausap ako. Ganyan ako nag offer sa kanya ng trabaho."

Bulalas ni Mobius, "Wow! Ang mga hacker ng Israel ay kabilang sa pinakamahusay sa mundo, at siya ay nagsanay sa kanila."

Paliwanag ng MD, "Mobius, hayaan mo akong gawin ang pag iisip at pagpapatupad ng plano. Maglatag ka na lang. Ni isang salita sa kahit kanino. Ni hindi man ang iyong malalapit na kaibigan, asawa, o magulang. Dalawang linggo ng tsismis mongering sa mga website ng hukbo ay dapat gawin ang trabaho. Kung magdidelve pa ako sa ibang website ng Gobyerno, baka mahuli tayo. Magcoconcentrate na lang tayo sa Military Intelligence Wing ng Army. Mobius, ngayon ko lang kausapin si Aryan. Bigyan mo ako ng sandali."

Tumayo si MD at lumapit sa bintana sa lounge at bumalik na may ngiti sa mukha matapos ang labinlimang minutong matinding pag uusap nila ni Aryan.

"Sinabi ni Aryan na maaari itong gawin sa loob ng isang linggo at ang isang linggo ay sapat na oras para sa mga nagbabalita. Itatag niya ang server sa isang liblib na bayan ng Maharashtra sa Mahad. Lahat ng pag hack ay gagawin mula doon. May mga maaasahan siyang kaibigan sa Mahad na nagpapatakbo ng food joint sa Industrial Belt doon. Kahit na i trace ito ng Gobyerno, kakailanganin pa rin ng panahon. Pagkatapos ng isang linggo, ang server ay ililipat mula doon at mawasak nang walang anumang bakas.

Ang IP address sa server ay patuloy na magbabago tuwing tatlumpung segundo at nakakakuha ng truncated sa 275 katamtamang laki ng mga industriya sa Industrial Belt. Kahit na ang Government sleuths bakas ang server sa Industrial Belt, sila ay accosted sa herculean gawain ng pagbisita sa bawat server room sa Industrial Belt, paglikha ng kaguluhan sa corporate lupon. Karamihan sa mga industriya sa Mahad ay may kanilang mga head office sa Mumbai malapit."

Tinanong ni Mobius, "Ano ang tungkol sa joint ng pagkain dahil ang aktwal na trabaho ay gagawin mula roon?"

Tugon ng MD, "Magandang tanong, Mobius. Ang joint ng pagkain ay nasa isang lugar na may gitnang lokasyon sa loob ng Industrial Belt, kung saan ang isang minimum na tatlong daang mga tao ng halaman, kapwa executive at manggagawa, ay may kanilang mga pagkain. Ang ilan sa kanila ay may almusal, tanghalian, at hapunan. Ang ilang mga executive ng outstation na bumibisita sa mga kumpanya ay nakaupo sa oras ng pagkain sa restaurant, ginagawa ang kanilang trabaho mula sa kanilang mga laptop. "

Bulalas ni Mobius, "Si Aryan ay isang tunay na utak na lalaki na naisip ang lahat ng ito sa gayong maikling sandali."

Sagot ng MD, "Hayaan mo sa isang lihim. Nagtrabaho si Aryan sa isa sa mga kumpanya - isang tagagawa ng plastic tank - sa loob ng dalawang taon, na nag-set up ng kanilang IT Department. Kaya naman marami siyang alam sa lugar."

Ang Masterstroke at Escape (2023)

ika 21 ng Agosto

Si Aryan D'Silva at ang MD ay nakaupo sa unang palapag ng Sahyadri Residency sa Mahad. Ang kuwarto ay sparsely nilagyan ngunit sa lahat ng natural na kaginhawaan ng isang Rs. 2500 / bawat araw (pagkatapos ng isang 50% na diskwento) OYO room. Ang mga kagamitan sa server at isang katamtamang laki ng mesa na may dalawang laptop ay sumakop sa isang katlo ng kuwarto. Nagcoconcentrate sa screen sina Aryan at MD at nagkaroon ng matinding usapan.

"Madam, sinimulan namin ang aming proyekto kahapon, at nagawa kong mag log in sa tatlo sa pinakamalaking Mga Website ng Militar sa India. Sa Indian Army, mayroong 7 Gorkha Regiments at 40 Battalions na binubuo ng 40,000 Gorkha sundalo. Dagdag pa rito, ang Paramilitar ay may 25 Batalyon ng Gorkhas na naglilingkod kasama ang Assam Rifles na binubuo ng 25,000 sundalo ng Gorkha. Kaya, ang kabuuang bilang ng mga nakikipaglaban sa Gorkhas sa India ay 65,000. Nag log in din ako sa Website ng Aadhar at pinaghiwalay ang lahat ng mga pangalan na tunog ng Gorkha sa network ng Aadhar kasama ang kanilang mga mobile number at co related ang mga ito sa mga ng Armed Forces. Ngayon ay mayroon akong maraming mga numero ng mobile sa pamamagitan ng kung saan maaari akong magpadala ng mga mensahe sa WhatsApp. "

"Aryan," putol ni MD. "Ako rin ang gumawa ng homework. Kung kinakalkula mo ang mga Hindu na nagsasalita ng Nepali sa Darjeeling at Kalimpong, na bumubuo ng 60 porsiyento ng populasyon, nagdaragdag ito ng hanggang sa isang sukat na bilang. Dagdag pa sa mga tauhan ng hukbo ng Gorkha, tapikin ang mga Gorkha na nakatira sa Darjeeling at Kalimpong at panatilihin ang mga numero na limitado sa 2,50,000. Malaki ang namuhunan ko sa super DHCP Server na may 2,50,000 end users. Kilala mo ba si Aryan Ang iyong mga specs para sa DHCP Server at iba pang mga kagamitan na ginawa ang aming samahan poorer sa pamamagitan ng tatlong crores. "

Pisnging sagot ni Aryan, "Madam, sa Dollars o Rupees "

Dinampot ni MD ang isang ceramic coffee mug sa malapit at mapaglarong kunwari ay itinapon ito kay Aryan. Pinihit ni Aryan ang pagtatapon, at parehong natawa. "Kung sa Dollars, Aryan, bankrupt na sana tayo," magaan na sagot ng MD.

Patuloy ng MD, "Aryan, paki explain na lang po ang tungkol sa DHCP Server."

"My pleasure, Madam," tugon ni Aryan. "Dynamic Host Configuration Protocol (DHCP) Server awtomatikong nagpapadala ng mga kinakailangang mga parameter ng network para sa mga kliyente upang maayos na makipag usap sa network. Kung wala ito, ang network administrator ay kailangang manu manong i set up ang bawat kliyente na sumali sa network, na maaaring maging mabigat, lalo na sa mga malalaking network. Ang mga DHCP Server ay karaniwang nagtatalaga ng mga kliyente ng isang natatanging Internet Protocol (IP) address. Sa esensya, ang mga IP address ay kung paano kinikilala ng mga computer sa internet ang isa't isa. Ang iyong internet service provider (ISP) ay nagtatalaga ng mga address ng Internet Protocol (IP) sa iyong mga aparatong konektado sa internet, at ang bawat IP address ay natatangi. Isinasaalang alang ang bawat solong aparato na konektado sa internet ay may isang IP address, bilyun bilyong mga IP address ang umiiral, na nagbabago kapag ang pag upa ng kliyente para sa IP address na iyon ay nag expire. Ang mga DHCP Server ay nakatuon sa paglutas ng mga pinaka mapagkukunan na masinsinang gawain na nangangailangan ng pagproseso ng terabytes ng impormasyon, gumaganap ng ilang daang libo o milyon milyong mga transaksyon bawat minuto, na sumusuporta sa sabay sabay na trabaho ng libu libong mga gumagamit, at maraming scalabilities ng mga mapagkukunan. "

Ngumiti si MD at nagsenyas kay Aryan na tumigil at uminom ng tubig.

Ngumiti si Aryan at sumagot, "Hindi pa parched ang lalamunan ko." Pagkatapos, masaya nagpatuloy, "Kaya sa tingin ko ito ay ligtas na sabihin namin ngayon sa isang posisyon sa WhatsApp ang lahat ng mga Gorkhas sa aming listahan na may isang maingat na worded sulat, parehong sa Ingles at Hindi, sa isang Russian Army letterhead, urging lahat ng may kakayahang Gorkhas naninirahan sa India, upang sumali sa Russian hukbo sa isang kontraktwal na batayan para sa mas mahusay na suweldo at mga kondisyon ng pamumuhay. "

"Napakahusay na trabaho, Aryan. Nagustuhan ko lalo na kung paano mo binago ang draft; inihanda namin ang unang draft tungkol sa pagsali ni Gorkhas sa Wagner Group nang direkta sa halip na ang Russian Army. "

"Totoo po 'yan, Madam. Kinailangan kong i engineer ang pagbabago dahil sa hindi napapanahong pagkamatay ng Wagner Chief Yevgeny Prigozhin sa isang air crash. "

"Aryan, alam nating dalawa kung sino ang nasa likod ng air crash. Puro dugo ang vendetta."

"Alam ko po, Madam. Ngunit bakit masira ang aming mga ulo sa ito kung maaari naming iakma sa pagbabago. "

"Alam mo Aryan, may dalawang maliwanag na ginintuang lalaki ako sa samahan natin. Si Mobius Mukherjee at ikaw."

"Met Mobius dalawang beses sa ngayon. Ang kanyang mga tumatakbong pagsasamantala at paghahangad ng Gorkhaland ay maalamat—isang tunay na makabayan ng India. Kung kailanman Gorkhaland ay nabuo, Mobius karapat dapat ng isang lugar sa Gabinete ng mga ministro. Madam, alam mo ba Mobsy ang tawag sa kanya ng ilan sa mga malalapit niyang kaibigan."

"Oo nga. Kilala ko si Aryan. Si Mobius ay may ilang mga kaibigan sa paaralan na napaka tapat sa kanyang layunin. Binibigyan siya ng mga ito ng napakalaking suporta sa isip. Gayundin ang kanyang asawang si Sumitra, na mas matanda sa kanya ng anim na taon at isang napaka mature na babae. Pinoprotektahan niya ito na parang tigress na nagpoprotekta sa kanyang asawa. Maraming taon na ang nakalilipas, si Mobius ay nagkamali sa kanyang boss, at hiniling ng Plant HR Department Head na umalis siya sa kumpanya. Dumating si Sumitra sa opisina ko kinaumagahan na nababagabag, na may madilim na singsing sa ilalim ng kanyang mga mata, na humihingi ng tawad ko para sa kanyang asawa. Gusto ko si Mobius sa simula pa lang, at gayon din ang mga nangangailangan. Si Mobius ay napaka daring at puno ng spunk. Kailangan niya ng asawa na tulad ni Sumitra para tame siya. Si Mobius ay may posibilidad na kung minsan ay mag overboard sa kanyang mga ideya at paniniwala. Minsan ay hinabol ng mga aso ng pulisya si Mobius mula sa isang pulong sa Kalimpong. Umakyat sa isang puno kasama ang tiyahin ni Manisha at nagtago sa gubat sa gabi upang makatakas sa pamamagitan ng bangka sa kahabaan ng Teesta River patungong Sikkim madaling araw kinabukasan. Isang pambihirang tao lamang ang makakaligtas sa ganoon."

"Wow, Madam! Naging triple na ngayon ang respeto ko kay Mobius. Walang duda na siya ay isang matapang, walang katuturang tao ng katalinuhan at palaging walang kibo sa harap ng mga kabiguan. Ipinapaalala sa akin ang Amerikanong aktor na si George Clooney, ngunit may slant mata. "

"Aryan, tama ka talaga. Siya ay kahawig ni George Clooney, maliban sa kanyang mga mata, na talagang nagpapatingkad sa kanyang mga kapansin pansin na tampok. Oo, gwapo si Mobius, walang duda."

Matapos ang isang pause, ang MD ay nagpatuloy, "Aryan, gaano kabilis ang ramifications "

Si Aryan, pagkatapos ng isang pag iisip, ay sumagot, "Magtatrabaho ako sa buong gabi sa pag tweak ng software upang maglingkod sa aming mga kinakailangan. Sa pamamagitan ng maaga bukas ng umaga, ang lahat ng mga Gorkha lalaki at ilang mga kababaihan sa aking listahan ay makakatanggap sa pamamagitan ng WhatsApp ang paanyaya sa pekeng letterhead ng Russian Army, nag aanyaya sa lahat ng mga Gorkha may kakayahang lalaki upang sumali sa Russian Army. Naglagay na rin ako ng clause na gagawin silang permanente matapos maglingkod ng isang taon sa Russian Army. Ang sulat ay may pekeng lagda ng umiiral na Chief of the General Staff sa ilalim ng Russian President. Magkakaroon ng dalawang bersyon, isa sa Ingles at ang isa sa Hindi, upang bigyan ito ng isang mas authenticated hitsura. Sa lahat ng Gorkhas, lilitaw na parang ang Russian Army ay sadyang nagpadala ng isinalin na bersyon upang makipag usap sa kanila. Very sa lalong madaling panahon, makikita mo ang balita sa TV Channels at mga pahayagan tungkol sa Gorkhas views sa imbitasyon na ito. Sa loob ng dalawang araw, inaasahan kong mariing pabulaanan ng Pamahalaang Ruso ang tsismis na ito. Ngunit ito ay magpapalakas lamang ng apoy, naghihirap at nakakagambala sa Central Government at Army Headquarters. Sa wakas ay hahantong ito sa Pamahalaang Sentral na gumawa ng isang mabilis na positibong muling pag iisip sa katayuan ng Gorkhaland. Inaasahan ko na ang mga kapangyarihan ay ipahayag ito sa pagtatapos ng buwan na ito o mas maaga. Ang mas maraming pagkaantala nila ang mas malungkot at desperado ang Gorkhas sa armadong pwersa ay magiging. "

"Genius ka Aryan, na makumpleto ang project namin sa loob ng dalawang araw imbes na ang mas maaga naming binalak na one week."

"Madam, necessity ang ina ng imbensyon. Gayunpaman, agad na tatawagin ng Gobyerno ang mga hacker ng Israel upang siyasatin ang bagay na ito. Dahil ang aming mga algorithm ay tumutugma sa kanila, ito ay lamang ng isang bagay ng oras bago ang ilang mga matalinong tao ay ilagay ang dalawa at dalawang magkasama. Huwag kalimutan, Ginang, ang Israeli cyber arms Company NSO Group ay dinisenyo ang Pegasus spyware na mai install sa mga mobile phone na nagpapatakbo ng iOS at Android. "

"Kaya nga Aryan, shift base tayo bukas mismo. Gumagalaw kami sa isang pribadong sasakyan patungo sa Mumbai, limang oras mula sa Mahad. Sa daan sa isang liblib na stop, tulad ng bawat plano, inilibing namin ang server sa lugar ng kagubatan pagkatapos alisin ang lahat ng mga card ng imbakan. May mga tao na akong nagtatrabaho dito. Pagdating sa Mumbai, lumilipad kami papuntang Delhi. Ako ang mag aayos ng iyong air ticket sa Kathmandu. May overseas Office kami doon. Pero hindi ka pumupunta sa opisina. Ikaw ay nagiging isang multo at mawala sa manipis na hangin para sa lahat ng praktikal na layunin, lamang pagkakaroon ng isang solong punto contact. Ikaw ay mahusay na tumingin pagkatapos sa isang ligtas na bahay. "

Si Aryan, bahagyang nag aalala, "At hanggang kailan pa 'yan, Madam "

"Hanggang sa ang bagong statehood announcement ay ginawa, na hinuhulaan ko ay tumagal ng tungkol sa isang buwan o marahil mas mabilis. Medyo malinaw, ang aktwal na estado ay mangyayari nang mas maraming mamaya. "

Mukhang nakahinga nang maluwag, sinabi ni Aryan, "Sana matupad ang hula mo, Madam."

Ngumiti si MD at sinabing, "Aryan, dapat mas may tiwala ka sa MD mo. By the way, Aryan, magkakaroon ka ng lahat ng oras na mag isip kapag ikaw ay nagtatago. Binibigyan ko kayo ng ilang mga kaisipan para sa hinaharap. Maaari mong ilagay ang iyong pag iisip cap dito. "

Ngumiti si Aryan at sumagot, "Nasasanay na ako sa ganitong paraan ng pag iisip. Sige na po, Madam."

Sa isang reflective mood, sumagot ang MD, "Binibigyan ko si Mobius ng mas maraming responsibilidad. Sisiguraduhin namin na ang Gorkha

National Unity Front ay gumagawa ng mabuti sa halalan sa West Bengal upang i project ang pag angkin ni Manisha bilang front runner para sa bagong estado ng Gorkhaland. Ang katanyagan ng mga Gorkha Political Party ay napaka dynamic. Kung ang isa ay magpoproyekto ng maayos sa partido, ito ay mananalo sa eleksyon. Ako ay naglalagay sa iyo sa singil ng IT department upang matulungan ang Mobius at Manisha shore up suporta para sa Gorkha National Unity Front sa mga platform ng social media. "

Tugon ni Aryan, "Siyempre, Madam, magiging proud privilege ko na gawin ito. Wow! Ngayon naiintindihan ko na kung bakit ikaw ang MD ng ikalimang pinakamalaking grupo ng semento sa bansa. Ang hindi ko maintindihan, Madam, ay kung paano ka nananatiling nakatuon sa pagkamit ng iyong mga layunin."

"Medyo simple lang Aryan, hindi ko pinapayagan ang kaliwang kamay ko na malaman ang ginagawa ng kanang kamay ko," sagot ni MD.

Nakangiti, nag gesture ang MD kay Aryan. "Matulog ka na, Aryan. Mayroon kang isang mahabang gabi ng pag hack upang gawin. Pupunta ako sa katabi kong silid. Dalawang oras akong matutulog, hahabulin ang mga e mail ko, at babalik ako sa loob ng tatlong oras."

Hindi makapaniwala na sumagot si Aryan, "Nakasama mo si Mobius sa marathon balang araw. Mayroon kang katatagan upang isagawa ito."

Ginawa ni MD ang victory sign kay Aryan at lumipat sa kanyang hotel room. Maya maya pa, bumukas ang hotel room ni Aryan, at sumilip ang MD at pumasok. "Ah, by the way, Aryan. Tiniyak mo ba na naka off ang lahat ng CCTV camera sa hotel "

"Hindi lang yun," sagot ni Aryan, "Pero pati na rin, ang mga pangalan namin sa hotel register sa reception ay fudged."

"You are one sharp cookie, Aryan," tugon ng MD, na nag iwan ng bakas ng 'Louis Vuitton' na amoy sa likod niya nang isara niya ang pinto.

ika 25 ng Agosto

Ang Punong Ministro ng Emergency Meeting

Nagmumuni muni ang PM sa kanyang opisina. Nakatakdang pumasok ngayon sa kanyang opisina ang Home Minister, Chief of Army Staff, at ang Minister of Information Technology. Naging magulo ang nakaraang

24 oras. Dalawampu't pitong kilalang mga channel sa TV sa buong bansa, plus maraming mga lokal na mga, ay gleefully airing ang balita tungkol sa Gorkhas mula sa Gorkha Regiments sa Indian Army umaalis para sa Russia upang sumali sa kanilang Army para sa mas mahusay na pay at mas mahusay na amenities. Pinangakuan din silang gagawing permanente matapos ang isang taong contractual service. Ang kabuuang lakas ng Gorkhas sa Army at Paramilitary (Assam Rifles) ay halos 65,000—isang problemang figure. Ang balitang ito ay walang modicum ng katotohanan, ngunit wala siyang magagawa tungkol dito. Ang pinakamahusay na mga tao sa IT mula sa Ministry of Electronics at Information Technology ay nagtatrabaho sa kung paano nilikha ang problema.

Isang flurry ng activity ang nasa labas lang ng pinto ng PM, at pumasok ang trio. Nag gesture ang PM sa kanila na umupo. Ang Home Minister ay nakaupo sa pagitan ng Chief of Army Staff at ng Ministro ng Information Technology. Ang ikaapat at ikalimang tao, ang Head ng Indian Computer Emergency Response Team, at ang kanyang Personal Secretary ay nakaupo nang kaunti sa mga pangunahing miyembro para sa emergency meeting ngayon.

Umubo ang Home Minister at siya ang unang nagsalita. "Kami ay zeroing in sa mga hacker na hack ang Military at Aadhar Websites. Maaari naming mahanap ang lugar mula sa kung saan nagsimula ang lahat sa loob ng anim na oras. "

"Bakit hindi mas maaga " sabi ng PM gruffly.

"PM Sir," pahayag ng Ministro ng Information Technology. "Sila ay gumagamit ng Israeli software, na kilala lamang sa kanilang bansa. Maaari itong baguhin ang IP address tuwing ilang segundo. Kailangan ng oras para sa detection. Ang gitnang server ay malamang na matatagpuan tungkol sa 169 kilometro malapit sa Mumbai sa isang bayan na tinatawag na Mahad. Makakarating tayo sa kanila sa lalong madaling panahon."

Hiniling ng PM na magsalita ang Chief of the Army. Ang Chief candidly nagsalita, "Oo, PM Sir, ang mensahe sa pamamagitan ng WhatsApp ay nakarating sa maraming mga Gorkha sundalo. Gayunpaman, lahat sila ay gumagawa ng isang muling pag iisip. Ang aming mga think tank ay nagtatrabaho sa isang amicable solusyon. Walang dapat ikabahala, pero kailangan nating i stem ang daloy ng mga mensahe dahil nakukuha rin itong idirekta sa mga mamamayan ng Gorkha sa Darjeeling at Kalimpong. Wala akong kontrol sa aspeto na iyon."

Pagkatapos ng isang oras, natapos ang pulong, at hiniling ng PM sa Home Minister na manatili sa likod. Parehong nag iisa ang PM at HM. Maikli ang sinabi ng PM, "Motabhai, time is up. Kung kailangan ninyo ng tulong mula sa mga hacker ng Israel, ipaalam lamang sa akin; Ako ay magsasalita sa kanilang Pamahalaan. Ang kanilang Punong Ministro, ay isang personal na kaibigan. Subaybayan ang mga ito at malutas ang bagay na ito kaagad. Gawin mo ang anumang kailangan."

Dahan dahan na bumangon ang HM mula sa kanyang kinauupuan. Inanyayahan siya ng PM na umupo muli at maingat na sinabi, "Nakinig ako kanina sa iyong mga sermon tungkol sa Gorkhaland. Nakagawa na ako ng ilang muling pag iisip. Ang panunungkulan ng 17th Lok Sabha ay nakatakdang magtapos sa 16 Hunyo 2024. Ang Indian General Election ay gaganapin sa pagitan ng Abril at Mayo 2024 upang ihalal ang mga miyembro ng 18th Lok Sabha. Simulan natin ang proseso para sa kapanganakan ng isang bagong estado sa lalong madaling panahon. Makakakuha tayo ng sapat na suporta para dito. Ang bagong estado ay maaaring mabuo sa pagtatapos ng 2024. Magiging fitting start din ito sa bagong limang taong panunungkulan natin. Hayaan ang Gorkhaland na maging regalo natin sa kaarawan ng Bansa sa 2024. Alam ko Motabhai na ibibigay mo sa akin ang iyong buong pusong suporta."

"Siyempre, PM Sir. Lagi akong may malambot na sulok para sa mga Gorkha. Ay magsisimula ang proseso para sa isang bagong statehood kaagad, "sagot ng HM, umaalis sa kuwarto na may kanyang likod hunched, pagod ngunit nakangiti. Sa pintuan, ang HM ay tumalikod at nagsabi, "PM Sir, sa tingin ko maaari naming gumawa ng isang anunsyo sa loob ng isang buwan sa pamamagitan ng pagtatapos ng Setyembre tungkol sa isyu ng Gorkhaland. Papayapain nito ang mga Gorkha sa Army. Kasi, hindi naman natin kailangan ng untoward incident sa bagay na ito."

"Motabhai, ikaw ang mas mabuti kong konsensya. Sige na lang po. Sa katunayan, subukan at gawin ang anunsyo nang mas maaga," sagot ng PM na may ngiti.

ika 27 ng Agosto
Ang Pagtakas ni Mobius para sa Katarungan

Si Mobius ay naglalakad kasama ang kanyang anak na si Ayushi patungo sa Venus Bakery sa Rewa road sa Satna nang isang babaeng sub-inspector ang sumakay ng motorsiklo sa tabi nila. "*Namaste, Mukherjee Saheb*," (Pagbati, Mr. Mukherjee) ang sub inspector ay ngumiti kay Mobius.

Kinilala ni Mobius ang sub inspector na si 'Perky Boobs' bilang parehong babae na kinuha ang pahayag ni Ayushi sa ospital, kung saan maraming taon na ang nakalilipas, siya ay gumagaling mula sa isang sugat na naghihirap sa sarili sa kanyang pulso.

"*Inspector Memsaheb. Aap kaise ho?*" (Madam Inspector. Kumusta ka na) sagot ni Mobius.

"*Kuch gadbad chal reha hai aapke baare me. Tripathi aap keleye ladai kar rahe hai paruntu yeh CBI ka mamlahai. Yeh mamla Gorkhaland kebaare meh hai. Ingat ka raho.*" (May mga masasamang galaw na nakapalibot sa iyo na nagaganap. Tripathi Saheb ay pagkuha ng up ang cudgels sa iyong ngalan, ngunit ang CBI ay kasangkot. Isang bagay na konektado sa Gorkhaland. Mag ingat ka na lang).

"*Meh aapki maherbani kabhi nahi bhoolanga.*"(Hindi ko malilimutan ang iyong kabutihang loob) Ngumiti si Mobius sa kanya sa gitna ng pag-aalala na lumalaki sa loob niya.

Ngumiti ang sub inspector kay Ayushi at sandaling nagtanong tungkol sa kanyang kalusugan. Siya rin pinuri Ayushi sa hitsura slimmer kaysa sa dati, na iniwan Ayushi isang maliit na bagay napahiya ngunit sa isang masaya tala.

Nang muling ibalik ng sub-inspector ang kanyang motorsiklo at tumakbo palayo, masigasig na nakinig si Ayushi sa pag-uusap at sinabing, "Bapi, umuwi tayo kaagad at sabihin ito kay Ma. Kailangan mong umalis ng bahay nang mabilis hangga't maaari."

"Teka, Ayushi, hayaan mo akong magsalita kay Assistant Commissioner Prakash Tripathi."

Hinawakan ni Ayushi ang kamay ng kanyang ama at pinisil pisil ito. "Huwag mo nang gawin ang tawag. Maaaring ma tap na ang iyong telepono dahil ito ay isang bagay ng CBI. Tripathi Tito makakalusot sa amin. Siguro sinadya niyang ipadala sa amin ang sub inspector. Umuwi na tayo agad."

Pinuri ni Mobius ang isang auto-rickshaw, at kapwa nakarating ang mag-ama sa kanilang bahay sa kolonya sa loob ng labinlimang minuto.

Isang tinamaan na Sumitra ang naghintay sa kanilang pagdating sa mga pintuan. "Mobsy darling, ngayon lang ako nakatanggap ng tawag mula kay Assistant Commissioner Prakash Tripathi limang minuto na ang nakakaraan. Mas maganda kung nakuha mo ang iyong sarili nang mabilis hangga't maaari. Ang CBI ay papunta sa iyo tungkol sa Gorkhaland. Nai pack ko na ang iyong rucksack ng iyong mga damit, toiletries, dagdag na pares ng sapatos, tsinelas, mobile charger, torch, compass at hunting knife. Sinabihan ako ni Prakash na sabihin sa iyo na alisin mo agad lahat ng SIM card mo at maging multo. Huwag makipag-ugnayan sa sinuman. Itago mo na lang. Iwasan ang pagpunta sa Railway Station, Airport, o Satna Bus Stand."

"Ibigay mo sa akin ang phone mo, Sumi. Kailangan kong kausapin ang MD ko."

Mabilis na nagsalita si Mobius sa kanyang MD. "Madam, ako ay nasa malalim na tae. Nainform lang ako na ang CBI ang susunod sa akin. Kailangang maging absconding ngayon."

Mahinahong sagot ng MD, "Mobius, pakinggan mo akong mabuti. Lumabas sa iyong Colony Gate. Sumakay ng auto sa aming Marketing Office sa Majdeep. Kilalanin ang Marketing Chief doon, Tapovardhan. Matatanggap mo ang lahat ng mga tagubilin. Baba pataas. Ako ay nasa likod ninyo. Lumipat. Huwag kang mag alala."

Sinabi ni Mobius kay Sumitra, "Sinabi sa akin ng MD na lumipat sa Majdeep. Pinoprotektahan niya ako. Kailangan ko nang gumalaw. Eto ang mobile ko. Tinatanggal ko ang parehong SIMS ko sa mobile phone ko. Itapon mo sila sa likod bahay pagkatapos mong sirain."

Hinalikan ni Mobius si Ayushi sa magkabilang pisngi nito. "Alagaan mo si Ma, Pahadi Princess. Malaki ka na ngayon."

Sumunod na niyakap ni Mobius si Sumitra, "Sorry sa pagkakagulo ninyong dalawa, Sumi."

Ayushi chipped in, "Bapi, halikan Ma at gumawa ng isang run. Ako ay tumatalikod."

Moist ang mga mata ni Sumitra. "Tingnan mo, Mobsy darling, siguro dapat mas sinuportahan kita. Pasensya na po sa ganyan. Ngunit nais kong malaman mo na ako ay isang daang porsyento sa likod mo sa iyong paghahanap para sa Gorkhaland. Huwag mo itong pabayaan ngayon."

Marubdob na hinalikan ni Sumitra si Mobius sa kanyang mga labi, saglit na sinusubok ang dila nito sa kanyang bibig na ang dalawang kamay ay matibay na nakapiit sa kanyang ulo.

Mula sa likod, sumigaw si Ayushi, "Pwede ba akong tumalikod ngayon?"

Parehong magkaisang umugong sina Sumitra at Mobius. "Oo naman, Pahadi Princess."

Bago tumungo sa gate, sinabi ni Mobius, "Okay, kayong mga babae ay nag aalaga sa isa't isa."

Nagkakaisa sina Sumitra at Ayushi, "Ayo Gorkhali!"

Sumagot si Mobius, "Ayo Gorhkali!"

Tumakbo si Ayushi para yakapin ang kanyang ama at bumulong sa kanyang tainga, "Huwag kang sumuko sa mga detractors mo na humahabol sa iyo. Sipain mo ng puwet, Bapi. Ako ay kasama mo sa pamamagitan ng makapal at manipis sa Gorkhaland. Joy Baba Loknath!"

Dumating si Mobius sa Majdeep at nakilala niya si Tapovardhan, na naghihintay ng pag asa kay Mobius.

"Mr Mukherjee, nakakuha ako ng isang cab, na magdadala sa iyo sa Khajuraho sa pamamagitan ng kalsada. 6 pm na ngayon. Maglalakbay ka buong gabi nang walang tigil at makakarating sa patutunguhan sa hatinggabi. Dadalhin ka ng driver doon. Inutusan ko na siyang huwag kayong kausapin. Makikipag usap ka lang sa kanya tungkol sa mga walang kabuluhang bagay tulad ng panahon. Narito ang isang bagong mobile phone na may charger at isang bagong SIM. Isa lang ang number doon. Ito ay ang kapatid ni Vandana na si Rashmi na kasalukuyang naninirahan sa Allahabad. Nakilala mo siya nang dalawin niya ang kanyang kapatid na babae sa Kolonya ng Plantang Satina. Ipaparating niya ang anumang mensahe kay Vandana, na gagawin ang mga nangangailangan. Huwag makipag ugnayan sa ibang tao maliban kay Rashmi. Ito ang mahigpit na tagubilin ng MD. Lahat ng mga pinakamahusay na. Pinili ng MD ang kapatid ni Vandana dahil magiging komportable ka sa kanya since taga department mo si Vandana."

Nang pumasok si Mobius sa kotse, sinabi ni Tapovardhan, "Lahat kami ay ipinagmamalaki ka, Mr. Mobius Mukherjee. Lamang upang ipaalam sa iyo, mayroon kang mga pagpapala ng lahat mula sa Durabuild Cement Limited para sa estado ng Gorkhaland. Alam naming lahat ang inyong mga pagsubok at paghihirap sa nakalipas na maraming taon. Maaari kang magpahinga sigurado lahat ng tao sa aming organisasyon ay nagdarasal para sa iyong tagumpay. Ang driver ay magbaba sa iyo sa isang pribadong tirahan sa Khajuraho. Makakatanggap ka ng mga tagubilin mula roon." Parehong mamasa masa ang mga mata nina Tapovardhan at Mobius.

Si Sumitra ay nasa linya kasama ang mga magulang ni Mobius.

Umiiyak si Sumitra. "Baba, wala akong alam sa kinaroroonan ni Mobsy. Top secret lang ang lahat. Feeling ko wala akong magawa. Buong buhay ko na protektado si Mobsy. Ngayon hindi ko na alam ang gagawin ko."

Sagot ni Baba, "Sumi, para kang Modesty Blaise. Maging matatag ka. Wag ka na mag alala. Ang ating mga Mobsy ay maaaring maging kasing tuso ng isang weasel kung hinihingi ito ng sitwasyon. Kilala mo na si Mobsy simula nang siya ay isilang. May pagka knack siya sa paglabas sa mga tricky situations. Napakaraming beses na niyang ginawa noon. Ibinibigay ko ang telepono sa iyong Ma."

Sa pacifying tone, sinabi ni Ma, "Joy Baba Loknath, Sumi! Wag ka na mag alala. Bababa na kami ni Baba sa Satna. Aalis na kami ngayong gabi. Bukas ng umaga, 6 am na kami sa pintuan mo. Sina Milind at Mandira ay nagsalita kay Baba ilang minuto na ang nakalilipas sa telepono. Sila rin ay makakasama ninyo ni Pahadi bukas ng gabi. Nasa Delhi sa ngayon sina Shiv at Chandrika. Sinabi sa akin ni Shiv na pupunta siya sa headquarters ng Delhi CBI upang malaman kung ano ang nangyari. "

Sumagot si Sumitra nang maluwag, "Joy Baba Loknath, Ma! May mga nakatagong impormasyon sa akin si Mobsy. Dati ay masusing nakikinig siya sa balita, lalo na kapag may programa o balita tungkol sa pagsali ng mga Gorkha sa Russian Army mula sa India. Tulad ng alam mo, Ma, mayroong pagdagsa ng mga mamamayan mula sa Nepal para sa pagkuha ng trabaho sa Russian Army. Tinatalakay din ng mga channel sa TV ang isang posibleng pag alis ng Gorkhas mula sa India upang sumali sa Russian Army. Feeling ko medyo connected si Mobsy kahit hindi responsable."

Tugon ni Ma, "Kung ano man ang mangyari, Sumi. Matalino si Mobsy para hindi ma implicate at sigurado akong wala siyang gagawing kalokohan."

Samantala, nakarating si Mobius sa Khajuraho sa hatinggabi sa isang pribadong tirahan, kung saan ang mga may ari, isang duo ng mag asawa, ay nagpatakbo ng isang restaurant sa ground floor ng kanilang bahay. Ang restaurant ay may isang koponan ng limang empleyado, kabilang ang tagaluto at katulong at tatlong server. Personal na kinuha ng may ari ang mga order, at umupo ang asawa sa cash counter. Ang kanilang anak na lalaki at manugang ay bumababa buwan buwan mula sa Satna para sa ilang araw, kung saan ang anak na lalaki ay nagtatrabaho sa isang planta ng semento.

Si Mobius ay inilagay sa guest room at sinabihan ng asawa na manatili sa loob ng kanyang kuwarto at huwag pumunta sa restaurant. Kinabukasan, almusal at tanghalian ang inihain ng asawa. Kontinental ang mga pagkain. Partikular na nagustuhan ni Mobius ang isda sizzler na nagsilbi na may crispy gulay at patatas daliri chips sa isang dahon ng repolyo sa isang parisukat na kahoy na plato. Kinausap ng MD si Mobius sa gabi sa pamamagitan ng telepono ng asawa.

"Makinig ka, Mobius. Buti na lang nakuha ka namin sa Satna bago dumating ang official warrant for arrest mo bukas ng umaga galing sa Police. Ang kaibigan mo sa Satna Police ang nag delay ng arrest warrant mo. Walang dapat ikabahala. Ang kahilingan para sa pag aresto dahil sa mga singil sa sedisyon na isinampa ng West Bengal Home Ministry sa Union Home Ministry ay flimsy, batay sa isang video kung saan ipinakita mo ang mga duguan na damit ng Gorkha woman runner sa Howrah Station. Bilang isang organisasyon na nagpoprotekta sa mga empleyado nito, ang aming legal na departamento sa Delhi ay tatalakayin ang bagay sa Korte Suprema. Ngunit kailangan mong manatiling nakakulong sa Khujaraho—walang tawag sa labas maliban sa numerong nasa mobile na ibinigay sa iyo. Ligtas ang pamilya mo sa kolonya. Inatasan ko ang aking mga legal na tao at seguridad na makasama ang inyong pamilya sa anumang interogasyon ng Pulisya o CBI kasama ang inyong asawa at anak na babae. Ang isa pang bagay na sinimulan namin ay matatapos sa lalong madaling panahon. Manatiling kalmado, Mobius, at tamasahin ang mga lutuin ng restaurant. Inirerekumenda ko ang kanilang mutton soup, na nagustuhan ko. "

Mobius quipped, "Madam, ako ay nasa isang sopas na. Kaya walang mas maganda kaysa sa pagkakaroon ng mutton soup!" Ang MD countered magaan, "Magandang upang makita ang iyong napanatili ang iyong pakiramdam ng katatawanan, Mobius." Nagtawanan silang dalawa.

Pagbabalik mula sa Pagkatapon (2023)

ika 11 ng Oktubre

Alam ni Mobius na maayos ang pagsaway nang pumasok siya sa kanyang bahay sa Durabuild Cement Limited housing colony sa Satna. Ang sasakyan ng kumpanya ay kinuha siya mula sa restaurant sa Khajuraho nang umagang iyon, kung saan siya ay holed up para sa nakaraang anim na linggo sa bahay ng may ari ng restaurant sa unang palapag. Sa panahong ito, hindi siya pinayagang tumingin sa labas ng mabigat na kurtina na bintana o lumabas ng kanyang silid, ayon sa mahigpit na tagubilin ng MD.

Ang tanging pakikipag ugnayan niya sa ibang tao ay ang may ari ng restaurant at ang kanyang asawa, na nagdala sa kanya ng pagkain at meryenda. Ang chivalrous conscience ni Mobius ay hindi maaaring payagan ang asawa ng may ari na linisin ang kanyang kuwarto araw araw, kaya kinuha niya ito sa kanyang sarili. Kaya, si Mobius ay gumugol ng anim na linggo sa panonood ng TV, pagkain, pagtulog, paglilinis ng kanyang silid at pag eehersisyo sa kanyang komportableng silid. Bilang isang pag iisip, ang may ari ay nag iwan ng dalawang 5 kg dumbbells sa kuwarto ni Mobius, at ginawa niya ang ganap na paggamit ng mga ito.

Dahil sa TV ay nalaman ni Mobius ang publicity na nakapalibot sa warrant of arrest niya sa national channels. Si Manisha ay nainterbyu sa TV at inakusahan ng ilang mga partidong pampulitika ng pag uudyok ng problema para sa Gorkhaland, isang claim na mahigpit niyang tinanggihan. Ipinahayag niya ang balak niyang lumapit sa korte hinggil sa bagay na ito. Ang abogado ng kumpanya ni Mobius ay lantarang nagsabi ng kawalang malay ng kanyang kliyente sa ilang mga kilalang channel ng balita, na may mga larawan at video ng Mobius na tumatakbo sa mga karera at paglulunsad ng libro ng kanyang tumatakbong libro, na pinasinayaan ng kilalang atleta na si Milkha Singh.

Natanto ni Mobius na ang warrant para sa kanyang pag aresto at kasunod na pagpapawalang sala ng Korte Suprema ay nangyari lahat sa loob ng anim na linggo, salamat sa interbensyon ng MD at mga contact sa mas mataas na echelons ng kapangyarihan, kapwa sa hudikatura at sa press at digital media. Walang duda si Mobius na nailigtas siya ng MD mula sa malalim na problema.

Makontak lamang ni Mobius si Rashmi sa pamamagitan ng isang hindi android phone, kung saan maaari siyang magpasa ng mga mensahe sa kanyang pamilya at makatanggap ng feedback na okay ang kanyang mga magulang na sina Sumi, Pahadi, at ang Gang of Six. Kinuwestiyon ng CBI ang mga magulang ni Mobius na sina Sumitra, Ayushi, Milind, at Shiv, ngunit wala silang impormasyon tungkol sa kinaroroonan ni Mobius dahil sa metikulosong pagpaplano ng MD.

Pag uwi sa bahay matapos ang kanyang anim na linggong pagliban, sinalubong si Mobius ng kanyang mga magulang na sina Sumitra, Ayushi, at Gang of Six. Malinaw na ipinaalam sa kanila ng management ang kanyang pag uwi. Umalis ang mga senior security at admin officials na naghihintay sa labas ng kanyang bahay matapos siyang batiin. Pakiramdam ni Mobius ay natuwa sa mga nakangiti na mukha na malugod na tinatanggap siya. Si Ayushi ang unang yumakap sa kanyang ama at nagtanong kung okay na ang lahat.

Sumagot si Mobius na may katatawanan, "Pahadi, huwag kang mag alala. Maliban sa iyong ina, walang makakapagpababa sa akin!"

Matapos yakapin si Mobius, nagpahayag ng pag aalala si Sumitra, "Hindi ka nasaktan, di ba, Mobsy Sana hindi ka pinahirapan. Sana po masagot nyo po ako."

Mobius sumagot sa magandang katatawanan, "Kailangan ko lang upang mawala ang ilang labis na timbang mula sa lahat na continental pagkain. Ang aking balat ay maaaring gumamit ng isang tan mula sa pagiging nasa loob ng bahay sa loob ng anim na linggo. " Napuno ng tawa at saya ang silid.

Sinabi ni Mandy, "Ngayon alam nating lahat na si Mobsy ay protektado nang maayos."

Nagbigay ng babala si Shiv, "Sa ngayon, walang nakakaalam kung saan nakatago si Mobsy sa nakalipas na anim na linggo. Kailangan nating itago ito para sa kinabukasan ni Mobsy. Kailangang kumilos si Mobsy na parang nagdurusa siya sa pansamantalang amnesia."

Mapaglarong dagdag ni Mandira, "Hindi mahihirapan si Mobsy na umarte ng clueless. Natural siya sa ganyan."

Dumating si Chandrika sa depensa ni Mobius, "Ang aming mga Mobsy ang pinaka matalino sa amin. Huwag nang mag-alinlangan tungkol doon."

Tumango si Sumitra nang may pagsang ayon at sinabing, "Bigyan natin ng pahinga si Mobsy. Marami na siyang pinagdaanan."

Sinabi ni Milind, "Ang Mobsy ay ligtas at maayos dito, at iyon ang mahalaga. Hindi mahalaga ang kanyang kinaroroonan sa yugtong ito. Alam naman nating lahat na matatag at walang patid na pinrotektahan siya ng MD."

Sumulong si Mobius, niyakap ang kanyang mga magulang, at hinawakan ang kanilang mga paa. "Ang aming Baagh Bhai ay nagbalik ng ligtas at tunog," resounded Baba, gamit ang isang termino na ginagamit ni Manisha, at pinagpala ang kanyang anak.

"Joy Baba Loknath!" Sumigaw si Ma na may mga mata na mamasa masa, na nagsipi ng isang linya mula sa 'The Merchant of Venice' ni Shakespeare. "Ang isang Daniel ay dumating sa paghuhukom."

ika 13 ng Oktubre

Ang pansamantalang Kanlungan ni Aryan

Ang sinaunang lungsod ng Kathmandu, na nakahimlay sa yakap ng Himalayas, ay nagsilbing isang malamang na kanlungan para sa Aryan D'Silva sa pagtakas. Ang makipot at paikot na kalye ng lungsod ay masigla na may magulong enerhiya na nagtatakip sa mga lihim na nakatago sa mga fold nito. Ang amoy ng insenso ay nanatili sa hangin, na nakikihalubilo sa masiglang pagkukwentuhan ng mga lokal at ang malayong ungol ng mga gulong ng panalangin.

Sa kanyang sariling amicable style, ang MD ay nakahanap ng isang kanlungan para sa Aryan sa isang disenteng homestay at restaurant na nakatago sa gitna ng Thamel, ang masiglang distrito ng turista. Ang homestay, na may nakakupas na brick facade at masalimuot na inukit na mga bintana ng kahoy, ay tumayo bilang isang tahimik na saksi sa mga kuwento ng mga naghahanap ng santuwaryo sa loob ng mga pader nito. Ang reception area, na pinalamutian ng tradisyonal na sining ng Nepali, ay nagbigay ng facade of normalcy na nagkukubli sa kaguluhan sa puso ni Aryan.

Matapos ang pag hack Ang Pagtatanggol ng India na pinaka secure na mga website, alam ng MD na ang mga araw ni Aryan D'Silva ay mabibilang maliban kung mabilis niyang inilipat si Ayran sa labas ng India. At ang pinakamahusay na lugar upang gawin ito ay magiging Kathmandu, isang perpetual tourist busy lugar, kung saan nationalities ng iba't ibang mga bansa congregate sa buong taon. May mga tauhan din si MD doon para bantayan si Aryan.

Sa loob ng mga confines ng kanyang kuwarto sa unang palapag ng gusali, si Aryan ay resplendent sa mga piling lutuin at isang komportable at maginhawang homestay. Ang kuwarto kahit na nagkaroon ng isang mini bar, na kung saan ay replenished araw araw sa pamamagitan ng may ari, isang malawak na basahin, weathered Gorkha at Everest summiteer na may isang mabait na ngiti pagkakaroon ng isang multi cuisine restaurant sa ground floor pinapaboran ng Asians na may isang sukat Indian community customer base. Lahat ng pagkain ni Aryan ay dinala sa kanyang kwarto simula nang bawalan siya ng MD na lumabas. Dahil dito, ang muffled tunog ng buhay kalye Kathmandu filtered sa pamamagitan ng solong window, isang patuloy na paalala ng mundo sa labas na Aryan ay hindi dapat harapin upang panatilihin ang kanyang presensya lihim.

Aryan D'Silva ay holed up sa kanyang homestay para sa nakaraang anim na linggo ngunit ay masaya dahil sa mahusay na pagkain, koneksyon sa internet, at TV pagkakaroon ng isang whooping 110 channels. Isang Hindi phase ang biglang pumasok sa isip niya. '*Jab Bhagwan detahai to chhappar phaad ke deta hai*' (Kapag ang Diyos ay nagbibigay, Siya ay nagbibigay ng sagana).

Natagpuan ng Aryan ang kapanatagan sa hindi pagpapakilala na iniaalok ng lungsod. Ang matayog na mga tuktok ng Himalayas, na nakikita sa distansya sa pamamagitan ng nag iisa na bintana, ay tila parehong isang simbolo ng kanlungan at isang paalala ng mga kakila kilabot na hamon sa hinaharap para sa estado ng Gorkhaland.

Sa loob ng anim na linggo, ginugol ni Aryan ang kanyang mga gabi na nakatingin sa bukas na bintana sa gitna ng Kathmandu. Ang mga nakaraang pangyayari ni Aryan, na may amalgamation ng katalinuhan ng militar, kayamanan ng kultura, tensyon sa pulitika, at ang patuloy na pagtingin sa mga bundok, ay lumikha ng isang kaakit akit na backdrop para sa tanawin mula sa kanyang bintana.

Sa kamalayan na si Mobius Mukherjee, sa edad na 53 taong gulang, ay doble sa kanyang edad, natanto ni Aryan na ang kanilang mga predicaments ay pantay pantay na mapanganib. Sa kabila ng pagkakaiba ng edad, natagpuan ni Aryan ang isang malalim na kapanatagan sa kanyang kamag anak kay Mobius. Taimtim niyang ipinagdasal sa makapangyarihang Diyos na si Mobius at ang kanyang tapat na mga kasamahan, lalo na si Manisha, at ang kanilang mga walang kapararakan na panawagan para sa Gorkhaland ay hindi magtatagal ay matanggap ang mga sagot na kanilang hinahangad.

Noon, contemplating ang benevolence ni MD, nag chime ang phone ni Aryans. Si MD ang mabilis na dumating sa punto.

"Hulaan mo kung ano Aryan. Mabuti at masamang balita. Ang Israeli Intelligence ay hindi darating sa tulong ng India. Buo ang kanilang mga kamay. Noong umaga ng 7 Oktubre 2023, bandang 6:30 am IST, inilunsad ng Hamas ang isang pag atake sa Israel mula sa maraming mga site sa hangganan nito sa Gaza Strip. Kabilang sa pag atake ang ground at motorized infiltration sa teritoryo ng Israel at pag atake sa mga base ng Israeli Defense Forces , at mga sibilyan. Noong bandang alas-7:00 ng umaga, sinalakay ng mga militante ng Hamas ang maraming pamayanan sa paligid ng Gaza sa Israel at nagsagawa ng mga masaker, kabilang na ang isang music festival, na nagresulta sa hindi bababa sa 1400 na pagkamatay. Ito ay inilarawan bilang pinakamalaking pag atake ng sindak sa kasaysayan ng Israel. Ang mga militante mula sa teritoryo ng Palestino ay dinukot sa paligid ng 240 hostages na binubuo ng mga matatandang lalaki, kababaihan, at mga bata. Israeli pagtatanggol pwersa ay may sa nakalipas na ilang araw na sinundan up sa pamamagitan ng pagpasok Palestinian teritoryo upang iligtas ang mga hostages. "

"Whew," sagot ni Aryan. "Panonood ng malungkot na detalye sa TV. Isang malaking slur sa sangkatauhan. Ibig bang sabihin nito ay pwede mo na akong ilabas sa Kathmandu ngayon, Madam "

"Most certainly, Aryan. Sa katunayan, mas maaga, mas maganda," mahinahong tugon ni MD. "Alam ko ang pinagdaanan mo. Ang iyong mga magulang at kapatid ay patuloy na naaangkop sa iyong sitwasyon. Kahit anong gusto mong sabihin."

Si Aryan, sa ginhawa at nakakatawa na tono, ay sumagot, "Madam, maaari mo ba akong ampon at iligtas mula sa hinaharap na kaguluhan."

Sumali sa banter ang MD, "Hindi, Aryan, hindi maaaring gawin iyon, ngunit sabihin sa akin ang pangalawang pinakamahusay na bagay. Ang wish mo ang utos ko."

Si Aryan, matapos magmuni muni ng ilang sandali, ay nagsabi, "Lagi kong naisip na mag trekking sa Everest Base Camp sa 5364 metro. Ngayong nasa Kathmandu na ako, hindi na tatagal ng 12 araw ang trek."

"Sige, Kiddo," sabik na tugon ni MD. "Tapos na. Alam ko lahat ng major trekking groups sa Kathmandu. Maaari kang magsimula sa iyong ekspedisyon bukas mismo. Ay gumawa ng lahat ng mga kaayusan at din ang iyong ligtas na bumalik sa Delhi sa lalong madaling panahon pagkatapos."

"Ikaw ang pinakamagandang nangyari sa buhay ko, Madam," remarked Aryan. Ang kanyang mga mata ay mamasa masa, at ang kanyang tinig ay nahihilo sa damdamin.

"Whoa Boyo. Madali ba ito. On second thoughts, baka ampunin kita. Ito ay magiging isang malugod na karagdagan upang magkaroon ng isang 27 taong gulang na anak na lalaki sa aking 25 taon na anak na babae."

"Hindi na kailangan, Madam. Mabubuhay ako," ang buoyant na sagot ni Aryan. "Got my own lovely family din."

Katarungan sa mga Burol (2024)

ika 30 ng Disyembre, 2024

Ang Gang of Six ay sprawled sa sala ng Home ng pamilya Mukherjee sa Bhopal. Ang kanilang mga mata ay nakadikit sa 36 pulgada na Samsung LED TV, na nagbahagi ng espasyo sa ibaba ng isang pares ng Khukris majestically adorning ang pader. Ang NTDV News ay nag relay ng live na seremonya ng panunumpa ng Punong Ministro at mga Ministro ng Gabinete ng 30th State of Gorkhaland ng India sa Raj Bhavan sa Kolkata. Sa isang bihirang kilos, parehong ang Punong Ministro at ang Home Minister ay naroroon. Ang araw ay ang 107th Birth Anniversary ng War Veteran Victoria Cross awardee Havildar Lachhiman Gurung at Founder President ng Gorkha National Unity Front. Ito ay isang angkop na sandali para sa Foundation Day ng Gorkhaland sa 30th Disyembre 2024.

Kumportableng naipit si Mobius sa isang sofa na may tatlong upuan sa pagitan nina Sumitra at Ayushi, nakaunat ang kanyang mga braso, nakasandal sa balikat ng kanyang dalawang paboritong babae. Isinuot ni Mobius ang tradisyonal na Gorkha cap, na nakahilig sa kanyang ulo, na pinalamutian ng isang pilak na kulay na metal na simbolo ng isang pares ng crossed Khukris na nakatahi sa headgear.

Ayushi, sa 24 taong gulang, tumingin resplendent sa tradisyonal na Gorkha damit. Nakasuot siya ng maliwanag at masalimuot na pinagtagpi na blusang Gorkha, na kilala bilang isang 'gunyu,' na nagpakita ng mga mayamang kulay at tradisyonal na pattern ng kultura ng Gorkha. Ang 'gunyu' ay pinalamutian ng maselan na burda, na sumasalamin sa pagkamasining ng Gorkha craftsmanship. Ang kanyang palda, na kilala bilang 'cholo,' ay gracefully dumaloy sa kanyang ankles. Ang tela nito ay isang testamento sa mga tradisyon ng tela ng Gorkha, na may masalimuot na mga motif na nagsasabi ng mga kuwento ng lupain at mga tao nito. Sa kanyang leeg, si Ayushi ay nagsuot ng isang kumikinang na kuwintas ng tradisyonal na mga alahas ng Gorkha. Isang silver chain ang may hawak na pendant na nagtatampok ng isang miniature Khukri. Kumikislap ito sa ilalim ng mainit na ningning ng mga ilaw ng silid.

Sa kanyang mga pulso, nakasuot siya ng silver bangles na kumikislap sa kanyang mga galaw. Ang kanyang buhok ay pinalamutian ng isang string ng mga bulaklak ng Jasmine, ang pabango nito ay pumupuno sa silid at nagdaragdag ng isang touch ng natural na kagandahan sa kanyang ensemble. Si Ayushi ay isang pangitain ng biyaya at tradisyon.

Napasigaw ang Thamma ni Ayushi (ina ni Mobius) mula sa tapat ng silid. "Ikaw ngayon ay naghahanap ng bawat pulgada ng isang Pahadi Princess."

Tumugon si Mandira upang marinig ng lahat, "Huwag kalimutan ang lahat. Si Pahadi Princess ang babae ko, masyado. Nasa kanya ang dugo ko." Nagdulot ito ng mga ngiti mula sa buong silid. Biglang naging mamasa masa ang mga mata ni Mobius. Dagsa sa kanyang isipan ang mga alaala ng kawalang pag asa ni Ayushi noong labing anim na taong gulang pa siya noong 2016. Napakaraming nangyari sa pagitan noon at ngayon. Aliw na pinisil ni Sumitra ang braso ni Mobius.

Malapit kay Mobius, nakaupo sa karpet, ay si Mandira na nakapahinga ang puwet sa mga paa ni Mobius, na labis na napahiya sa kanya, ngunit tumanggi si Mandira na kumibo. Sina Milind at Atul ay nasa mga upuan sa isang gilid ng silid malapit sa bukas na balkonahe, na nagpapahintulot sa nakakapreskong amoy ng ulan na tumagos sa silid. Nilapitan ng ina ni Mobius ang bintana upang isara ito nang makita ang mukha ni Milind na tumanggap ng isang banayad na ulan na iwiwisik. Tumayo si Milind para tulungan ang ina ni Mobius, na nagsabing, "Ayo Gorkhali! Proud Gorkha ka kaninang umaga, Aunty."

"Oo, Milind mahal. Isang magandang sandali para sa ating lahat. Ayo Gorkhali," sagot ng ina ni Mobius.

Sa main sofa mismo sa harap ng TV nakaupo ang mga magulang ni Mobius na sina Baba at Ma, na nakaupo si Chandrika sa carpet malapit sa paanan ni Ma.

Ipinahayag ni Shiv, "Isang iconic na sandali, Mobsy. Lahat ng nakaraang taon ng inyong pagod, luha, at kaguluhan ay nagbunga; Gorkhaland ay naging isang matinding katotohanan!"

"Salamat sa inyong lahat, guys. Kung wala lahat ng suporta mo, hindi ko ito mabubunot. Hindi pwede. At the same time, marami akong suporta mula sa MD ko." Tahimik na pinisil pisil ni Sumitra ang kamay ng kanyang asawa at sinenyasan ito na manahimik sa bagay hinggil sa MD. Sina Mandira, Milind, at Shiv ay tumingin kay Mobius nang may kaalaman, at si Shiv ay sumagot ng mabuting kalooban, "Kailangan nating manahimik tungkol sa bahagi ng MD tungkol dito mula ngayon." Tumango naman si Sumitra bilang pagsang ayon.

Ilang minuto pa lang ay magsisimula na ang panunumpa nang tumunog ang telepono ni Mobius. Si Junali pala ang nasa linya. "Napapanood mo ba ang balita sa TV Makikita mo ako sa ikalawang hilera sa isang asul na saree. "

Tumirik ang mga mata ni Mobius at sumagot, "Oo, kaya ko, Junali."

Ibinaling ni Junali ang ulo sa TV camera at ngumiti. Sa isang kakaibang pagkakataon, ang camera zoomed in sa Junali's nakangiting upturned mukha.

"Kayo, Junali yan," sigaw ni Mandira, at lahat ay sumali sa chorus.

"Sige na, Junali," udyok ni Mobius. "Nakikita at naririnig ka namin."

"Kasama ka sa gang namin, Mobius," sagot ni Junali. "Magkakaroon ng hiwalay na seremonya ng panunumpa sa Darjeeling ng Gobernador, at ang Home Minister ay naroroon. Kailangan mong maging naroroon doon nang pinaka kagyat. Tatlong araw pabalik, nagkaroon kami ng closed door meeting sa gitna ng aming mga Cabinet Ministers, kung saan pinal namin ang final list ng Council of Ministers. Pinigilan namin ang pagdaragdag ng tatlong mahahalagang portfolio, ngunit iginiit ng Gobernador na ang mga pangalan ay hindi maaaring panatilihin na kumpidensyal sa panunumpa sa Kolkata ngayon ngunit kailangang i divulged at ibigay sa kanya sa pamamagitan ng pagsulat. Tinalakay namin ni Manisha ang mahalagang isyung ito sa mga pangunahing miyembro ng Gabinete ng mga Ministro. Pagkatapos ng dalawang oras na debate, na natapos ng hatinggabi..."

Biglang nagkagulo sa sala nang ipaalam ang pangalan ni Manisha. Tumayo ang Gang of Six at nagpalakpakan voraciously. Tumayo rin ang mga magulang ni Mobius at nagsaya. Sumigaw si Ayushi, "Mabuhay ang Gorkhaland! Ayo Gorkhali!" Namamasa ang mga mata nina Baba at Ma.

"Junali," sabi ni Mobius sa telepono, "Masyadong kaguluhan dito. Pupunta sa balkonahe para magsalita."

Nagsalita si Mobius, "Oo, Junali, magpatuloy ka. May importante kang sinasabi."

Nagpatuloy si Junali sa tonong somber. "Ito ay ang kagustuhan ng Punong Ministro at ng mga pangunahing miyembro ng Gabinete na kayo ay maging..."

Isang braso ang kumapit sa balikat ni Mobius mula sa likuran. Sabi ni Sumitra, "Lahat naman nanonood ng TV. Ano ba ang ginagawa mo dito na lihim na nakikipag usap kay Junali " at nag wink mischievously kay Mobius at hinila ito malapit sa TV.

"Junali," sigaw ni Mobius sa telepono. "Tinatawag ako ni Sumi para masaksihan ang panunumpa sa seremonya. Pwede ba kitang kausapin mamaya "

"Okay, Mobsy, pero pakinggan mong mabuti ang patuloy na balita. Magkakaroon ng mahalagang anunsyo. Will ring you back after ten minutes," sagot ni Junali.

"Ano ang mahalagang pahayag na ito, Mobsy darling?" tanong ni Sumitra, na narinig ang pag-uusap.

"Maghintay na lang tayo, Sumi."

Matapos ang panunumpa ni Manisha Rai bilang Punong Ministro, nagkaroon ng pahinga ang Gobernador.

"Bago ako manumpa sa natitirang mga Ministro ng Gabinete, mayroong isang bagong post na nilikha, na may pag apruba ng Pamahalaang Sentral. Ang taong iyon ay manunumpa sa loob ng tatlong araw sa Darjeeling sa isang seremonya ng panunumpa kasama ang natitirang bahagi ng Konseho ng mga Ministro, kung saan ang Central Home Minister ay naroroon din. Ito ay kaugnay ng mga bagong patakaran ng parlyamentaryo na isinumite nang mas maaga para sa mga Ministro ng Gorkhaland sa tandem sa referendum, na na amalgamated sa mga sentral na patakaran ng parlyamentaryo sa ilalim ng kung saan Ang West Bengal Reorganisation Act of 2024, mula ngayon ay kilala bilang Batas ng Gorkhaland, na nagsasaad na ang lahat ng mga Ministro ng Gabinete ng Estado ng Gorkhaland ay dapat na kabilang sa isang ama na isang mamamayan ng Gorkha ng Ang Republika ng India, maliban sa dalawang pinakamataas na post ng Punong Ministro at Deputy Chief Minister, kung saan ang alinman sa magulang ama o ina ay dapat na isang Gorkha mamamayan ng Republika ng India. Ang dalawang partikular na post lamang ay naaangkop sa kaso ng anumang Bengali pagkakaroon ng isang Gorkha Ina. "

Natulala ang katahimikan sa sala. Nagtatakang hinawakan ng mga magulang ni Mobius ang mga kamay ng isa't isa. Nakanganga ang bibig nina Mandira at Chandrika sa pagkamangha at pagkalito, kasama sina Shiv at Mind, na nakikinig sa balita nang masigasig sa maingat na pagsasalita ng Gobernador.

Bated breath, tiningnan ni Mobius si Sumitra at sinabing, "Sumi, huwag mo akong sabihin. Ano ba naman ang nangyayari "

Lumitaw si Sumitra na napapawi at hinila si Mobius sa braso nito sa harap ng TV. "Tingnan mo ang sinasabi ng Gobernador."

Ang Gobernador ay nagpatuloy nang mahusay na pagsasalita, "Ang post ay para sa unang Deputy Chief Minister ng Gorkhaland, Shri Mobius Mukherjee."

May natigilan na katahimikan sa sala ng tahanan ng mga Mukherjee. Pagkatapos ay nalaglag ang pandemonium.

Niyakap nina Shiv at Milind si Mobius at inangat ito sa kanilang mga balikat.

Sabay iyak nina Mandira at Chandrika, "Mabuhay ang kanyang kamahalan, Mobsy darling, Deputy Chief Minister ng Gorkhaland. Kayo ang pinakamaganda!"

Tumayo sina Baba at Ma, tumulo ang luha sa kanilang mga mata.

Tumunog ang telepono ni Junali, "Tiyak na nakuha mo na ang balita ngayon. Binabati kita, Mobsy mahal! Nakipaglaban kayo para sa amin; Ipinaglaban namin kayo para makuha ang coveted post na ito. Tangkilikin ang sandali. Simulan ang pag iimpake ng iyong mga bag sa Gang ng Anim. Lahat ng tao ay inimbitahan sa iyong seremonya ng panunumpa sa Darjeeling. Kakausapin namin ni Manisha ang inyong Baba at Ma sa gabi, personal na inaanyayahan sila. Bimal Gurung, na gusto ang post na ito, sa wakas ay pumayag kagabi sa iyo na palitan siya sa presensya ng Gobernador. Iyan ang dahilan ng biglaang pagbabago ng mga pangyayaring ito. Gayunpaman, ang Bimal ay binigyan ng isa pang mahalagang portfolio. Ako ay pagpunta sa maging abala para sa ilang oras ngayon. Ibigay mo ang pagmamahal ko sa Gang of Six. Mga cheers. Ay makipag usap sa iyo sa gabi."

Nagsenyas si Mobius sa kanyang mga buddies na ibaba siya at lumakad patungo sa kanyang mga magulang upang kunin ang kanilang mga pagpapala. Samantala, tumalon si Ayushi sa kanyang ama at niyakap ito habang nakayakap sa leeg nito. Ang silver bangles chimed sa kanyang paggalaw.

Yumuko si Mobius, nahuli si Ayushi sa oras, at sinabi, "Pahadi, mayroon kang isang full time na trabaho ngayon, na tumutulong sa akin na magpatakbo ng isang Estado."

Sagot ni Ayushi, "Sure thing, Bapi. Noon pa man ay ako ang pinaka masigasig mong tagasunod." Marahan niyang pinakawalan ang sarili mula sa pagkakayakap sa kanya.

Lumapit si Sumitra kay Mobius at hinalikan ito ng magaan sa pisngi.

Mapitagan na hinawakan ni Mobius ang mga paa ng kanyang mga magulang. Lumuluha, bumulong si Baba, "Mobsy, lagi kong alam na ikaw ay scatterbrained, pero hindi na. Saludo ako sa inyo ngayon. Ikaw talaga ang tinatawag ni Manisha na 'Baagh Bhai' ng Gorkhaland." Niyakap ni Mobius si Baba at pagkatapos ay si Ma.

Inilahad ni Ma, sabay yakap sa mukha ng kanyang anak gamit ang kanyang mga palad, "Mobsy dear, you made our ancestors proud by your deeds Ipinagmamalaki namin na kami ang inyong mga magulang. Joy Baba Loknath!"

"Joy Baba Loknath, Ma! Proud to be your son," sagot ni Mobius, na flustered pero composed ng biglaang pagliko ng mga pangyayari.

Lumapit si Mandira kay Sumitra at niyakap si Sumitra. Kapuwa moist ang kanilang mga mata. bulalas ni Mandira, "Kailangan nating protektahan ang Mobsy. Siya ay Deputy Chief Minister ngayon. So, mas maganda ang dalawang bodyguards kaysa isa." Natawa ang dalawa.

bulong ni Baba sa asawa, habang nakatingin sa mga kalokohan ni Mandira. "Pratima, ang ating Mobsy ay magkakaroon ng mas mahusay na dalawang mundo ngayon."

Tinulak ni Ma ang kanyang asawa at sumagot, "Tumahimik ka, Prosenjit. Maririnig ng ating mga anak. Mobsy darling ay magkakaroon ng pinakamahusay na ng tatlong mundo, hindi lamang dalawa. Sumitra, Mandira at Junali."

"Malalaki na si Mobsy at matured na tao ngayon. Maganda na may mga loyal assistants na sumusuporta sa kanya sa kanyang bagong adhikain," chuckled Baba, winkking at his wife.

Noon lang, tumunog ang telepono ni Mobius, na naka speaker mode. Si MD pala. "Magandang umaga, Mobius, at pinakamasayang pagbati sa iyo! Dadalo ako sa inyong panunumpa sa Darjeeling. Marami pa tayong hahabol na gagawin." Tumingin ang Gang of Six sa direksyon ni Mobius at ngumiti ng may kaalaman.

Tungkol sa May akda

Si Sanjai Banerji ay ang may akda ng tatlong nakaraang mga libro, Crossing the Finish Line (Running), The Mountaineering Handbook (Mountaineering), Nobody Dies Tonight (Fitness in the Covid 19 Pandemic), at isang maikling kuwento na 'Mga Tagapag alaga ng Nathu La' na inilathala sa isang antolohiya kasama ang iba pang mga may akda sa Mga Kuwento mula sa India Season IV Volume I. Siya ay isang CSR Consultant at Lifestyle Coach. Nagkaroon na siya ng ilang mga artikulo, maikling kuwento, at mga tampok ng larawan na nalathala sa mga pahayagan at magasin. Si Sanjai Banerji ay may B.Sc (Zoology) at MBA (Produksyon) at isang gold medalist sa journalism sa kanyang postgraduate studies, na may 36 na taong karanasan sa sektor ng bakal, papel, at semento. Nagretiro siya noong Disyembre 2020 mula sa Prism Johnson Limited bilang General Manager Corporate Image. Nagsimulang tumakbo si Sanjai sa edad na 48 noong 2008 at nakatakbo na ng ilang half marathon at ultra race sa iba't ibang lupain: burol, disyerto, kagubatan, mataas na altitude, running track, at kalsada. Ang Justice on the Hills ang kanyang debut novel.

www.ingramcontent.com/pod-product-compliance
Lightning Source LLC
LaVergne TN
LVHW041703070526
838199LV00045B/1187